கறுப்பு

கறுப்பு ஜோக்கர்

ஸீரோ டிகிரி இலக்கிய விருது 2025
குறும்பட்டியலில் தேர்ந்தெடுக்கப்பட்டது

பாலகுமார் விஜயராமன்

எழுத்து பிரசுரம்

Title: Karuppu Joker
Author's Name: Balakumar Vijayaraman

Published by Ezutthu Prachuram

Ezutthu Prachuram
(An imprint of Zero Degree Publishing)
No.75 & 76, I Floor, Kuppusamy Street,
Balaji Nagar, Padi,
Chennai - 600050

Website: www.zerodegreepublishing.com
E Mail id: zerodegreepublishing@gmail.com
Phone: 89250 61999

Ezutthu Prachuram First Edition: December 2025
ISBN: 978-93-47206-70-2
TITLE NO EP: 604

Rs. 270/-

Cover Design & Layout: Vijayan, Creative Studio
Printed at Manipal Technologies, India

நன்றி:

இயக்குநர் சரவணகுமார் கார்மேகம்

கவிஞர் நேசமித்ரன்

இயக்குநர் க்ரிஷ்

மொழிபெயர்ப்பாளர் இல.சுபத்ரா

எழுத்தாளர் கமலாலயன்

மற்றும் குடும்பத்தினர்

அம்மா மதனவள்ளி, அப்பா விஜயராமன்

மனைவி சக்திதேவி

குழந்தைகள் மேகமித்ரா, முத்துமுகுந்தன்

இன்று

0: பெருங்கொண்டாட்டம்

சூதினை வென்றிட சூதின் நெறியைத் தெரிதல் வேண்டுமென்பது சூதன் மொழி

கோவாவின் ஃபிஷர்மேன் கேவ் கடற்கரையை ஒட்டிய "ரேடிஸன் ப்ளூ" ஏழு நட்சத்திர விடுதியின் பெரும்பகுதி 24x7 ஆன்லைன் ரம்மி நிறுவனத்தினரால் பதிவு செய்யப்பட்டிருந்தது. அவர்களது இணையச் செயலி மூலம் பல கட்டங்களாக நடைபெற்ற முதல் நிலைப் போட்டிகள் முடிந்து இன்று நேரடியாக அரையிறுதிப் போட்டிகளும், பிரம்மாண்டமான இறுதிப் போட்டியும் நடைபெற இருந்தன. அவற்றைக் காண நாடு முழுவதுமிருந்தும் அழைக்கப்பட்ட அவர்களின் இணையச் செயலி பயனர்களின் கூட்டத்தால் அரங்கம் நிரம்பி வழிந்தது. ஒலிபெருக்கியில் வர்ணனையாளரின் குரல், அலங்கரிக்கப்பட்ட கூட்ட அரங்கத்தைத் தாண்டி, வரவேற்பறை, வெளியே புல்வெளி, நீச்சல் குளம் என நட்சத்திர விடுதி முழுவதும் மட்டுமின்றி நேரலையில் இணையம் மூலம் உலகமெங்கும் ஒலித்தது.

ஆன்லைன் ரம்மி என்பது மாபெரும் சூதாட்டம். அங்கே நாம் நம்மைப் போன்ற மனிதர்களோடு விளையாடுகிறோம்

என்ற தோற்றமே சுத்தப் பொய். ஆன்லைன் ரம்மியில் உண்மையில் நம்மோடு விளையாடுவது சக்தி வாய்ந்த சூப்பர் கம்ப்யூட்டர். அது நம்மை எப்படியும் தோற்கடித்தே தீரும், அடுத்து என்ன கார்டு போடுவது என கம்ப்யூட்டரின் அல்காரிதம் துல்லியமாகக் கணிக்கும். அது ஒருபோதும் நம்மை வெல்ல விடாது. நம் அக்கவுண்ட்டில் இருக்கும் அத்தனை காசையும் பிடுங்கிவிட்டு நடுத்தெருவில் நிறுத்திவிடும்......

அப்பப்பா, எத்தனை கட்டுக் கதைகள், எத்தனை காட்டுக் கத்தல்கள். ஒரு சாமானியன் தன் திறமையான மதி நுட்பத்தால் ரம்மி விளையாடி சாதனையாளராக மாறுவதற்குத்தான் எத்தனை தடைக் கற்கள். ஆனால் அவை அனைத்தையும் சுக்குநூறாக உடைத்து எறிந்திருக்கிறோம். உங்களைப் போல, உங்கள் வீட்டில் உடன் பிறந்த சகோதரனைப் போல, உங்கள் உயிர்த் தோழனைப் போல உள்ள ஒருவர் இன்று தனது ரம்மி விளையாட்டின் திறமை மூலம் ஐந்து கோடிக்கு அதிபதியாகப் போகிறார். அதுவும் வெறும் பத்தே பத்து நிமிடங்களில் உங்களைக் கோடிகளில் குளிக்க வைக்கும் ஒரே நிறுவனம் 24x7 ஆன்லைன் ரம்மி மட்டுமே. உலகின் மிகப்பெரிய இந்த முதல் க்ராண்ட் ரம்மி கார்னிவல் மூலம், இதுவரை நீங்கள் முகம் தெரியாமல் விளையாடிக்கொண்டிருந்த சக மனிதர்களை நேரில் சந்திக்கிறீர்கள், ஆன்லைன் போன்றே நேர்மையாகவும், வெளிப்படைத் தன்மையுடனும் நடத்தப்படும் இந்த மாபெரும் திருவிழாவிற்கு உங்களை அன்போடு அழைக்கிறோம்.

நீங்கள் சகமனிதர்களோடுதான் இதுவரை ஆன்லைன் ரம்மி விளையாடினீர்கள், இனியும் விளையாடுவீர்கள் என்பதற்கு இந்தத் திருவிழாவே உண்மையான சாட்சி. ஆன்லைன் போன்றே இங்கும் கோடிக்கணக்கான பணத்தினை ரொக்கப் பரிசாக வெல்லப்போகிறீர்கள். அதுமட்டுமா... இன்னும் எக்கச்சக்க பரிசுகள், வாய்ப்புகள், வசதிகள். ஆன்லைன் ரம்மி விளையாடும் ஒவ்வொருவரும் வெற்றியாளரே. அதுவே எங்கள் லட்சியம். இந்தத் திருவிழாவிற்கு மட்டும் மொத்தப் பரிசுத் தொகை பத்து கோடிகள். இந்தத் திருவிழாவை

நேரிலும், இணையத்தின் நேரலையிலும் பார்த்து நமது 24x7 செயலி மூலம் ஆன்லைன் ரம்மி விளையாடத் துவங்கும் ஒவ்வொருவரையும் வெற்றி தேவதை கட்டியணைத்து வரவேற்கிறாள்....

நட்சத்திர விடுதியின் வெளி வாயிலை ஒட்டிய சாலையில் வந்து நின்ற ஆட்டோவில் இருந்து உற்சாகத்துடன் இறங்கிய மூன்று இளைஞர்களும் விடுதியின் முதன்மைக் கட்டடத்தின் முகப்பை அண்ணாந்து பார்த்து வியந்தனர். பிரதான நுழைவாயிலில் தங்களது அடையாள அட்டையைக் காண்பித்ததும், அவர்கள் செல்ல வேண்டிய வழியைக் குறிப்பிட்டு அனுமதித்தனர் சிப்பந்திகள். உள்ளே நீச்சல் குளம், டென்னிஸ் கோர்ட் ஆகியவற்றைத் தாண்டி சுற்றுப்புறத்தை வியப்புடன் பார்த்தபடி அவர்கள் சென்றனர். முகப்புக் கட்டடத்தில் இருந்த வரவேற்பறையில் தங்களைப் பதிவு செய்து கொண்டு, லிஃப்டில் ஏறி கூட்ட அரங்கம் இருந்த பதினாறாவது மாடிக்குள் நுழைந்தார்கள். வழியெங்கும் “கிராண்ட் ரம்மி கார்னிவல்” கொண்டாட்டத்தின் வரவேற்புப் பதாகைகள் அவர்களை வழிநடத்தி நின்றன. அரங்கிற்குள் நுழைந்ததும் வலதுபுறமாக இருந்த பிரதான பதிவு மேஜையில் ஆன்லைன் ரம்மி விளையாடுவதற்கான தங்கள் அடையாள அட்டையை மீண்டுமொரு முறை காண்பிக்க, அங்கே கணினியுடன் இணைக்கப்பட்ட வெப் கேமிராக்கள் அவர்களின் முகங்களையும், பதிவுச் சான்றிதழ்களில் இருந்த அங்க அடையாளங்களையும் சோதித்துச் சரிபார்த்தபின் அவர்களை உள்ளே அனுமதித்தன.

கண்கவரும் அலங்காரங்களோடு ஜொலித்த கூட்ட அரங்கின் வெளிச்சுற்று வட்டங்களில் இருந்த பார்வையாளர் இருக்கைகள் முழுவதுமாக நிரம்பியிருந்தன. அரங்கின் மையத்தில் அரையிறுதிப் போட்டிகள் விளையாடுவதற்கென்று ஆறு ரம்மி டேபிள்கள் போடப்பட்டிருந்தன. அவற்றிற்கு நடுவே இறுதிப் போட்டி விளையாடுவதற்காக ஆறு பேர் அமரக் கூடிய ஒரு சிறப்பு ரம்மி டேபிள் பிரம்மாண்டமாக அமைக்கப்பட்டிருந்தது. அரங்கின் ஓர மேடைகளில் கேளிக்கை நடன நிகழ்வுகளும், தாராளமான உணவும், மதுவகைகளும் கரைபுரண்டு ஓடிக்கொண்டிருந்தன.

டி.ஜே பாடல்களுக்கு நடுவே அவ்வப்போது ஒலிபரப்பாகிக் கொண்டிருந்த அறிவிப்பைக் கேட்டதும், உள்ளே வந்த மூன்று

இளைஞர்களில் ஒருவன், "என்னமா கூவுறாய்ங்க மாப்ள. இதுவரைக்கும் நாலரை லட்சம் ரூபாயை இந்தச் சனியன் தின்னுருக்கு. ஆனாலும் இவய்ங்க தேனொழுகப் பேசுறதைப் பார்க்கும்போது, ங்கொப்பத்தா மயிரா போச்சுனு மறுபடியும் ரீசார்ஜ் பண்ணி விளையாடிப் பார்க்கணும்னு தோணுது மாப்ள" என்றான். அவன் உடன் வந்திருந்த இன்னொருவன், "டேய், மூடிட்டு சொல்லிவிட்ட வேலையை மட்டும் பார்ப்போம். விட்ட காசை மொத்தமா எடுக்குறதுக்குக் கடைசி வாய்ப்பு. பிளான் சக்ஸஸ் ஆச்சுன்னா ஆளுக்கு அம்பது லட்சம். நம்ம பங்கை வாங்குறோம், இந்தச் சூது பக்கமே தலைவச்சுப் படுக்காம அவுங்கவுங்க வாழ்க்கைக்குத் திரும்புறோம்" என்று அவனை அடக்கினான்.

பதற்றமும், உற்சாகமும் ஒன்றுசேர, "ஆமா மாப்ள, 'வாழாத என் வாழ்வை வாழவே'னு வாழ்க்கைக்குத் திரும்புறோம், செம்மயா சமைக்கிறோம், ருசியா சுவைக்கிறோம்..." அவன் சொல்லிக்கொண்டிருக்கும் போது, அரங்கிற்குள் நுழைந்த இன்னும் இருவர் இவர்களை நோக்கிக் கையை உயர்த்திக் காட்டினர்.

பேசிக்கொண்டிருந்த இளைஞன் குறிப்புகளை உணர்ந்து கொண்டவனைப் போல, "டேய், நம்மாளுக இன்னும் ரெண்டு பேர் வந்துட்டாய்ங்கன்னு நினைக்கிறேன். ஆட்டத்துக்குத் தயாராகுங்க!" என்று அரையிறுதிப் போட்டிகள் நடக்கும் டேபிள்களுக்கு முன்னேறிச் செல்லத் துவங்கினர்.

அவர்களுக்கு வகுத்துக் கொடுத்த திட்டத்தின்படி, ஆறு அரையிறுதிப் போட்டிகளிலும் இவர்களது ஆட்கள் வெற்றி பெற்று இறுதிப் போட்டிக்கு முன்னேற வேண்டும். இறுதிப் போட்டியில் விளையாடும் ஆறு பேரும் இவர்கள் ஆட்களாகவே இருப்பர். இவர்களில் ஒருவர் வெற்றி பெற, இறுதிப் போட்டியில் கலந்து கொள்ளும் இவர்களது ஆட்கள் அனைவருக்குமான பரிசுத் தொகை பத்து கோடியும் இவர்களின் கைகளுக்கு வரும் வரை அமைதியாக இருக்க வேண்டும். பின்பு அனைவரும் ஒன்றாகச் சேர்ந்து இந்த ஒட்டுமொத்த ரம்மி திருவிழா மற்றும் *24x7* ஆன்லைன் ரம்மி நிறுவனத்தின் மோசடிகள் அனைத்தையும் ஊடகங்கள் முன்னிலையில் உலகுக்கு அம்பலப்படுத்த வேண்டும். இதற்கு மூளையாக இருந்து செயல்படுபவர்கள் இருவர். பரிசுத்

தொகை பத்து கோடியையும் மொத்தமாக அடித்துப் போவது மட்டுமின்றி ரம்மி நிறுவனத்தின் மோசடியைத் தோலுரித்துக் காட்டும் பெரும் திட்டத்தை நிறுவனத்திற்குள் இருந்தபடியே தீட்டிய சூத்திரதாரி ஒருவன். அவனது திட்டத்தைக் களத்தில் இருந்து செயல்படுத்தும் காரியதாரி இன்னொருவன். அவர்கள் இருவரின் திட்டமும் இதுவரை சரியாகவே செயல்பட்டு வந்திருந்தது. அவர்கள் தாங்கள் ஏற்பாடு செய்திருந்த ஐந்து பேரையும் படிப்படியாக முன்னேறச் செய்து இன்று அரையிறுதி வரை கொண்டு வந்துவிட்டார்கள். ஆறாவது போட்டியாளனாக காரியதாரியே களத்தில் இறங்க இருந்தான். அவர்களது திட்டம் வெற்றி பெற இன்னும் ஒரு கடைசிப் படி மட்டும் பாக்கி இருந்தது. அதுவும் அவர்கள் திட்டமிட்டபடி நடந்துவிட்டால், இன்னும் இரண்டு மணி நேரத்தில் ஆன்லைன் ரம்மி நிறுவனத்தின் ஒட்டுமொத்த மோசடிகளையும் வெளியுலகிற்குத் தெரியப்படுத்தி அந்நிறுவனத்தின் அஸ்திவாரத்தையே அசைத்துவிடுவார்கள்.

அரையிறுதிப் போட்டிகளில் ஒவ்வொரு மேஜையிலும் இவர்கள் ஆள் ஒருவர் இருக்கும்படியாகச் செய்திருந்த வியூகத்தின் படி ஐந்து பேரும் அமர்ந்திருந்தனர். ஆறாவது மேஜையில் விளையாடி வென்று இறுதிப்போட்டிக்கு வர வேண்டிய இவர்களது வியூகத்தின் காரியதாரியின் இடம் காலியாக இருந்தது. ஐந்து பேரும், இன்னும் ஏன் அவன் வரவில்லை என்ற யோசனையில் இருக்கும்போது, ஒலிபெருக்கியில் அடுத்த அறிவிப்பு வந்தது.

> *"எதிர்பாராததை எதிர்பாருங்கள். இதுதான் நமது 24x7 ஆன்லைன் ரம்மியின் தாரக மந்திரம். இந்த மாபெரும் விளையாட்டுத் திருவிழாவின் சுவாரஸ்யத்தைக் கூட்டுவதற்காக, இதன் வெளிப்படைத் தன்மையை மீண்டுமொரு முறை நிரூபிப்பதற்காக இப்போது இன்னோர் ஆச்சரியம். ஏற்கனவே அட்டவணை தயார் செய்து வைத்திருந்த அரையிறுதிப் போட்டிகளின் வீரர்களின் மேஜை தேர்வு இப்போது நேரடியாக உங்கள் முன்னிலையில் மீண்டும் குலுக்கல் முறையில் மறு தேர்வு செய்யப்படுகிறது"*

அறிவிப்பைக் கேட்டதும் மொத்த அரங்கமும் ஆர்ப்பரித்தது. மேஜைகளில் அமர்ந்திருந்த ஐந்து பேரும் ஏதோ குழப்பம் நடக்கப் போவதை உணர்ந்தவர்களாக ஒருவரை ஒருவர் கேள்விகளுடன்

பார்த்துக் கொண்டனர். மீண்டும் அரையிறுதிப் போட்டியாளர்கள் 36 பேர்களுக்கும் இடையே குலுக்கல் நடைபெற்றது. சொல்லி வைத்தது போல, ஆறாவது மேஜையில் இவர்கள் ஆறு பேர்களின் பெயர்கள் வந்தன. தங்கள் திட்டம் நிறுவனத்திற்குத் தெரிந்துவிட்டது என்பதை வந்திருந்த ஐந்து பேரும் இப்போது உணர்ந்திருந்தனர். அடுத்து என்ன நடக்குமோ என்ற பதற்றம் அவர்களின் முகங்களில் அப்பட்டமாகத் தெரிந்தது. ஆறாவதாக வரவேண்டியவனின் இருக்கை காலியாக இருந்தது.

> *"அடுத்த ஆச்சரியம், முப்பத்தாறு வீரர்கள் கலந்துகொள்ள வேண்டிய அரையிறுதிப் போட்டிகளில், ஆறாவது டேபிளில் வரவேண்டிய வீரர் ஒருவர் இதுவரை கலந்துகொள்ள வராததால், அந்த மேஜையில் ஆறாவதாக ஆடப்போகிறவர், இந்த விளையாட்டை நேரில் கண்டுகளித்துக் கொண்டிருக்கும் பார்வையாளர்களில் ஒருவரே. இதோ உங்கள் தேர்வுக்கான குலுக்கல் இப்போது நடைபெற இருக்கிறது"*

அரங்கம் மீண்டும் ஆர்ப்பரித்தது. ஆனால் அந்த அறிவிப்பு அந்த ஐந்து பேரை மேலும் கலவரமாக்கியது. இப்போது தங்களுக்குள் எப்படி விளையாடினாலும், தங்களில் ஒருவர் மட்டுமே இறுதிப் போட்டிக்குச் செல்ல வாய்ப்பிருக்கிறது, அதில் எப்படி இறுதிப் போட்டியில் வெல்லப் போகிறோம் என்ற யோசனைகளைத் தாண்டி, தங்களை இதுவரை வழிநடத்திச் சென்றவன் ஏன் போட்டியில் கலந்துகொள்ள வரவில்லை, அவனுக்கு என்னவாயிற்று என்று குழம்பியபடி அமர்ந்திருந்தனர். அரையிறுதி ஆட்டங்கள் துவங்கின.

கூட்ட அரங்கின் ஆரவாரங்களைத் தாண்டி, நட்சத்திர விடுதியின் பதினேழாவது மாடியின் தனியறையில் முகம் முழுவதும் ரத்தக் களரியாய்க் காட்சியளிக்க, கண்களும் வாயும் மூடி, கை கால்கள் கட்டப்பட்ட நிலையில் குத்துயிராய் மயங்கிக் கிடந்தான் அவன்.

★★★

நேற்று

1: சூதாடிக்குப் பிறந்த சொட்ட வாளக்குட்டி

புகழ் தன்னை நம்பும் மாந்தர்க்கு மட்டுமே துணையாகுமென்பது சூதன் மொழி

வைகாசி பிறந்ததும், அதுவரை இருந்த கோடையின் கொடுமையான வெம்மை குறையத் துவங்கியிருந்தது. வானம் கண்ணுக்கெட்டிய தூரம் வரை நீலநிறத்தில் தெளிவாகக் காட்சியளித்தது. வெடிப்பு விழுந்த வயல்கள் வாய்பிளந்து அடுத்த பருவத்தின் முதல் மழைக்காகக் காத்திருந்தன. ஊரணி வற்றி சுத்தமாகத் தூர்ந்து போயிருந்தது. வெயிலின் தாக்கம் குறைந்திருந்தாலும், காற்றில் இன்னும் வெப்பம் மீதமிருந்தது. விருதுநகர் மாவட்டம் காரியாபட்டியை அடுத்த முல்லைக்குறிச்சி கிராமத்தின் சிறுவீதிகள் வெறிச்சோடிக்கிடந்தன. விவசாய வேலைகள் ஏதுமில்லாத கோடையில் வைகாசி மாத முதல் முகூர்த்தத்தின் பொருட்டு, ஊர் மொத்தமும் மேட்டுக்காட்டைத் தாண்டிய எல்லையில் குடிகொண்டிருந்த அய்யனார் கோவிலில் கூடியிருந்தது. தாலிகட்டு முடிந்து அடுத்த சம்பிரதாயங்களில் மணமக்கள் குடும்பத்தினர் ஈடுபட்டிருக்க, வெட்டப்பட்ட

கிடாக்குட்டிகள் குழம்புக்கும் வறுவலுக்கும் தோதான துண்டங்களாக மாற்றப்பட்டுக்கொண்டிருந்தன. காலைக்கும் மதியத்துக்கும் சேர்த்த பெருவிருந்து முடியும் வரை ஊர்க்கார சொந்தபந்தங்கள் யாரும் அய்யனார் கோவிலைச் சுற்றிய பகுதியைத் தாண்டி வேறு எங்கும் நகரப் போவதில்லை. ஆண்கள், பெண்கள், குழந்தைகள் என்று அவரவர் வயதிற்கும் விருப்பத்திற்கும் ஏற்ப குழுக்களாகப் பிரிந்து பொழுதுபோக்கிக் கொண்டிருந்தனர்.

கோவிலைச் சுற்றிய காலியிடங்களில் புற்கள் முற்றாகக் காய்ந்து போயிருந்தன. அதன் வேரடி மண்ணைக் கறும்பிய ஆடுகள் அவை வயிற்றுக்குக் கட்டுப்படியாகாமல், காட்டுக் கருவேல மரங்களின் உயர்ந்த கிளைகளில் இருந்த நெத்துகளைப் பறிக்க எக்கிக் குதித்துக் கொண்டிருந்தன. தன் நீளமான துரட்டியை ஓரமாகச் சாய்த்து வைத்துவிட்டு, மரத்தடியில் ஓய்வாக அமர்ந்திருந்தார் கீதாரி. அவருமே திருமண விருந்தின் பொருட்டு, அதிகாலை நீச்சத் தண்ணீரை மட்டும் குடித்துவிட்டு, மதியத்திற்கான தூக்குச் சட்டியை எடுக்காமல் வந்திருந்தார். காரியாபட்டியில் இருந்து சைக்கிளில் வந்த ஐஸ்வண்டிக்காரர் ஐஸ் பெட்டியின் மூடியைத் தட்டி சிறுவர்களின் கவனத்தை ஈர்க்க முயற்சி செய்துகொண்டிருந்தார். ஊர்ச் சிறுவர் சிறுமியர் ஓரக்கண்ணால் அவரை நோட்டம் விட்டபடி மரநிழலில் பாண்டி ஆடிக் கொண்டிருந்தனர். பெண்கள் ஆங்காங்கே அமர்ந்து ஊர்க்கதை பேசிக்கொண்டிருந்தனர். கோவிலுக்கு முன்பிருந்த பருத்த ஆலமரத்தின் நிழலில் அமைந்திருந்த முளைப்பாரித் திண்ணையில் வட்டமாக அமர்ந்து ஆண்கள் சீட்டாடிக் கொண்டிருந்தார்கள்.

“டேய் மொக்கராசு மவனே, ஒஞ்சோட்டுப் புள்ளைங்கல்லாம், அங்கே விளையாடுதுல்ல. அங்கே போய் விளையாடாம நீ இங்கே என்னடா பராக்குப் பார்த்துட்டு இருக்க?”

சீட்டாட்டத்தைப் பின்னால் இருந்து வேடிக்கை பார்த்துக் கொண்டிருந்த தனஞ்செயனை நோக்கி, திண்ணையில் படுத்திருந்த ஒரு பெரியவர் குரல் கொடுத்தார். சிறுவன் அவரைக் கண்டுகொள்ளாமல் மீசைக்காரரின் முதுகுப் புறமாக நின்றபடி அவர் கையில் வைத்திருந்த சீட்டுகளைக் கவனமாகப் பார்த்துக் கொண்டிருந்தான். ஒவ்வோர் ஆட்டமும் பரபரப்பாகச் சென்று கொண்டிருந்தது.

ஓர் ஆட்டம் முடிந்து அடுத்த ஆட்டத்துக்காகச் சீட்டு கலைத்துப் போடப்பட்டது.

“இன்னிக்கு நக்கிட்டுத்தான் போகும் போல!” என்று தன் தோளில் போட்டிருந்த துண்டை உதறியபடி எழுந்தார் மீசைக்காரர்.

“என்ன மீசை, சலிப்பு பலமா இருக்கு. தோத்தவுடனே எந்துருச்சு ஓடுற, சீட்டைக் கலச்சுப் போட்டாச்சு. உட்கார்ந்து ஆடுய்யா!” என்றார் சீட்டாட்டத்தில் வெற்றி முகத்தில் இருந்த உருமால்க்காரர்.

“எங்கிட்டுப் போக, இன்னிக்கு முச்சூடும் இங்குட்டுத்தான்... ஒரு எழவு சீட்டும் நல்லா வர மாட்டுது!” என்றவர், “டேய் சத்த நேரம் இந்தச் சீட்டைப் பிடிச்சிட்டு உட்கார்ந்து இருடா. மாமா ஒண்ணுக்கு அடிச்சிட்டு வந்துர்றேன்” என்று பின்னால் இருந்த தனஞ்செயனிடம் தனது சீட்டைக் கொடுத்துவிட்டு எழுந்து நகர்ந்தார்.

முளைப்பாரித் திண்ணையைத் தாண்டி, கருவேலம் புதர்களுக்குள் சென்று அவர் சிறுநீர் கழித்துவிட்டுத் திரும்பிய போது, விளையாடிக் கொண்டிருந்த அனைவரும் முகத்தில் ஈயாடாமல் அமைதியாக உட்கார்ந்திருந்தனர். தனஞ்செயன் நடுவில் தனது சீட்டுகளை ரம்மி ஷோ காட்டிக் கொண்டிருந்தான்.

மீசைக்காரருக்கு ஆச்சரியமான ஆச்சரியம். “டேய் மாப்ள, ஒட்டு இல்லாத ஒத்தையா இருந்துச்சேடா சீட்டு முச்சூடும். எப்படிடா அடிச்ச?” என்றார். தனா அமைதியாக அவரைப் பார்த்துச் சிரித்தான்.

“சூதாடிக்குப் பொறந்த சொட்ட வாளக் குட்டி, என் மாப்ள கைக்குச் சீட்டு பூவாட்டம் விழுது. போடுங்கடா அடுத்த ஆட்டத்தை!” என்று உற்சாகமான மீசைக்காரர், “மாப்ள, நீ எங்கேயும் எந்திரிச்சுப் போகக் கூடாது. இன்னிக்குப் பூராப்பய கோவணத்தையும் உருவிட்டுத்தான் கறிச்சோறுல கைய வைக்குறோம்” என்றார்.

உருமால்காரருக்கு சுர்ரென்று இருந்தது, “ஏய்யா மீசை, பொடியன் ஒரு தடவை ஏதோ கைதவறி அடிச்சிட்டான். அதுக்கே இந்த வரத்து வர்ற. அடுத்த ஆட்டம் பாரு. வேட்டி, டவுசர் ரெண்டையும் உருவிட்டு விட்றோம்” என்றார்.

உருமால்காரர் வாய்ச் சவடாலாகப் பேசினாலும், இத்தனை ஆண்டுகளாய் சீட்டாடிக் கொண்டிருக்கும் தன்னை ஒரு பொடியன் வென்றுவிட்டதை அவரால் ஏற்றுக்கொள்ள முடியவில்லை. அவனைச் சீண்டும் விதமாகத் தொடர்ந்தார். "இதெல்லாம் கெடக்கட்டும். ஏண்டா மொக்க ராசு மவனே, ஒழுங்கா பள்ளிக்கூடம் போகாம கரட்டுக் காட்டுப் பக்கமே சுத்திட்டு இருக்கியாமே, நெசமா?"

"சொன்னதையே திருப்பித் திருப்பிச் சொல்லிக் கொடுக்குறாங்க சித்தப்பா, போரடிக்குது. அதான் ஓணான் அடிக்கப் போனேன்" தனஞ்செயன் எதையும் யோசிக்காமல் தனக்கு மனதில் தோன்றியதை வெள்ளந்தியாகச் சொன்னான். "அட எழவு, இதென்ன பிஞ்சிலே வெடிச்சதா இருக்கும் போல!" என்று நினைத்துக் கொண்டார் உருமால்க்காரர்.

அடுத்தடுத்த ஆட்டங்களிலும் தனாவும், மீசைக்காரருமே ஜெயித்தார்கள். இறுதியில் அன்றைய ஆட்டங்கள் முடிந்து திருமண விருந்துக்குச் செல்லும் போது, தனஞ்செயன் கையில் ஜெயிப்புப் பங்காக பத்து ரூபாய் இருந்தது. தனா அங்கே விளையாடிக் கொண்டிருந்த அனைத்து சிறுவர்களுக்கும் பால் ஐஸ் வாங்கிக் கொடுத்தான்.

★★★

2: கணக்குப் பூச்சி

பொறையிலா வீரன் வெற்றி அடையானென்பது சூதன் மொழி

பஞ்சுப் பொதி போன்ற மேகங்கள் போடி மெட்டு கிராமத்தைப் போர்வையாகப் போர்த்தியிருந்தன. விடியும் சூரியனை மறைத்த காலைப் பனிக்காற்று ஊரெங்கும் படர்ந்திருந்தது. தன் வீட்டுத் தாழ்வாரத்தில் சணல் சாக்குகளை விரித்து நிழல் காய்ச்சலாகப் போட்டிருந்த ஏலக்காய்க் குவியல்களைப் பரசி விட்டுக் கொண்டிருந்தாள் மீனா. ஐந்து மூட்டை ஏலக்காய் முழுவதையும் பரப்பிவிட்டு முடிக்கும்போது அவள் குறுக்கு கடுகடுத்தது. அப்போது சூரியக் கதிர்கள் ஜன்னல் வழியே முற்றத்தை அடைந்திருந்தன. வீடு முழுவதும் ஏலத்தின் மணம் நாசியைத் துளைத்தது. உள்ளே படுத்திருந்த சுயோதன் ஆழ்ந்த உறக்கத்தில் இருந்தான். படுக்கையறையின் மூலையில் இருந்து வளைந்து நெளிந்து ஊர்ந்து சென்ற பூச்சியொன்று, கட்டிலின் கால் மீது ஏறியது. அது அவன் போர்த்தியிருந்த போர்வைக்குள் காலமாடு பக்கமாக உள்ளே நுழைந்தது. அதனைத் தொடர்ந்து விருவிருவென வரிசையாக பூச்சிக் கூட்டம் அவன் போர்வைக்குள் புகுந்து, குப்புறப் படுத்திருந்த அவன் முதுகு வழியாகக் கழுத்தை அடைந்து காதுக்குள் செல்ல முற்பட்டன. பெரிதும் சிரியதுமான அளவுகளில் பல்வேறு வடிவங்களுடைய பூச்சிகள் அவன் உடல் முழுதும் சூழ்ந்து மொய்க்க, “அம்மா!” என்று கத்தியபடி அவன் போர்வையைத் தள்ளி உதறியபடி எழுந்தான். “அம்மா, அம்மா...

சீக்கிரம் வாம்மா பூச்சி... பூச்சி...!” என்று தலையைக் குலுக்கிக் காதுகளை ஆட்டியபடி கத்தினான். மீனாவிடமிருந்து எந்த பதிலும் இல்லாததால் முற்றத்துக்கு ஓடி வந்தான். அவள் அவனைக் கண்டுகொள்ளாமல் வேலையைத் தொடர்ந்துகொண்டிருந்தாள். அவன் அவளை முறைத்துப் பார்த்தபடி நின்றுகொண்டிருக்க, சற்று நேரம் கழித்து, “இன்னிக்குக் கணக்குப் பரிட்சையா?” என்றாள். “இல்லையே!” என்று கூறியவாறு அவன் மெதுவாக வீட்டுக்குள் மறுபடியும் சென்றான்.

போடி நகராட்சி அரசுப் பள்ளியில் ஐந்தாம் வகுப்பு மாணவர்கள் முதல் முக்கால் மணி நேரம் தமிழ் வகுப்பு முடிந்து, அடுத்த வகுப்பில் நடக்கப் போகும் கணக்குத் தேர்வுக்கு அட்டை, பேப்பரைத் தயார் செய்து கொண்டிருந்தனர். தமிழ்ப் புத்தகத்தை எடுத்துத் தன் பைக்குள் வைத்து விட்டு பையை மூடிய சுயோதன், அதனைத் தன் எழுதுமேஜைக்குக் கீழே ஒளித்து வைத்தான். மெதுவாக எழுந்து வந்து முன் வராண்டாவை எட்டிப் பார்த்தான். தூரத்தில் ஆசிரியர் அறையில் இருந்து கணக்கு வாத்தியார் இவர்கள் வகுப்பு நோக்கி வந்து கொண்டிருந்தார். சில மாணவர்கள் வகுப்பறைக்குள் இங்குமங்கும் ஓடி விளையாடிக் கொண்டிருந்தனர். சுயோதன் மெதுவாக வகுப்பின் பின்புறம் வந்து வராண்டாவுக்கு எதிர்ப்புறமுள்ள ஜன்னலை எட்டிப் பார்த்தான். பள்ளியின் பின்பக்க மைதானம் தெரிந்தது. அங்கே யாருமில்லாததை உறுதி செய்து கொண்டு ஜன்னல் வழியே வகுப்பறைக்கு வெளியே தாவினான். மைதானம் வழியாக வேகமாக ஓடி பள்ளியின் பின்புறச் சுவரைத் தாண்டிக் குதித்தான். அங்கே வெளிப்புறச் சுவரை ஒட்டிய குத்துக் கல் ஒன்றில் அவனது அம்மா உட்கார்ந்திருப்பதைப் பார்த்து அதிர்ந்துபோய், வேகமாக அங்கிருந்து ஓட்டமெடுத்தான். மீனா கையில் ஒரு குச்சியுடன் அவனைத் துரத்திக்கொண்டு ஓடினாள்.

“ஏண்டா இப்படிப் பண்ணித் தொலையுற? சுத்தமா படிப்பு வராட்டியும் போய்த் தொலையுதுனு விட்றலாம். கணக்குப் பரிட்சைனா மட்டும் ஏன் இப்படி ஓடி ஒளியுற?”

“போம்மா, நம்பர்னாலே எல்லாம் பூச்சி பூச்சியாத் தெரியுது. கணக்கைக் கண்டுபிடிச்சவன் மட்டும் என் கைல கெடச்சான்... செத்தான்,” என்று கூறியவாறு பள்ளியைத் தாண்டி ஊர்ப்பக்கம் ஓடினான். அந்த மலைக்கிராமத்தின் குறுகலான

தெருக்களில் அவர்களின் ஓட்டப்பந்தயம் தொடர்ந்தது. வழியில் தென்பட்டவர்கள் யாரையும் கண்டுகொள்ளாமல் இருவரும் ஓடிக் கொண்டிருந்தனர். களைத்துப்போன சுயோதன், ஊர்ச்சாவடிக்கு அருகில் நின்று மூச்சுவாங்கினான். அவனது நெற்றியில் வியர்வைத் துளிகள் பளபளத்தன. ஊர்ச்சாவடிக்கு அருகில் வராத மீனா தூரத்தில் இருந்தபடியே கத்தினாள். “டேய் அந்தப் பக்கம் போகக்கூடாதுன்னு எத்தனை தடவை சொல்லியிருக்கேன். தெரிஞ்சே வர்றேல்ல... எக்கேடும் கெட்டுப் போய்த் தொலை, என் மூஞ்சிலயே முழிக்காதே!” என்று குச்சியைக் கீழே போட்டுவிட்டு விருவிருவென வேக நடையாக வீடு நோக்கித் திரும்பினாள். அங்கே சாவடியில் அமர்ந்து தாயம் விளையாடிக் கொண்டிருந்த பெண்களில் ஒருத்தி, தன் சேலையில் முடிந்து வைத்திருந்த அவித்த புளியங்கொட்டைகளை சுயோதனிடம் நீட்டினாள். அதனை வாங்க மறுத்துவிட்டு, அம்மாவை நோக்கி ஓடினான். “அம்மா, இரும்மா. இனிமே இப்படிச் செய்யமாட்டேன்ம்மா, நில்லுமா மூச்சுவாங்குது” என்றபடி அவனும் வீடு நோக்கி ஓடினான்.

சுயோதனின் அப்பா இருந்தவரை அவர் வீட்டில் இருந்த நேரத்தை விட சாவடியில் சீட்டாடிக்கொண்டிருந்த பொழுதுகள்தாம் அதிகம். ஆரம்பத்தில் இருந்தே அதில் உவப்பில்லாத மீனா எத்தனை முறை எடுத்துச் சொல்லியும் அவர் செவி சாய்க்கவில்லை. அதனாலேயே சாவடி என்றாலே அவளுக்கு வெறுப்பு வரத் துவங்கியது. சுயோதன் கைக்குழந்தையாக இருந்தபோது அவனையும் அவர் அங்கே தூக்கிக் கொண்டுபோய் வைத்திருக்கத் துவங்கியபோது மீனா ருத்திர தாண்டவம் ஆடிவிட்டாள். அதிலிருந்து அவர்கள் இருவருக்கும் மனவிலக்கம் அதிகமாகி அவர் சாப்பாட்டுக்கு மட்டுமே வீட்டுப் பக்கம் வருவது என்றாகிவிட்டது. நாளடைவில் வயல்வேலை, தோட்ட வேலை, வீட்டு வேலை அனைத்திலிருந்தும் தன்னை விடுவித்துக் கொண்ட அவர் சாவடியே கதியெனக் கிடந்தார். மீனாவும் அவரை எதிர்பார்க்காமல் தன் கையை ஊன்றிக் கர்ணம் பாய்ந்து, ஒற்றை மகனை வளர்க்கத் துவங்கினாள். இறுதியில் சாவடியில் படுத்திருந்த போது பாம்பு தீண்டி அவர் பிணமாகத்தான் வீடு வந்து சேர்ந்தார். அதிலிருந்து அந்தப் பக்கம் சென்றாலே எதிர்மறை நினைவுகள் சூழ மீனாவின் மன சமநிலை குலையத் துவங்கியது. சாவடி இருந்த தெருப் பக்கம் செல்வதையே மீனா தவிர்த்தாள்.

சுயோதன் வீடு வந்து சேர்ந்தான். மீனா வீட்டு வேலையில் கவனம் செலுத்துவது போல அவனைக் கண்டுகொள்ளாமல் இருந்தாள். சுயோதன் அவள் முந்தானையைப் பிடித்தபடி அவள் பின்னால் நின்றான். “யம்மா... இனிமே சாவடிப்பக்கம் போக மாட்டேன்ம்மா, ஆனா கணக்குப் பரிட்சை அன்னிக்கு லீவு போட்ருவேன், சரியா?” மீனா எதுவும் பேசாமல் வேலையைத் தொடர்ந்தாள். அவன் இன்னும் சிறிது நேரம் கழித்து, “பசிக்குதும்மா சோறு போடு!” என்றான். அவள் எதுவும் பேசவில்லை. “யம்மா.... இனிமே கணக்குப் பரிட்சை அன்னிக்கு எங்கேயும் ஓடிப்போக மாட்டேன். லீவும் போடமாட்டேன், போதுமா?” என்றான். அவள் இப்போதும் எதுவும் பேசாமல், தட்டில் சோற்றைப் போட்டு குழம்பை ஊற்றிப் பிசைந்து வைத்துவிட்டு அடுக்களையில் இருந்து வெளியேறினாள். அவன் தட்டை எடுத்துக்கொண்டு அவள் பின்னாலேயே வந்தான். அவள் வெளியே வந்து வாசல்படியில் அமர்ந்தாள். அவள் கண்களில் கண்ணீர் முட்டிக்கொண்டு நின்றது. அழாமல் வானத்தை வெறித்துப் பார்த்தபடி உட்கார்ந்திருந்தாள். அவள் அருகில் வந்து அமர்ந்த சுயோதன் அழுதபடி, “இனிமே இப்படிப் பண்ண மாட்டேன்ம்மா... ப்ளீஸ் மா!” என்றான். அவள் மெதுவாக அவன் தோளில் கை போட்டு அணைத்தபடி, தன் முந்தானை கொண்டு அவனது கண்ணீரைத் துடைத்துவிட்டாள். அவன் அருகில் வைத்திருந்த குழம்புச் சோற்றை எடுத்து அவனுக்கு ஊட்டிவிட்டாள். அவன் சாப்பிட்டு முடித்ததும், “சரி வா, போகலாம்!” என்று அவனைக் கூட்டிக்கொண்டு பள்ளிக்குக் கிளம்பினாள். கணக்குப் பரிட்சை இந்நேரம் முடிந்திருக்கும், மதியத்துக்கு மேல் கணக்கு வாத்தியார் வகுப்புக்கு வர மாட்டார் என்ற நம்பிக்கையில் சுயோதனும் உற்சாகமாகப் பள்ளி நோக்கி நடந்தான். பள்ளியை அடைந்தவுடன், மீனா நேராக ஆசிரியர் அறைக்கு அவனைக் கூட்டிச் சென்று அங்கு அமர்ந்திருந்த கணக்கு வாத்தியாரிடம், சுயோதன் பரிட்சை எழுதாமல் ஓடி வந்ததைச் சொல்லி அவனுக்கு மறு தேர்வு வைக்கும்படி வேண்டிவிட்டு, பள்ளியிலிருந்து கிளம்பினாள். சுயோதன், “இந்த அம்மாவைப் போய் நம்பினோமே!” என்று மனதிற்குள் நொந்தபடி கணக்கு வாத்தியார் முன் பாவமாக நின்றுகொண்டிருந்தான். அவர் மேஜைக்கு அடியில் வைத்திருந்த தன் பிரம்பைத் தேடிக் கொண்டிருந்தார்.

★★★

3: நட்பின் விதை

கேடு வரினும் கெடாத நட்பே உயிரின் உறைவிடம் என்பது சூதன் மொழி

வெயில் கொளுத்தும் மதிய வேளையில் காரியாபட்டி அரசு மேல்நிலைப் பள்ளியின் நுழைவாயிலில் மாணவர்கள் கூட்டமாக வெளியேறிக்கொண்டிருந்தார்கள். எட்டாம் வகுப்பு முழு ஆண்டுத் தேர்வு முடிந்து, விடுமுறை விட்ட நிம்மதியில் அவர்கள் சிரிப்பும் கலகலப்புமாகக் கலைந்து சென்றனர். பள்ளி வாசலில் பேண்ட் அணிந்து இன்சர்ட் செய்திருந்த மிடுக்கான ஒருவர் பிட் நோட்டீஸ்களை விநியோகித்துக்கொண்டிருந்தார்.

“காரியாபட்டியில் முதன் முறையாக வெல்கம் கம்ப்யூட்டர் சென்டர் துவக்க விழா! முதல் இரண்டு நாட்கள் இலவசப் பயிற்சி வகுப்புகள்!” என்று அதில் பெரிய எழுத்துகளில் எழுதப்பட்டிருந்தது.

மாணவர்கள் அந்த நோட்டீசை வாங்க ஆர்வத்துடன் அவரைச் சுற்றி மொய்த்தனர். தனஞ்செயன் முண்டியடித்து ஒரு நோட்டீசை வாங்கி, ஆச்சரியத்தோடு அதனைப் பார்த்துக்கொண்டு வீட்டை நோக்கி நடந்தான்.

அடுத்த நாள் காலை கணினி மையத்தின் முன் மாணவர்களின் கூட்டம் குவிந்தது. உள்ளே இருபதுக்கும் மேற்பட்ட கணினிகள் வரிசையாக வைக்கப்பட்டிருந்ததைக் கண்டு அவர்களின் கண்கள் விரிந்தன. ஒவ்வொரு திரையிலும் ‘ரோடு ராஷ்’ மோட்டார் பைக் ரேஸ் விளையாட்டு டெமோ மோடில் ஓடிக்கொண்டிருந்தது. மாணவர்கள் வெளியே வராண்டாவில் இருந்தபடியே அதனை வைத்த கண் வாங்காமல் பார்த்துக்கொண்டிருந்தனர். முதல் நாள் நோட்டீஸ் கொடுத்தவர் மாணவர்களை ஒவ்வொரு பேட்சாக வரிசைப்படுத்தி உள்ளே கணினிகளின் முன் அமர வைத்துக் கொண்டிருந்தார். தனஞ்செயன் ஆர்வமாக எட்டிப் பார்த்தபடி வரிசையில் நின்றான். ஒரு பேட்சுக்குப் பத்து நிமிடம் என இருபது இருபது மாணவர்களாக உள்ளே அனுப்பப்பட்டுக் கொண்டிருந்தனர். சுமார் அரை மணி நேரக் காத்திருப்புக்குப் பின்பு தனாவின் முறை வந்தது. உள்ளே கணினி அறைக்குள் நுழைந்ததும் சில்லென உடல் எல்லாம் புல்லரித்தது. அவன் வாழ்வில் முதன்முறையாகக் குளிர்சாதன வசதி உள்ள அறையில் நுழைகிறான். பனிப்பிரதேசத்துக்குள் வந்தது போன்ற பிரமை அவனுக்கு ஏற்பட்டது. பள்ளியில் தரையிலும், மர பெஞ்சிலும் உட்கார்ந்திருந்தவனுக்கு, சுழலும் குஷன் நாற்காலி வித்தியாசமாக இருந்தது. நாற்காலியைச் சுழற்றியபடி முதன் முறையாகக் கீபோர்டைத் தொட்டுப் பார்த்தான்.

இருபது கணினிகளின் முன்பும் மாணவர்கள் அமர்ந்தவுடன், முதல் நாள் நோட்டீஸ் கொடுத்த அண்ணன் ரோடு ரேஷ் விளையாடுவதற்கு எந்தெந்தப் பொத்தான்களை அழுத்த வேண்டும் என்று சொல்லிக்கொடுத்தார். அந்தப் பொத்தான்களைத் தவிர வேறு எதையும் தொடக்கூடாது என்ற தீவிர அறிவுரைகளுக்குப் பின் அவர்கள் விளையாட அனுமதிக்கப்பட்டனர். தனா உற்சாகமாக விளையாடத் துவங்கினான்.

அவர்களுக்குக் கொடுக்கப்பட்ட நேரமான பத்து நிமிடங்கள் முடிந்ததும், அந்த அண்ணன், “தம்பிங்களா... இனிமே எல்லாம் கம்ப்யூட்டர்தான். இதுல எல்லா விளையாட்டும் விளையாடலாம். பள்ளிக்கூடத்துல கூட இந்த மாதிரி கம்ப்யூட்டர் எல்லாம் இருக்காது. எங்கட்ட மட்டும்தான் இருக்கு. மாத கோர்ஸ் சேர்ந்துட்டீங்கன்னா தினமும் இரண்டு மணி நேரம் இங்கே விளையாடலாம். அதோட நிறைய விஷயங்கள் கத்துக்கலாம்.

ஃபீஸ் 1500 ரூபாய். இந்த வாரத்துக்குள்ள சேர்ந்தீங்கன்னா 1000 ரூபாதான். வீட்ல போய் உங்க அம்மா அப்பாட்ட சொல்லி கோர்ஸ்ல சேருங்க" என்று மாணவர்களை அனுப்பி வைத்தார். மாணவர்கள் அந்தக் கணினி அறையின் குளுமை, சுழல் நாற்காலி ஆகியவை பற்றி ஆர்வமாகக் கதையடித்தபடி கணினி மையத்தை விட்டு வெளியே வந்தனர். வீடு திரும்பும் வழியில் பெரும்பாலான மாணவர்கள் பெற்றோரிடம் எப்படிப் பணம் கேட்பது என்று திட்டமிட்டுக் கொண்டிருந்தனர். தனஞ்செயனுக்கு அந்தக் குளிர்சாதன வசதி, சுழலும் நாற்காலி என்ற துவக்க நிலை மயக்கங்கள் முற்றிலும் மறைந்து, கணினி மட்டுமே அவன் மனதில் முழுமையாக ஆக்கிரமித்திருந்தது. எப்படியும் கணினியைக் கற்றுக் கொள்ள வேண்டும் என்று முடிவெடுத்தான். வீட்டில் சென்று ஆயிரம் ரூபாய் கேட்பதற்கான சூழல் இல்லை என்று அவனுக்கே தெரியும். எனவே அந்த ஆயிரம் ரூபாயை ஒரு வாரத்திற்குள் எப்படிச் சம்பாதிப்பது என்ற யோசனையில் ஆழ்ந்தான்.

அடுத்த நாள் அதிகாலையிலேயே அவன் காரியாபட்டி பஸ் நிலையத்தில் செய்தித்தாள் கட்டுகளைப் பிரிக்கும் வேலையில் ஈடுபட்டிருந்தான். மாலையில் தீப்பெட்டித் தொழிற்சாலையில் குச்சிகள் அடுக்கும் வேலை செய்தான். கையில் அகப்படுகிற சிறு சிறு வேலைகள் எல்லாம் செய்து பணம் சேர்த்தான். ஒரு வாரத்தில் ஐநூறு ரூபாய் மட்டுமே சேர்ந்திருந்தது.

அடுத்த வாரம் முதல் நாள், கணினி மையம் திறக்கும் முன் அங்கே போய் நின்றான். அரை மணி நேரக் காத்திருப்புக்குப் பின், கணினி மைய உரிமையாளர் குமார் அண்ணன் வந்து ஷட்டரைத் திறந்தார். அவர் கணினிகள் இருந்த அறைக்கு முன்பிருந்த வரவேற்பறைப் பிரிவில் அவனை உட்காரச் சொல்லிவிட்டு, என்ன கோர்ஸ் சேர வேண்டும் என்று கேட்டார். தனா, "என்ன கோர்ஸ்னு தெரில, ஆனா கம்ப்யூட்டர்ல எல்லாம் கத்துக்கணும்" என்றான். அவர் கடந்த வாரத்தில் இருந்து நிறைய விசாரணைகளுக்கு பதிலளித்து மாணவர்களைப் பல்வேறு கணினி வகுப்புகளில் சேர்த்துக்கொண்டிருந்தார். இதுவரை வந்திருந்த அநேக மாணவர்கள் தாங்கள் முதன்முதல் பார்த்த பைக் ரேஸ் விளையாட வேண்டும் என்றே ஆரம்பித்திருந்தார்கள். அல்லது கணினியில் வேறு என்னென்ன விளையாட்டுகள் விளையாடலாம், அதில் சேர்கிறோம் என்றுதான் விசாரணை

செய்திருந்தார்கள். முதன் முறையாக, ஒரு சிறுவன், அதுவும் பெற்றோர் அல்லது பெரியவர் யாரும் கூட வராமல், தனியாக வந்து கணினி “கற்றுக்கொள்ளவேண்டும்” என்று சொன்னது அவருக்கு ஆச்சரியமாக இருந்தது. அவர் அவனை ஊன்றிக் கவனித்தார். “கத்துக்கலாம் தம்பி. மினிமம் கோர்ஸ் ஃபீஸ் ஆயிரம் ரூபாய், ஒரு மாதத்துக்கு” என்று என்கொயரி ஃபார்மை எடுத்தார். தனா பத்து, இருபது ரூபாய்த் தாள்கள், சில்லறைக் காசுகள் என சேர்த்து வைத்திருந்த பையை அவரிடம் நீட்டினான். “அண்ணே, இதுல ஐநூறு ரூபாய் இருக்கு. பதினஞ்சு நாளுக்குள்ள மீதி ஐநூறு ரூபாயைக் கொடுத்துர்றேன்” என்றான்.

சிறிது தயங்கியவர், பின்பு சரியென ரூபாயை வாங்கிக்கொண்டு அவனை அடிப்படைக் கணினிப் பயிற்சி வகுப்பில் சேர்த்துக் கொண்டார்.

“சரிடா, நாளைல இருந்து கிளாஸுக்கு வா. தினமும் ஒரு மணி நேரம் வகுப்பு, சரியா?” என்றார். தனா ஏமாற்றத்துடன், “அப்போ இன்னிக்கு கிளாஸ் இல்லியாண்ணே?” என்றான்.

“இன்னிக்கே சேரணுமா, சரி இப்போ மணி ஒன்பதாகுது. பதினொரு மணிக்கு வா. இன்னில இருந்தே சேர்ந்துக்கலாம்!” என்றார்.

“சரிண்ணே!” என்று அறையை விட்டு வெளியே வந்தவன், வராண்டாவில் இருந்த நாற்காலியில் அமர்ந்தான்.

உள்ளே, குமார் அண்ணன் ஒவ்வொரு கணினியாகச் சென்று, மின் இணைப்பு கொடுத்து அதனை உயிர்ப்பித்தார். அடுத்து மானிட்டர், சி.பி.யூ, கீபோர்டு, மௌஸ் என்று தனித்தனியாக இருந்த புதிய கணினி பாகங்களை ஒன்றிணைத்து ஒரு கணினியை இயங்க வைத்தார். அவர் செய்வது அனைத்தையும் தனா என்னவென்று பெயர் தெரியாமலே பார்த்துக்கொண்டிருந்தான். பதினொரு மணிக்கு முதல் வகுப்பு துவங்குமுன்னரே அவனுக்குக் கணினி மீதான பரிச்சயம் ஏற்படத் துவங்கியது.

அடுத்த ஒரு வாரத்தில் தனஞ்செயனுக்கு உலகில் மிகப் பிடித்த இடமாக மாறியிருந்தது அந்தக் கணினி மையம். காலை மையத்தைத் திறக்கும் போது வருபவன், பதினொரு மணி வகுப்பு முடிந்தபின்பும் மதியம் வரை அங்கேயே இருந்துவிட்டு

வருவான். அவன் எந்தத் தொந்தரவும் செய்யாமல் தன்மையாக நடந்து கொண்டது குமார் அண்ணனுக்கும் பிடித்துப் போக, அவர் அவன் அதிக நேரம் அங்கே இருப்பதை அனுமதித்தார். தனாவும் அவருக்குச் சிற்சில உதவிகளைச் செய்யத் துவங்கினான்.

அன்று மாணவர்கள் அனைவரும் வகுப்புக்காகத் தயார் நிலையில் கணினி முன் அமர்ந்திருக்க, குமார் அண்ணன் புதிய சேர்க்கை ஒன்றை முடித்துவிட்டு உள்ளே வந்தார். அவருக்குப் பின் வந்த சிறுமி, சுற்றுமுற்றும் பார்த்தபடி நின்றாள். குமார் அண்ணன், "இந்த கம்ப்யூட்டர் முன்னாடி உட்காருமா!" என்று தனா அருகில் அமர வைத்தார். அன்றைய வகுப்புகளை அவர் விளக்கிவிட்டு வரவேற்பறைக்கு வர, அவள் தனாவைப் பார்த்துப் புன்னகைத்தாள். "ஹாய், நான் நித்யா. நாங்க திருச்சில இருந்து வர்றோம். இன்னிக்கு சார் சொல்லிக்கொடுத்தது எனக்கு சுத்தமா புரியல. நீ கொஞ்சம் எனக்கு சொல்லித் தர்றியா?" என்று தனாவிடம் தன்னை அறிமுகம் செய்து கொண்டாள். தனா அவளைக் கண்ணோடு கண் பார்த்துச் சிரித்தான். "என் பேரு தனஞ்செயன். நான் முல்லைக்குறிச்சில இருந்து வர்றேன். ஆமா நீ எப்படி வர்ற?"

"இன்னிக்கு எங்க அப்பா கொண்டு வந்து விட்டுட்டுப் போறார். நாளைல இருந்து சைக்கிளில் வருவேன்."

"திருச்சுழில இருந்து சைக்கிள்லயே வந்துருவியா?"

"அய்யோ திருச்சுழி இல்ல, திருச்சி. எங்க அப்பா திருச்சில பேங்க்ல வேலை பார்த்தார். இப்போ அவருக்கு டிரான்ஸ்பர் ஆகி காரியாபட்டி வந்துட்டோம். காரியாபட்டில எங்க வீட்டுல இருந்து சைக்கிளில் வருவேன்னு சொன்னேன்" என்று சொல்லிச் சிரித்தாள்.

விருதுநகர் சுற்றுவட்டாரத்தைத் தாண்டி, அவன் வேறு ஊர்களைப் பார்த்ததில்லை. நித்யா எட்டாம் வகுப்புக்குள் மூன்று மாநிலங்களில் வெவ்வேறு பள்ளிகளில் படித்திருக்கிறாள் என்று கேட்கவே அவனுக்கு ஆச்சரியமாக இருந்தது. அவள் தான் குடியிருந்த ஒவ்வோர் ஊரைப் பற்றியும் சொல்லிக்கொண்டிருக்க, அவன் கணினியில் ஏதோ செய்துகொண்டிருந்தான். மற்ற கணினிகள் எல்லாவற்றிலும் மாணவர்கள் ரோடு ராஷ் விளையாடிக் கொண்டிருக்க, தனஞ்செயன் விண்டோஸ் திரையில் ஸ்க்ரீன் சேவரில் ஏதோ செய்துகொண்டிருந்தான். சில நொடிகளில்

“காரியாபட்டி வெல்கம்ஸ் நித்யா” என்ற வாசகம் அவர்கள் அமர்ந்திருந்த கணினித் திரையினுள் பல வண்ணங்களில் பல திசைகளில் பயணிக்கத் துவங்கியது. நித்யா கண்கள் விரிய ஆச்சரியத்துடன் தனஞ்செயனைப் பார்த்து நன்றி சொன்னாள். தனஞ்செயன் மென்மையாக அதனை ஏற்றுக்கொண்டான். வெளியே வரவேற்பறையில் இருந்தபடி மாணவர்களைக் கண்காணித்துக்கொண்டிருந்த குமார் அண்ணனும் அதனைப் பார்த்தார்.

★★★

4: புலப்படும் சூத்திரம்

வெற்றியின் முதல் கல்வி தோல்வியை ஏற்றலென்பது சூதன் மொழி

போடி நகராட்சி அரசினர் மேல்நிலைப்பள்ளி வழக்கமான உற்சாகத்தோடும், மாணவர்களின் துள்ளல் பேச்சுச் சத்தத்தோடும் துடிப்பாக இயங்கிக்கொண்டிருந்தது. மொத்தப் பள்ளியின் சூழ்நிலைக்கு மாறாக ஒன்பதாம் வகுப்பு 'இ' பிரிவு மட்டும் மயான அமைதியில் உறைந்திருந்தது. இன்று மட்டுமல்ல, கடந்த ஒரு வாரமாகவே கணக்கு வகுப்புகள் நடக்கும் ஒன்பதாம் வகுப்பு வகுப்பறைகள் அனைத்துமே இத்தகைய அமைதியைக் கொண்டிருந்தன. காரணம், பள்ளிக்குப் புதிதாக வந்திருந்த அழகப்பன் சார். மிலிட்டரி அதிகாரி மாதிரி நெடிய தோற்றம், ஒட்ட வெட்டிய முடி, கூர்மையான பார்வை என்று பார்ப்பதற்கு அச்சுறுத்தும் உருவத்தில் இருந்தார். அவர் மற்ற வாத்தியார்கள் மாதிரி வகுப்புக்கு பிரம்பு, கம்பு என்று எதையும் எடுத்து வருவதில்லை. ஆனால் வகுப்புக்கு வந்ததும் “பாய்ஸ்!” என்று ஒலிக்கும் ஒற்றை வார்த்தையிலேயே மொத்த வகுப்பும் நிசப்தமாகிவிடும். அதோடு அவர் வாத்தியார் வேலைக்கு வருவதற்கு முன் போலீஸ் அதிகாரியாகப் புலனாய்வுப் பிரிவில் பணிபுரிந்ததாகவும், குற்றவாளிகளின் கண்களைப் பார்த்தே அவர்களின் மொத்த ஜாதகத்தையும் சொல்லிவிடுவார்

என்றும் பள்ளி முழுவதும் ஒரு வதந்தி உலவிக்கொண்டிருந்தது. அழகப்பன் சார் தலைமையாசிரியர் அறைக்குச் சென்ற போது, தலைமையாசிரியரே எழுந்து நின்று அவருக்கு சல்யூட் அடித்ததாகவும் பேச்சு நிலவியது. மற்ற ஆசிரியர்களே அவரிடம் தள்ளி நின்றுதான் பேசினார்கள்.

சுயோதன் பெரிய அளவில் சேட்டைகள் செய்பவன் அல்ல. நடு பெஞ்சில் ஓர் ஓரத்தில் அமர்ந்து இருந்த இடம் தெரியாமல் பள்ளிக்குச் சென்றுவிட்டு வந்துவிடுவான். அதனாலேயே மொத்தம் எண்பது பேர் உள்ள வகுப்பில் அவன் இருப்பதும், சில கணக்கு வகுப்புகளைப் புறக்கணித்துவிட்டு நகராட்சிப் பூங்காவில் அமர்ந்திருப்பதும் வாத்தியார் கண்களுக்குத் தெரியாது. புதிதாக வந்திருந்த கணக்கு வாத்தியாருக்கும் அவனுக்கும் இதுவரை எந்தப் பிணக்கும் இல்லை. இனி அவர் பாடம் நடத்திப் பரிட்சை வைத்து மதிப்பெண்கள் கொடுக்கும் போதுதான் அவருக்குத் தன் மேல் குரோதம் எழும், அதுவரை எந்தப் பிரச்சனையுமில்லை என்றுதான் இன்று வரை நினைத்திருந்தான். ஆனால் இன்று பூகம்பம் வெடிக்கத் துவங்கிவிட்டது. அழகப்பன் சார் இன்று அனைத்து மாணவர்களின் சென்ற வருடம் மற்றும் இந்த வருடத்தில் இதுவரை நடந்த தேர்வு மதிப்பெண்கள் அனைத்தையும் பெரிய அட்டவணை போட்டு எடுத்து வந்திருந்தார். முக்கியமாக ஒவ்வொரு மாணவனாக கணக்கு மதிப்பெண்களைச் சொல்லி அவர்களிடம் விளக்கம் கேட்டுக்கொண்டிருந்தார். சுயோதனுக்கு, மாணவர்களின் பழைய ரெக்கார்டுகளை எல்லாம் தோண்டிப் பார்க்க அவர்கள் என்ன கிரிமினல்களா என்று எழுந்து கேள்வி கேட்க வேண்டும் போலத் தோன்றியது. அது யதார்த்தத்தில் சாத்தியமில்லை என்று உணர்ந்தவனாய், தலை குனிந்து அமைதியாக உட்கார்ந்திருந்தான். வகுப்பிலிருந்து வெளியே குதித்து ஓடும் சாத்தியங்களை அவன் மனம் யோசித்தபடியே இருந்தது. அகரவரிசைப்படி ஒவ்வொரு பெயராக அவர் உச்சரித்துக் கொண்டிருந்தார். வகுப்பு முடிய இன்னும் சில யுகங்கள் இருக்கும் போல சுயோதனுக்குத் தோன்றியது.

“சுயோதன்.... சுயோதன்... யாருடா சுயோதன்?” அட்டவணையைப் பார்த்தபடி அழகப்பன் சார் உரக்கக் கூறினார். சுயோதன் மெதுவாக எழுந்து முன்னே வந்தான். அவன் கண்கள் வாசல் கதவுப் பக்கம் பார்த்தபடி இருந்தன.

அழகப்பன் சார் அவனை உற்றுப் பார்த்தார். "என்னடா உன் பிரச்சனை? எல்லாப் பாடத்திலும் நல்ல மார்க் எடுத்திருக்க. கணக்குல மட்டும் வரிசையா ஃபெயில் ஆகியிருக்க?" சுயோதன் அமைதியாகத் தலை குனிந்து நின்றான். வகுப்பில் முன் பெஞ்சில் அமர்ந்திருந்த ஒருவன், "சார், கணக்குன்னா அவனுக்கு அலர்ஜி சார். போர்டுல நம்பரைப் பார்த்தாலே தெறிச்சு வகுப்பை விட்டு ஓடிடுவான் சார்." அவர் அவனை முறைத்துப் பார்க்க அவன் அமைதியானான்.

அவர் தனது சுட்டுவிரலால் அவனது நாடியை உயர்த்தினார். பிரம்பை விடக் கனமாக இருந்தது அவரது விரல்.

"கணக்கு என்ன பூதமாடா!" என்றபடி அவன் மணிக்கட்டை இறுக்கமாகப் பிடித்தபடி, கரும்பலகைக்கு முன் கொண்டு நிறுத்தி, ஒரு நான்கு இலக்கப் பெருக்கல் கணக்கை எழுதினார்.

"இதுக்கு விடையெழுது!" என்று அவன் வலதுகையில் சாக்பீஸைக் கொடுத்தார். அவனது இடது கை மணிக்கட்டு இன்னும் அவரது கைப்பிடிக்குள்தான் இருந்தது. எப்படி வெளியே தப்பிச் செல்வது என்பதைச் சுற்றியே அவன் மனம் உழன்றுகொண்டிருந்தது. அவர் "ம்ம்ம்" என்று செரும, அவன் கரும்பலகையை நிமிர்ந்து பார்த்தான். கையில் சாக்பீஸை வைத்தபடி கணக்கை வெறித்துப் பார்த்தபடி நின்றான். கண்களில் பூச்சி பறந்தது. அப்படியே மயங்கிச் சரிந்தான்.

அவன் முகத்தில் தண்ணீர் தெளித்து அவனது இருக்கையில் அமரச் செய்தனர். அழகப்பன் சார் விடுவதாக இல்லை. "லஞ்ச் டைம்ல என்னை வந்து ஸ்டாஃப் ரூம்ல சந்திக்கணும் சரியா?" என்று அதட்டலாகக் கூறினார். அவன் எதுவும் பேசாமல் கண்களை மூடியபடி இருந்தான். அவர் அடுத்த மாணவன் பெயரை உச்சரித்து அவனை விசாரிக்கத் துவங்கியதும் சுயோதன் மனம் லேசானது. வகுப்பு முடிந்து அவர் சென்றதும் நிம்மதிப் பெருமூச்சு விட்டான். மதியம் அவன் ஆசிரியர் அறைக்குச் செல்லவில்லை. மறுநாள் பள்ளிக்கு வரக்கூடாது என்று அவன் முடிவெடுத்தான். ஆனால் அன்று மாலை கடைசி வகுப்பு முடியுமுன்னரே அட்டெண்டர் வந்து, அழகப்பன் சார் அவனைக் கூட்டி வரச் சொன்னதாக ஆசிரியரிடம் கூறி அவனை ஆசிரியர் அறைக்கு அழைத்துச் சென்றார்.

அங்கே அழகப்பன் சார் மட்டும் அமர்ந்திருந்தார். சுயோதன் உள்ளே சென்று, “வணக்கம் சார்!” என்று வாய்க்குள்ளே முணுமுணுத்தான். அவர் அவனை நிமிர்ந்து பார்த்துவிட்டு, மேஜை மீது பரப்பி வைத்திருந்த மதிப்பெண் பட்டியல்களில் ஏதோ ஆராய்ச்சி செய்துகொண்டிருந்தார். ஐந்து நிமிடம், பத்து நிமிடம், பதினைந்து நிமிடம் அவன் அப்படியே நின்று கொண்டிருந்தான். அறைக்கு வந்த ஆசிரியர்கள் இவனைப் பார்த்தபடியே சென்றார்கள். அழகப்பன் சார் எதையும் பொருட்படுத்தாமல் அட்டவணை தயாரிப்பதிலேயே மும்முரமாக இருந்தார். சுயோதனுக்கு அவர் தன்னை போலீஸ் ஸ்டேஷனில் இன்ஸ்பெக்டர் குற்றவாளியை நடத்துவது போலத் தோன்றியது. “நாம் என்ன திருடினோமா, கொள்ளையடிச்சோமா... இந்த ஆள் ஏன் நம்மை இப்படி அவமானப்படுத்துறார்!” என்று அவனுக்கு ஆத்திரமாக வந்தது. “சார்” என்று இரண்டு முறை அவன் கூப்பிட்ட சத்தம் அவனுக்கே கேட்கவில்லை.

அரை மணி நேரம் கழித்து, அழகப்பன் சார் திரும்பி அவனைப் பார்த்தார். “நாளைக்கு உன்னை என் கிளாஸில் பார்க்கக் கூடாது, புரியுதா?” அவர் கூறியது அவனுக்குச் சரியாக விளங்கவில்லை. என்ன என்பது போல் அவர் முகத்தை உற்று நோக்கினான். “நாளைக்கு மட்டுமில்ல, இனிமே கணக்கு வகுப்புக்கே நீ வரக்கூடாது. நீ போகலாம்” என்று கூறிவிட்டு அவர் வீட்டுக்குக் கிளம்பிச் சென்றார். ஏற்கனவே அவமானத்தில் புழுங்கிக் கொண்டிருந்த சுயோதனுக்கு, அவர் சொன்னது சுயமரியாதையைக் கிளர்த்திவிட்டது.

மறுநாள் அவன் வகுப்பை விட்டு ஓடவில்லை. வகுப்பில் இருந்த கூட்டத்தில் அழகப்பன் சார் எப்படியும் தன்னைக் கண்டுகொள்ளப்போவதில்லை. அப்படியே அமைதியாகக் கடந்து விடலாம் என்று நினைத்தான். ஆனால் அவர் வகுப்புக்குள் நுழைந்ததுமே அவரது கண்கள் வகுப்பு முழுவதும் மேய்ந்தன. நான்காம் வரிசை வலது ஓரத்தில் அவர் ஊன்றி அவனைக் கூர்ந்து பார்க்க, அவன் தலைகுனிந்தான். அடுத்த நொடி, “டேய், நீ என் கிளாஸில் இருக்க வேண்டாம். வெளியே போகலாம்” என்றார். நியாயமாக அவன் அதற்கு மகிழ்ந்திருக்க வேண்டும். ஆனால் அவன் கண்களில் நீர் முட்டிக்கொண்டு நின்றது. தயக்கத்துடன் எழுந்து நின்றான். அவர் மீண்டும் அவனை முறைக்க, மெதுவாக

வகுப்பை விட்டு வெளியேறினான். ஆனால், அவன் வெளியே செல்லாமல் வகுப்பின் வாயிலிலேயே நின்றான். அவர் அவனைக் கண்டுகொள்ளாமல் வகுப்பைத் தொடர்ந்தார். அடுத்த ஒரு வாரம் அதே நிலை தொடர்ந்தது. ஆனால், அந்தச் சமயத்தில் சுயோதனுக்குள் ஒரு வைராக்கியம் குடிகொண்டிருந்தது. அவரா, நானா பார்த்துவிடலாம் என்ற தன்முனைப்பு ஊட்டம் பெற, தினமும் அவர் வகுப்புக்கு வந்தவுடன் வாசலில் சென்று நின்றான். ஆனால், வாசலில் நின்றபடி வெளியே வேடிக்கை பார்க்க அவன் மனம் இடம் கொடுக்கவில்லை. கரும்பலகையில் இருந்த கணக்குகள் எதுவும் புரியவில்லை என்றாலும் வீம்பாக நாற்பத்தைந்து நிமிடங்களும் அதனை வெறித்துப் பார்த்துக் கொண்டே இருந்தான். நெளிந்து கொண்டிருந்த புழுக்கள் அசையாத கூட்டுப் புழுக்களாக ஒரே இடத்தில் வீற்றிருக்கத் துவங்கின.

ஒரு வாரம் கழித்து, ஒரு நாள் கணக்கு வகுப்பு முடிந்ததும், வெளியே நின்றிருந்த சுயோதனை அழகப்பன் சார் அவன் பெயரைச் சொல்லி அழைத்தார். அவன் நிமிர்ந்து பார்த்தான். தன் வீட்டு முகவரியைக் கூறி, அன்று மாலை பள்ளி முடிந்ததும் தன்னை வீட்டில் வந்து பார்க்கும்படி கூறிவிட்டுக் கிளம்பிச் சென்றார். இப்போது அவனுக்கு அவரிடமிருந்தோ கணக்குப் பாடத்தில் இருந்தோ விலகி ஓடும் மனநிலை இல்லை. என்னதான் ஆகிறது, பார்க்கலாம் என்று எதிர்த்து நிற்கும் தெம்பு வந்திருந்தது. மாலை அவர் வீட்டின் முன் சென்று நின்றான்.

அழகப்பன் சார் தன் வீட்டு முற்றத்தில் இருபதுக்கும் மேற்பட்ட பல்வேறு வகுப்பு மாணவர்களுக்குச் சிறப்புப் பாடம் எடுத்துக் கொண்டிருந்தார். சுயோதனைப் பார்த்ததும், தன் வீட்டு உள்ளறையில் இருந்து ஒரு புதிய நோட்டு, பேனா, பென்சில் செட் எடுத்துவரும்படி கூறினார். இவர் தன்னை டியூஷன் சேர்ப்பதற்குத்தான் இவ்வளவு நாடகம் போட்டாரா என்று அவனுக்கு எரிச்சலாக வந்தது. வழக்கமான இன்-சர்ட் செய்த விறைப்பான பேண்ட் சட்டை இல்லாமல், அவர் டி-சர்ட் கைலி அணிந்திருந்தது அவனது தைரியத்தை அதிகரித்தது. “சார், எங்க வீட்டுல எல்லாம் டியூஷனுக்குக் காசு தரமாட்டாங்க” என்று அவர் நோக்கத்தை முறியடிக்கும் விதத்தில் முகத்துக்கு நேராகக் கூறினான். சொல்லி முடித்த நொடி, அவரைப் பழிவாங்கிய திருப்தி

அவன் முகத்தில் தென்பட்டது. ஒரு நொடிதான்... அடுத்த நொடி அவரது கர்ஜனை தொடர்ந்தது. "டேய், போய் நோட்டு பேனாவை எடுத்துட்டு வான்னு சொன்னேன்!" அவனது பெருமிதம் மீண்டும் உடைந்தது. ஆனால் அவரிடமிருந்து ஓடி ஒளியக் கூடாது என்று மட்டும் தீர்மானமாக இருந்தான். நோட்டுப் பேனாவை எடுத்து வந்தான், அவர் சொல்லாமலே அவர் அருகில் போய் உட்கார்ந்தான். ஆச்சரியமாக அவர் கணக்குப் பாடம் எடுக்கவே இல்லை. சில புதிர் விளையாட்டுக்களைக் கொடுத்து அவனைத் தீர்வைக் கண்டுபிடிக்கச் சொன்னார். அவை எண்களால் ஆன விடையாக இல்லாமல், பல பதில்களை உள்ளடக்கிய திறவுகோலாக இருந்தன. அழகப்பன் சார் சுயோதனுக்கான பிரத்யேகச் சிறப்பு வகுப்பினை அவன் அறியாமலே துவக்கினார்.

தினமும் மாலை சுயோதன் தவறாது அவர் வீட்டுக்கு வரத் துவங்கினான். அவனைப் போல, பல்வேறு வகுப்புகளில் கணக்கில் பிரச்சனை உள்ள மாணவர்களுக்கு இலவசமாக அவர் வீட்டில் வைத்துப் பிரத்யேக சிறப்பு வகுப்புகள் நடத்துவது அவனுக்குத் தெரிந்தது. அவர் மீதான பயம் ஏற்கனவே விலகி இருந்த நிலையில், பழிவாங்கும் எண்ணமும் மெல்ல மெல்ல விலகத் துவங்கியது. சுயோதன் முழுமையாகத் தன்னை ஆசிரியரிடம் ஒப்புக்கொடுக்கும் சீடனாக மாறினான். சுயோதனுக்குத் தன்னுள் சுழன்றுகொண்டிருந்த கணக்கு என்னும் சிக்குப் பிடித்த நூற்கண்டின் ஒரு முனை கிடைத்தது போலத் தோன்றியது. அந்த நூல்முனையைப் பிடித்துக்கொண்டு, லாகவமாக ஒவ்வொரு சிக்கலாக எடுக்கத் துவங்கினான். பூச்சிகள் விலகி, கூட்டுப் புழுக்கள் பட்டாம் பூச்சிகளாகி அவனைச் சுற்றிப் பறக்கத் துவங்கின. கணக்கு அவனுக்கு வசப்படத் துவங்கியது.

★★★

5: புதிய பாதை

தன் எல்லையை அறிந்தவனே நெடுங்காலம் விளையாட வல்லானென்பது சூதன் மொழி

மாநிலம் முழுவதும் அன்று பன்னிரெண்டாம் வகுப்புத் தேர்வு முடிவுகள் வெளியாகியிருந்தன. ஆனால் தேர்வு முடிவுகளுக்கான அரசு இணையதளத்தை அடைவதில் பல தொழில்நுட்பச் சிக்கல்கள் என்று பெரும்பான்மை மாணவர்களால் முடிவுகளைத் தெரிந்துகொள்ள முடியவில்லை. விருதுநகரில் முக்கியப் பகுதிகளில் இருந்த இன்டர்நெட் சென்டர்கள் எதிலும் சர்வரின் தொடர்பு கிடைக்கவில்லை என மாணவர்கள் இங்கும் அங்கும் அலைமோதிக் கொண்டிருந்தார்கள். பெரிய கடை வீதியில் அமைந்திருந்த "வெல்கம் பிரவுசிங் சென்டரில்" மட்டும் உடனடியாகத் தேர்வு முடிவுகளைப் பார்த்துச் சொல்கிறார்கள் என்ற விஷயம் பரவ, சுற்றுப்புற ஊர்களில் இருந்து மாணவர்கள் கூட்டம் அங்கே முற்றுகையிட்டது. கணினி பயிற்சி மையமாகச் செயல்பட்டுக்கொண்டிருந்த அந்தச் சிறிய இடம், சமீப கால இணைய வளர்ச்சிக்குப் பிறகு "பிரவுசிங் சென்டராக" மேம்பாடு அடைந்திருந்தது. சிறு சிறு கனசதுரங்களாகத் தடுக்கப்பட்டிருந்த அறைகளுள் ஒன்றில் தனஞ்செயன் தேர்வு முடிவுகள் வெளிவந்த இணையதளத்தில் இருந்து ஒவ்வொரு

மாணவருக்கும் மதிப்பெண்களைப் பார்த்து, அச்சிட்டுக் கொடுத்துக் கொண்டிருந்தான்.

வெளியே, மைய உரிமையாளர் குமார் அண்ணன் கூட்டத்தை நெறிப்படுத்தி நான்கு, ஐந்து பேர்களாக உள்ளே அனுமதித்துக் கொண்டிருந்தார். வரவேற்பறையில் அவருடன் அமர்ந்திருந்த அவரது நண்பர், “எப்படிப்பா, எங்கேயும் சர்வர் ஓர்க் ஆகல. உன் கடைல மட்டும் ரிசல்ட் வருது?” என்று கேட்டார்.

குமார் அண்ணன் புன்னகையுடன், “இந்த தனா பயதான் ஏதேதோ ப்ராக்ஸி சர்வர் வழியா போய், சைட்டை பிடிச்சு ரிசல்ட் எடுக்குறான்,” என்றார். தனா வரிசையாக ஒவ்வொருவரின் பதிவு எண்ணையும் பிறந்த தேதியையும் கேட்டு, முடிவுகளைத் தெரிவிக்க ஒருவருக்கு இரண்டு நிமிடங்களுக்கு மேல் எடுத்துக் கொள்ளவில்லை. மின்னல் வேகத்தில் மாணவர்கள் வந்து சென்று கொண்டிருக்க, நேரம் செல்லச் செல்ல கூட்டம் அதிகரித்தபடியே இருந்தது. ஒரு மாதத்தின் தோராயமான வருமானம் அன்று ஒருநாளில் கிடைத்துவிடும் என்று எண்ணி குமார் அண்ணன் பெருமிதம் கொண்டிருந்தார்.

முன்மதிய நேரத்தில், மையத்தின் வரவேற்பறையில் இருந்த தொலைபேசி ஒலித்தது. போனை எடுத்தவர் “டேய் தனா, இங்க ஒரு நிமிஷம் வா, உனக்குத்தான் போன்,” என்று அழைத்தார்.

தனஞ்செயன் உற்சாகத்துடன் ஓடிவந்தான். “கங்கிராட்ஸ் நித்யா, வாழ்த்துகள்,” என்றான் தொலைபேசியை எடுத்ததும்.

“டேய், நான்தான் என்று எப்படித் தெரியும்?” என்று நித்யாவின் குரல் கேட்டது.

“எனக்கு உன்னைத் தவிர வேற யாரு போன் பண்ணப் போறா?” என்றான் தனஞ்செயன் சிரித்தபடி.

“ஆனால் இப்போவே வாழ்த்துகள் சொல்லாதே. அதான் சர்வர் பிரச்சினையா இருக்குல்ல. இன்னும் எங்கேயும் ரிசல்ட் வரல” என்றாள் நித்யா.

“அட, நீ இன்னும் பார்க்கலியா, உன் நம்பர் சொல்லு, இப்போ பார்த்துச் சொல்றேன்!” என்று தொலைபேசியைக் காதில் வைத்தபடியே குமார் அண்ணனைக் கொஞ்சம் தள்ளி உட்காரும்படி சைகை செய்தான். அவர் எதுவும் யோசிக்காமல்

அடுத்த நாற்காலியில் நகர்ந்து அமர்ந்தார். குமார் அண்ணன் பக்கத்தில் உட்கார்ந்திருந்தவர் அவர்களை விநோதமாகப் பார்த்தார். தனா வரவேற்பறையில் தனித்து இருந்த கணினியில் ஈத்தர்நெட் கேபிளை இணைத்து, இணைய இணைப்பைக் கொடுத்து, ப்ராக்ஸி சர்வர் வழியாகத் தேர்வு முடிவுகளைப் பார்த்து, அவளது மதிப்பெண்ணைத் தெரிவித்தான்

“இப்ப கங்கிராட்ஸ், ஓகேவா?”

“அப்பாடா, இப்போதான் நிம்மதி. காமர்ஸ்தான் பயந்துட்டே இருந்தேன். தேங்க் காட் நல்ல மார்க் வந்துருச்சு. ஆமா நீ எவ்ளோ மார்க்?” நித்யாவின் மகிழ்ச்சி தொலைபேசி வழியே தனாவின் காது வரை எட்டியது. தனா, “நான் இன்னும் பார்க்கல. அப்புறமா மார்க் பார்த்துட்டு சாயங்காலம் உனக்கு போன் பண்றேன். இங்கே பயங்கரக் கூட்டமா இருக்கு, நிறைய பேரு தியேட்டர் வாசல்ல நிக்குற மாதிரி முண்டியடிச்சுட்டு நிக்குறாய்ங்க. பை!” தொலைபேசியை வைத்துவிட்டு, மறுபடியும் தனா கேபினுக்குள் சென்றான்.

வரவேற்பறையில் இருந்து குமார் அண்ணன் குரல் கொடுத்தார். “டேய் நீ இன்னும் உன் ரிசல்ட்டைப் பார்க்கலியா. நம்பர் சொல்லு, நான் பார்க்குறேன்.”

“அதெல்லாம் பாஸ் ஆகிருப்பேண்ணே. ஹால் டிக்கெட் அங்கே ரிசப்ஷன் டிராயர்லதான் எங்கேயாவது கெடக்கும். தேடிப் பார்க்கணும்” என்று கூறிவிட்டு மறுபடியும் உள்ளே சென்று வேலையில் மும்முரமானான்.

அன்றைய பகலின் பரபரப்பு மாலை வரை நீடித்தது. ஆறுமணிக்கு மேல் குமார் அண்ணன் நினைவுபடுத்த, தன் ஹால்டிக்கெட்டைத் தேடி எடுத்த தனா, தனது தேர்வு முடிவுகளைப் பார்த்து குமார் அண்ணனிடம் தெரிவித்தான்.

“டேய், பரிட்சை எழுதவே போக மாட்டேன்னு சொன்ன. பாரு அசால்ட்டா பாஸ் பண்ணிட்ட. இதோட நிறுத்தாம, ஒழுங்கு மரியாதையா அடுத்து காலேஜுக்கு அப்ளை பண்ணு!” என்று அவர் அவனைப் பாராட்டி உற்சாகப்படுத்தினார்.

“அதெல்லாம் ஒண்ணும் வேணாம்ணே. வீட்டு நிலைமை உங்களுக்கே தெரியும்ல. இப்போ லீவுல வர்ற மாதிரி இனிமே

தொடர்ந்து முழு நேரமா இங்கேயே வரப்போறேன்" என்றான்.

"டேய், சும்மா இரு. நான் சொல்றதைக் கேளு. ஒழுங்கா காலேஜுக்கு அப்ளை பண்ற வழியைப் பாரு!" என்றார் குமார் அண்ணன்.

"இல்லண்ணே, இந்த மார்க்கை வச்சுட்டு என்னத்த அப்ளை பண்றது, பார்க்கலாம்!" என்று மையமாகத் தலையாட்டிவிட்டு, தனா வீட்டுக்குக் கிளம்பத் தயாரானான்.

குமார் அச்சு எடுத்து வைத்திருந்த தனாவின் மதிப்பெண் பட்டியலோடு சுப்பையா மிட்டாய்க் கடையில் வாங்கியிருந்த இனிப்புப் பொட்டலத்தையும் அவனிடம் நீட்டினார்.

"போய் அப்பாட்ட காட்டுடா. சந்தோஷப்படுவார்..."

தனா அதனைப் பெற்றுக்கொண்டு மகிழ்ச்சியாக வீட்டுக்குக் கிளம்பினான். போகும் வழியில் எஸ்.டி.டி. பூத்திலிருந்து நித்யாவுக்கு அழைக்க வேண்டும் என்று நினைத்துக்கொண்டான்.

★★★

6: மணக்கும் சாகுபடி

படைக்கலமில்லாப் போரில் வெல்லும் வீரம் நெஞ்சுரத்தால் வருமென்பது சூதன் மொழி

அதிகாலையில் மீனாவின் வீட்டு முற்றத்தில் நான்கைந்து பெண்கள் அமர்ந்திருந்தனர். மீனா வேகமாகக் கிளம்பிக் கொண்டிருந்தாள். அவள் தன் கை கால்களில் புகையிலையைத் தேய்த்துக்கொண்டாள். சேலைக்கு மேல் ஆண்கள் அணியும் முழுக்கைச் சட்டையை அணிந்துகொண்டு, பெரிய கைக்குட்டை ஒன்றை எடுத்துத் தலையிலிருந்து காதுகளை மறைக்கும்படியாகக் கட்டிக்கொண்டாள். உள்ளறையில் காய் பறிப்புக்காக வைத்திருந்த கூடைகளை எடுத்து, வாசலில் காத்திருந்தவர்களுக்கு ஆளுக்கொன்றாகக் கொடுத்துவிட்டு அவளும் ஒன்றை எடுத்துக் கொண்டாள். வழக்கமாக ஏலக்காய் பறிக்கப் போகும் போது சுயோதனும் வந்து வேலை செய்து, ஓராள் கூலியைக் குறைப்பான். இன்று அவனுக்கு ப்ளஸ் டூ முடிவு வருவதால், அவனைப் பிறகு பள்ளிக்குச் செல்லுமாறு கூறிவிட்டு அவள் மற்ற பெண்களுடன் செல்லத் தயார் ஆனாள். சுயோதன் இன்னும் தூக்கத்தில் இருந்து எழவில்லை. “டேய் அடுப்புல பால் இருக்கு. சுட வச்சுக் காபி போட்டுக்கோ. ரிசல்ட் வந்ததும் தோட்டத்துக்கு வந்து சேரு!” என்று கூறியவாறு வீட்டை விட்டுக் கிளம்பினாள்.

பொழுது விடியத் துவங்கியது. ஊரைத் தாண்டி, மலைப்பாங்காக இருந்த தனது சிறிய ஏலத் தோட்டத்திற்கு மீனா வந்தாள். அரை ஏக்கருக்குக் கொஞ்சம் குறைவாக இருந்த அவர்களின் நிலத்தில், ஏலக்காய்ச் செடிகள் சீரிய இடைவெளியில் புதர்களாகக் காட்சியளித்தன. மேட்டுப்பாங்கான நிலத்தின் மலைச்சரிவான இடங்களில் நல்ல மழை உள்ள சீதோஷண நிலையில் மட்டுமே விளையக்கூடியது வாசனைப் பயிர்களின் ராணியான ஏலச் செடி. அதுவும் மழை பெய்து தண்ணீர் தேங்கி நிற்கவும் கூடாது, அதிக வெயிலும் ஆகாது. போடி நாயக்கனூர் பகுதியைச் சுற்றி, சிறிதும் பெரிதுமாக நிறைய ஏலத்தோட்டங்கள் உண்டு. மீனாவின் கணவர் உயிரோடிருந்தபோது பராமரிப்பில்லாமல் கிடந்த அவர்களின் பூர்வீகக் காட்டை, மீனாதான் சீர்திருத்தி ஏலம் நட்டிருந்தாள். அது கடந்த நான்கைந்து வருடங்களாக, லாபமும் நஷ்டமும் என சுமாரான மகசூலைத் தந்துகொண்டிருந்தது.

நீண்டு உயர்ந்திருந்த பச்சை இலைகளுக்குக் கீழே வேரோடு இருந்த தண்டிலிருந்து சரம் சரமாக ஏலக்காய்கள் தரையை ஒட்டிப் படர்ந்திருந்தன. கிளைகளில் இருந்த வெள்ளைப் பூக்களில் தேனீக்கள் மொய்த்துக்கொண்டிருந்தன. காய்களின் மீது படர்ந்திருந்த அதிகாலைப் பனி மெல்ல உலரத் துவங்கியிருந்தது. ஈரப்பதமான நிலத்தில் அட்டைப்பூச்சிகள் நிறைந்திருந்தன. வலியில்லாமல் ரத்தத்தை உறிஞ்சும் அட்டைப்பூச்சிகளுக்கு புகையிலையின் மணம் ஆகாது. காய் பறிக்க வந்திருந்த பெண்கள் தங்கள் உடலில் தேய்த்திருந்த புகையிலையின் வாடைக்கு அட்டைப்பூச்சி அவர்களைக் கடிக்கவில்லை. போன வருடம் காய்ப்பு சரியில்லை. போட்ட உரத்துக்குக் கூட சாகுபடி விலை தேறவில்லை. இந்த ஆண்டு நல்ல மழை பெய்திருந்தது. காய்கள் சத்துப் பிடித்துக் காட்சியளித்தன. வந்திருந்த பெண்கள் ஆளுக்கொரு செடியின் கீழ்க் குத்துக்காலிட்டு அமர்ந்தனர். கொண்டு வந்திருந்த மூங்கில் கூடைகளை அருகில் வைத்து விட்டு, பருவம் வந்திருந்த காய்களை பறிக்கத் துவங்கினர். முதிர்ந்த காய்களை அடையாளம் காண அனுபவம் வாய்ந்த கண்கள் தேவை. காயின் நிறம், அளவு, திடம் ஆகியவற்றை உணர்ந்து. கண்களும் கைகளும் ஒத்திசைவில் இயங்க வேண்டும். ஏலக்காயில் கையை வைத்து லேசாக இழுத்தவுடன் காய் மட்டும் செடியிலிருந்து கழன்று கையில் வந்துவிட வேண்டும். அதுவே சரியான பருவம். தண்டுகளுக்கு எந்தச் சேதாரமும்

வந்துவிடக்கூடாது. எடைக் கணக்குக்காக இன்னும் சரியாக விளையாத மொட்டுக்களைப் பறித்தால் விலை போகாது. கூலிக்கு வந்திருந்த பெண்களுக்கு இது தெரியும் என்றாலும், மீனா மீண்டும் ஒருமுறை முன்னெச்சரிக்கையாக, “பருவம் வந்த காய்களை மட்டும் பறிங்க. சேதாரம் இல்லாமப் பார்த்துக்கோங்க” என்று இன்னார் என்று குறிப்பிடாமல் பொதுவாகக் கூறிவிட்டு, சரிவாய் இருந்த ஒரு செடியின் கீழே அவளும் அமர்ந்து காய்களைப் பறிக்கத் துவங்கினாள்.

இந்த நிலத்தின் ஒவ்வொரு அங்குலமும் மீனாவுக்குத் தன் கைரேகை போல் தெரியும். இந்த நிலம் ஒரே நேரத்தில் அவளுக்கு வாழ்க்கைக்கான பிடிமானமாகவும், விட்டு விலக வேண்டிய துயரமாகவும் இருந்தது. சுயோதன் படித்து ஆளாகும் வரை இதனைக் கெட்டியாகப் பிடித்துக்கொண்டிருக்க வேண்டும். அவன் ஒரு நல்ல நிலைக்கு வந்த பிறகு, இந்த நிலம், தோட்டம், ஊர், சாவடி என்று அனைத்தையும் உதறிவிட்டு எங்காவது கண்காணாத இடத்திற்குச் சென்று அடையாளமின்றி மீதி நாட்களை மனதிற்குப் பிடித்த மாதிரி வாழ்ந்து, செத்துப் போய் விட வேண்டும் என்ற கனவு அவளுக்குள் இருந்தது. வெயில் உச்சிக்கு ஏற, பெண்களுக்கு லேசாகக் கிறக்கம் வர வேலையின் வேகம் சற்றுக் குறைந்தது. மதியத்துக்கு மேல் மழை வந்து விடுவதால் அதற்குள் விரைவாக முடிக்க வேண்டும் என்று மீனா நினைத்துக் கொண்டாள். இவ்வளவு நேரம் குனிந்து அமர்ந்திருந்ததில் அவள் குறுக்குக் கடுத்தது. அதோடு சமீப காலமாக வாட்டி வதைக்கும் மூட்டு வலியும் சேர்ந்து கொண்டது. மீனா அவற்றைப் பொருட்படுத்தாமல் மற்ற பெண்களிடம் பேச்சுக் கொடுத்து அவர்களை உற்சாகப்படுத்தி வேலையை விரைவுபடுத்தினாள். மனதிற்குள் “இந்தப் பையனை இன்னும் ஆளைக் காணோமே. மார்க் எதுவும் குறைஞ்சு போச்சுனு, எங்கேயாவது ஓடிப் போய் உட்கார்ந்துட்டானா?” என்ற பயமும் அவள் மனதிற்குள் அரித்தபடி இருந்தது. அவள் காதுகள், சுயோதனின் சைக்கிள் சக்கர சரசரப்புச் சத்தத்திற்காகக் கூர்மையாகக் காத்திருந்தன. நண்பகலுக்கு மேல் கூடைகள் நிரம்பின. தோட்டத்தின் ஓரத்தில் இருந்த பலா மரத்தின் அடியில் கூடைகளை வைத்துவிட்டு பெண்கள் தாங்கள் கொண்டு வந்திருந்த மதியச் சாப்பாட்டை உண்ணத் துவங்கினர். மீனா சுயோதனுக்கும் சேர்த்து உணவு

கொண்டு வந்திருந்தாள். அவனை இன்னும் காணாமல் மனம் சஞ்சலமானது. ஒரு எட்டு, பள்ளிக்கூடத்துக்குச் சென்று பார்த்துவிட்டு வரலாமா என்று தோன்றியது. பிறகு அவன் என்ன சின்னப் பையனா, எப்படியும் வந்துவிடுவான் என்று நினைத்தவளாய் அவனுக்காகக் காத்திருந்தாள்.

சுயோதன் தன் பி.எஸ்.ஏ. எஸ்.எல்.ஆர். மிதிவண்டியை அழுத்தி மிதித்தபடி சென்றுகொண்டிருந்தான். எதிர்க்காற்று பலமாக வீச, மேட்டில் ஏறுவது சிரமமாக இருந்தது. அவன் கண்களில் இருந்து வழிந்த நீர் காற்றில் கரைந்துகொண்டிருந்தது. மனம் முழுவதும் பெருமிதத்தில் விம்மியபடி இருக்க, முதலில் அழகப்பன் சாரிடம் விஷயத்தைச் சொல்லிவிட்டு நேராகத் தோட்டத்துக்குச் சென்று அம்மாவைப் பார்க்க வேண்டும் என்று அவன் பரபரப்புடன் சைக்கிளை ஓட்டிக் கொண்டிருந்தான். காலையில் இருந்து காத்திருந்து, ஒருவழியாக மதியத்திற்கு மேல்தான் அவனால் தேர்வு முடிவுகளைப் பார்க்க முடிந்தது. சுயோதன் பள்ளியில் முதல் மாணவனாகத் தேர்வாகி இருந்தான்.

அழகப்பன் சார் வீட்டு வாசலில் சைக்கிளை நிறுத்திவிட்டு, காம்பவுண்டு கேட்டைத் திறந்து கொண்டு உள்ளே சென்றான். ஒன்பதாம் வகுப்பு, பத்தாம் வகுப்பு என்று இரண்டு ஆண்டுகள் அவனது பெரும்பாலான மாலைப் பொழுதுகள் அவர் வீட்டிலேயேதான் கழிந்தன. மேல்நிலைப் பள்ளி வந்த பிறகு, ஆசிரியர்கள் மாறிவிட, சிறப்பு வகுப்புகள் அது இது என்று அதிக நேரம் பள்ளியிலேயே செலவிட வேண்டி இருந்தது. அதோடு அவரின் கவனம் அப்போது படிக்கும் ஒன்பது மற்றும் பத்தாம் வகுப்பு மாணவர்கள் பக்கமே இருந்தது. அதனால் அவர்களுக்குள் லேசான இடைவெளி விழுந்திருந்தது. பள்ளியில் நேருக்கு நேராகப் பார்க்கும் போது அவர் எதுவும் கேட்டுக் கொள்ள மாட்டார் என்றாலும், தன் படிப்பு விஷயங்களை, தன் நடவடிக்கைகளை அவர் கண்காணித்தபடியே இருப்பார் என்று சுயோதன் முழுமையாக நம்பினான்.

அவர் வீட்டில் பெரிய அளவில் மாற்றங்கள் தெரியவில்லை. வீட்டின் முன் பதியனிட்டு வைத்திருந்த மல்லிகைச் செடிகள் தற்போது பூத்துக் குலுங்கிக் கொண்டிருந்தன. முன்பிருந்ததை விட நிறைய வண்ணங்களில் செம்பருத்திச் செடிகள் பூத்திருந்தன. பெரிய தொட்டிகளில் தற்போது வைத்திருந்த கோழிக்கொண்டைச்

செடிகள் வெல்வெட் போன்று அடர் ரோஸ் நிறத்தில் பூத்திருந்தன. அவற்றின் மேல் வெயில் பட்டுத் தெறிக்க, அவை ஜொலித்தன.

தலைவாசல் கதவு தாழ்ப்பாள் போடாமல் சாத்தியிருக்க, உள்ளே டிவியில் செய்தி அலைவரிசை ஓடிக்கொண்டிருந்தது கேட்டது. சுயோதன் கதவை லேசாகத் தட்டி, “சார்!” என்று கூப்பிட்டான். இரண்டாவது அழைப்பில், “யாரு, உள்ளே வாங்க!” என்று அழகப்பன் சாரின் குரல் கேட்க, கதவைத் திறந்து உள்ளே சென்றான்.

“டேய் சுயோதா வாடா, எப்படி இருக்க?” என்று வரவேற்றார் அவர்.

“நல்லா இருக்கேன் சார். இன்னிக்கு ரிசல்ட் வந்திருக்கு சார். ஏதோ சர்வர் ப்ராப்ளம்னு ரிசல்ட் லேட்டாத்தான் வந்துச்சு. உடனே உங்களைப் பார்க்கலாம்னு வந்தேன் சார்” என்று மூச்சு வாங்கக் கூறினான் சுயோதன்.

“உட்காருடா!” என்று தனக்கு எதிரில் இருந்த சோஃபாவைக் காட்டினார் அவர்.

“இருக்கட்டுங்க சார். டோட்டல் 1111 வாங்கியிருக்கேன் சார். கணக்குல செண்டம்!” என்று பெருமை பொங்கக் கூறினான்.

அவர் கண்கள் வியப்பில் ஆழ்ந்தன. “சூப்பர்டா... மார்க்ஸ் கூட ஃபேன்சி நம்பரா வாங்கி இருக்க” என்று அவனுக்குக் கைகொடுத்தார். உள்ளே சமையலறையை நோக்கி, “ஏய், இங்கே பாரு, சுயோதன் வந்திருக்கான்” என்றார்.

உள்ளேயிருந்து வந்த செண்பகம் மிஸ் கையில், பெரிய கண்ணாடி கிளாஸ் நிறைய, தண்ணீர்ப்பழ ஜூஸ் இருந்தது. அவர் அதனை அவனிடம் நீட்டியவாறு, “வாழ்த்துகள்டா, நல்லா படிச்சிருக்க. உங்க அம்மா ஒத்தையாளா பட்ட சிரமத்துக்கு நல்லா பெருமை சேர்த்துக் கொடுத்திருக்க!” என்றார்.

சுயோதன், “தேங்க்ஸ் மிஸ்” என்று கூறியவாறு, தயக்கத்துடன் ஜூஸ் கிளாஸை மறுத்தான். “பரவால்ல, குடிடா” என்று கட்டளையிடுவது போல அழகப்பன் சார் கூற, அவன் வேகமாக கிளாஸை வாங்கிக் கொண்டான்.

“கட்-ஆஃப் எவ்ளோடா வருது?” என்றார்.

“இல்ல சார், பார்க்கல. இன்ஜினியரிங் போற ஐடியா இல்ல சார். இங்கே லோக்கல்ல ஏதாவது ஒரு காலேஜ்ல பி.எஸ்.சி. மேத்ஸ் போடலாம்னு இருக்கேன் சார்.”

அவர் இடைமறித்து, “பிசிக்ஸ், கெமிஸ்ட்ரி மார்க் எவ்வளவுனு சொல்லு!” என்றார். அவன் சொன்னதும் அவர் கட்-ஆஃப் மதிப்பெண்ணைக் கணக்கிட்டார்.

“டேய், நல்ல காலேஜே அசால்ட்டா கிடைக்கும்டா... போய் ஒழுங்கு மரியாதையா, கவுன்சிலிங்குக்கு அப்ளை பண்ணு சரியா?” என்றார்.

“இல்ல சார், இப்போ பொறியியல் படிப்புக்கு எல்லாம் வேல்யூ இல்லையாம். படிச்சாலும் வேலை கிடைக்காதுனு சொல்றாங்க...”

“அப்போ ஆர்ட்ஸ் அன் சயின்ஸ் படிச்சா மட்டும் தூக்கி உன்னைத் தலைல வச்சு வேலை கொடுக்கப் போறாங்களாக்கும். எந்த முட்டாப்பய சொன்னான், பொறியியலுக்கு மதிப்பில்லைனு. நாட்டுல எத்தனை ஆயிரக்கணக்கான பேரு வருஷா வருஷம் இண்டஸ்ட்ரீக்குள்ள நுழையுறான் தெரியுமா! அதுல பெரும்பான்மையானவங்க யாரு? தமிழ்நாட்டுல பொறியியல் படிச்சவன்தான். இப்போ இன்ஜினியரிங்தான் பேசிக் டிகிரி. அதை எப்படிப் படிக்கிறேங்கிறது முக்கியம். ஒழுங்கா அடிப்படையைப் புரிஞ்சு படி. கண்டிப்பா எந்தத் துறைனாலும் வேலை கிடைக்கும். கிடைக்குற வேலைல மறைமுகமாகவோ நேரடியாகவோ நீ படிச்ச பொறியியல் உனக்கு உதவும். அதோட, நாலு வருஷம் அம்பத்தி நாலு பேப்பரை கவனத்தோட படிச்சு அரியர் இல்லாமல், நல்ல மார்க்கோட பாஸ் பண்ணிட்டு வெளியே வர்றது ஒரு ப்ராஸஸ். அதை வெற்றிகரமா முடிக்கிறவன் ஒரு ஒழுங்குக்கு வந்துடுவான். பிறகு எப்படியாப்பட்ட கடினமான சூழ்நிலையிலும் அவனால நீந்திக் கரையேற முடியும். அவன் சொன்னான், இவன் சொன்னான்னு வாழ்க்கையைக் கெடுத்துக்கக் கூடாது, புரியுதா?”

முதலில், இவர் யாரை இப்படித் திட்டுகிறார் என்று சுயோதனுக்குப் புரியவில்லை. பிறகு அவர் பேசப் பேச அவனது குழப்பம் இன்னும் அதிகமானது.

“ஜூஸைக் குடிடா!” என்று அதட்டலாகக் கூறினார். தர்ப்பூசணியும் நன்னாரி சர்பத் சிரப்பும் சேர்ந்த குளிர்ச்சியான பழச்சாறு அவன்

தொண்டை வழியாக, வயிற்றுக்குள் இதமாக இறங்கியது. அதுவரை இருந்த பரபரப்பு குறைந்து, நிதானமாக யோசிக்கத் துவங்கினான். தான் என்ன படித்தாலும், எந்த ஊருக்குப் போகிறேன் என்று சொன்னாலும் அம்மா மறுப்பு எதுவும் சொல்லப்போவதில்லை. அவளுக்கு இது குறித்து அனுபவம் இல்லையே தவிர, சுயோதன் படித்துப் பல ஊர்கள் சுற்றிவர வேண்டும், இந்த ஊருக்குள்ளேயே அடைந்து கிடக்கக் கூடாது என்று எண்ணமே அவளுக்கு இருந்தது. அவனுக்குத்தான் அம்மாவை விட்டு எங்கும் பிரிந்து செல்ல மனம் வரவில்லை. இப்போது அழகப்பன் சார் சொன்னதும் அவன் தன் முடிவை மறு பரிசீலனை செய்யத் துவங்கினான்.

அவனது யோசனையைக் கலைக்கும் விதமாக, டி.வி.க்கு அருகில் மேஜையில் இருந்த தொலைபேசி ஒலித்தது. சத்தம் கேட்டதும் உள்ளறையில் இருந்து ஓடிவந்த ஒரு பெண் வேகமாகத் தொலைபேசியை எடுத்துக் காதில் வைத்தாள். மறுமுனையில் குரலைக் கேட்டதும் உற்சாகமாகிப் பேசத் துவங்கினாள். “கங்கிராட்ஸ்டா, இரு ஒரு நிமிஷம் அப்பாட்ட கொடுக்குறேன்” என்று கூறி தொலைபேசியை அழகப்பன் சாரிடம் கொடுத்தாள்.

சுயோதன், அழகப்பன் சார் வீட்டுக்கு டியூஷன் வந்த இரண்டு வருடங்களில் அவ்வப்போது இந்தக் குரலைக் கேட்டிருக்கிறான். மற்றபடி அவரது மகளை அவன் நேரில் பார்த்ததில்லை. அப்போது கணக்கோடு நேரடியாகவும், அழகப்பன் சாரோடு அவ்வப்போது மானசீகமாகவும் நடந்த மல்யுத்தத்தில் அவளைக் கவனிக்க அவனுக்கு நேரமும் விருப்பமும் இருந்ததில்லை. இப்போது அந்தக் குரலுக்குச் சொந்தமான முகத்தை அருகில் இருந்து பார்த்தான். தன்னியல்பாகத் தலையைக் குனிந்து கொண்டான். அந்தப் பெண் இவனைப் பார்த்து, “தவுசண்ட் ஹண்ட்ரடு பிளஸ் மார்க்ஸா... கிரேட், கங்கிராட்ஸ்” என்றாள். அவன் தலைகுனிந்தபடி, “தேங்க்ஸ்” என்று தனக்குள் சொல்லிக் கொண்டான். தொலைபேசியில் பேசிய அழகப்பன் சார் மற்றும் செண்பகம் மிஸ் இருவர் முகத்திலும் மகிழ்ச்சி தெரிந்தது.

பேசி முடித்துவிட்டு அழகப்பன் சாரே கூறினார், “சரவணன் கேம்பஸில் ப்ளேஸ் ஆகி இருக்கானாம்டா. கேரியர் க்ரோத் நல்லாத் தரக்கூடிய பெரிய எம்.என்.சி. எய்ட் எல் பேகேஜ்” என்றார்.

சுயோதனுக்கு ஒன்றும் புரியவில்லை. என்னவென்று விளக்கம் கேட்கும் தொனியில் அவர் முகத்தைப் பார்த்தபடி இருந்தான்.

அழகப்பன் சார் தொடர்ந்தார். "அவனும் உன்னை மாதிரிதான். பொறியியல் படிப்பு வேண்டாம். நார்த் இந்தியா போக மாட்டேன். அப்படி இப்படினு சொல்லிட்டு கண்ணைக் கசக்கிட்டு இருந்தான். உங்க மிஸ் கூட அவன் இங்கேயே கைக்குள்ள இருக்கட்டும்னுதான் சொன்னா. இப்போ பாரு, நாலு வருஷத்துல ஐ.ஐ.டி. கான்பூர்ல பி.இ. டிகிரி வாங்குறதுக்குள்ளயே கைல வேலை. நீயும் நல்லா படிச்சுக் கேம்பஸ்ல செலக்ட் ஆகணும், புரியுதா?" என்றார்.

சுயோதனுக்கு ஏதோ புரிந்தது போல இருந்தது, புரியாதது போலவும் இருந்தது. அவருக்கும், செண்பகம் மிஸ்ஸுக்கும் நன்றி சொல்லிவிட்டுக் கிளம்பினான். அவர் மகளுக்கும் நன்றி சொல்லலாம் என்று நிமிர்ந்து பார்த்தான். அவள் அதற்குள் மீண்டும் உள்ளறைக்குச் சென்றுவிட்டிருந்தாள். வெளியே வந்து வேகமாக சைக்கிளை மிதித்தபடி தோட்டத்துக்குச் சென்றான்.

ஊரைத் தாண்டி, தோட்டத்துக்குத் தனித்துப் போகும் சாலையில் வானத்தைப் பார்த்தபடி, இரண்டு கைகளையும் அகல விரித்தபடி சைக்கிளை ஓட்டிச் சென்றான். "போடிநாயக்கனூர் காட்டுப்பள்ளி வம்சத்தில் இதுவரை ஒருத்தனும் எட்டிப் பார்க்காத பொறியியல் கல்லூரிக்கு அந்த இத்துப்போன வகையறாவின் தயவு எதுவும் இல்லாமல், அவர்களின் வெட்டி பந்தாவை பொருட்டாக மதிக்காத ஒற்றை மனுஷி மீனாம்பாளின் மகன் தன் சொந்தத் திறமையால் காலடி எடுத்துவைக்கப்போகிறான்" என்று மனதிற்குள் சொல்லிக்கொண்டான், மகிழ்ச்சியாக இருந்தது.

★★★

7: காதல் கதை

ஆட்கொள்ளுதல் அல்ல, ஒப்புக்கொடுத்தலே காதலின் உயிர்நிலை என்பது சூதன் மொழி

கோவை பி.எஸ்.ஜி. கலைக் கல்லூரி சமூகப் பணித் துறை பேனர் கட்டப்பட்ட பேருந்து வத்தலகுண்டு ஊரைத் தாண்டி, போடிநாயக்கனூர் நோக்கிச் சென்றுகொண்டிருந்தது. பின்னிருக்கை வரிசையில் ஜன்னலோர இருக்கையில் அமர்ந்திருந்தாள் நித்யா. மேற்குத் தொடர்ச்சி மலையின் குளிர்ந்த காற்று அவள் முகத்தில் வீச, அவள் அந்தச் சூழலை ரசித்தபடி வந்தாள். இந்தப் பதினெட்டு வயதுக்குள் அவளது அப்பாவின் வங்கிப் பணி காரணமாக ஐந்து மாநிலங்களில் ஒன்பது வெவ்வேறு ஊர்களில் வசித்திருக்கிறாள். பலதரப்பட்ட மனிதர்கள், மாறுபட்ட சூழ்நிலைகள், பலவிதமான பழக்கவழக்கங்கள் என்று அவை சிறந்த அனுபவத்தை அவளுக்கு வழங்கி இருந்தன. அதுவே அவளை சமூகப் பணியை விருப்பப் பாடமாக எடுக்க வைத்து, அதுவும் விடுதியில் தங்கித்தான் படிக்க வேண்டும் என்ற எண்ணத்தை விதைத்திருந்தது. கல்லூரி சார்பாகச் செல்லும் முதல் களப்பயணம் இது. இப்பயணம் தன் வாழ்க்கைக்கு என்ன புதுமையான அனுபவத்தைத் தரப்போகிறது என்ற ஆர்வம் அவளுள் உற்சாகத்தைப் பிறப்பித்திருந்தது.

மேட்டுப்பாங்கான சாலைகளின் வளைவு நெளிவுப் பாதைகளைத் தாண்டி, பேருந்து போடிநாயக்கனூருக்குள் நுழைந்தது. பச்சைப்

பசேலென்ற தோப்புகள், நாசி வரை மணக்கும் ஏலத் தோட்டங்கள், தூரத்தில் தெரிந்த மலைகளின் நீலநிறமான மூடுபனி என்று சூழல் ரம்மியமாகக் காட்சியளித்தது. கல்லூரியின் செயல்திட்டத்தின் பகுதியாக ஒரு வார சமூக விழிப்புணர்வு முகாம் நடத்துவதற்காக இரண்டு பேராசிரியர்களும், முப்பது மாணவிகளும் கொண்ட குழு போடி கிராமத்திற்கு வந்திறங்கியது.

ஊரின் மையப்பகுதியில் இருந்த சமுதாயக் கூடம் அவர்கள் தங்குவதற்காக ஏற்பாடு செய்யப்பட்டிருந்தது. சமுதாயக் கூடத்தின் முன் பேருந்து நின்றபோது, அவர்களை வரவேற்க, ஊர்த்தலைவர் காத்திருந்தார். எளிமையான கிராமத்து அமைப்பில் இருந்த சமுதாயக் கூடம் பேராசிரியையும் மாணவிகளும் தங்குவதற்குப் போதுமான இடவசதி கொண்டிருந்தது. அவர்களுக்காகத் தயாரித்து வைத்திருந்த காலை உணவை முடித்துக் கொண்டு, அடுத்து ஒரு வாரம் நிகழ்த்தவிருந்த செயல்திட்டத்தின் அட்டவணையைச் சரிபார்த்தார்கள். மாணவிகள் குழுவாகப் பிரிந்து தங்களுக்குக் கொடுக்கப்பட்ட பணிக்கான ஆயத்தப் பணிகளைச் செய்யத் துவங்கினர்.

மாணவிகளின் பணியை மேற்பார்வை செய்துகொண்டிருந்த பேராசிரியை தேவராணி தன் அலைபேசியை எடுத்து, போடி அரசுப் பொறியியல் கல்லூரியின் நாட்டு நலப்பணித் திட்ட ஒருங்கிணைப்பை மேற்கொள்ளும் பேராசிரியரை அழைத்தார்.

“வணக்கம் சார். நான் பி.எஸ்.ஜி. காலேஜ் ப்ரொஃபசர் தேவராணி பேசுறேன். நாங்க ஊருக்கு வந்துட்டோம் சார்!”

மறுமுனையில் இருந்த பேராசிரியர் அவர்கள் முன்பு பேசிய உரையாடல்களை நினைவுக்குக் கொண்டு வந்து, “நல்லது மேடம், உங்க ரெக்வெஸ்ட் அப்ரூவ் ஆகிருச்சு மேடம். எங்க காலேஜ்ல இருந்து என்.எஸ்.எஸ். வாலண்டியர் மாணவர்கள், அடுத்த ஒரு வாரத்துக்கு உங்களோட சேர்ந்து வொர்க் பண்ணுவாங்க.”

“ரொம்ப நன்றி சார். கொஞ்சம் சென்சிடிவான ப்ளேஸ்னு சொன்னாங்க. ஒண்ணும் பிரச்சனை ஆகாதுல்ல!”

“மேடம், அதெல்லாம் ஒரு ப்ராப்ளமும் இருக்காது. நீங்க நல்லபடியா ஒர்க் பண்ணுங்க. வேற என்ன உதவினாலும் தயங்காம கேளுங்க மேடம்! எங்க ஸ்டூடண்ட்ஸை ஃபுல்லா யுடிலைஸ் பண்ணிக்கோங்க!”

தேவராணி அவருக்கு மீண்டும் நன்றி தெரிவித்துவிட்டு அலைபேசியைத் துண்டித்தார். அடுத்த ஒரு மணிநேரத்தில், போடி பொறியியல் கல்லூரி என்.எஸ்.எஸ். மாணவ மாணவிகள் பத்துப் பேர் அவர்களுக்கு உதவியாக, அவர்களுடன் இணைந்து கொண்டார்கள்.

முதல் நிகழ்ச்சியாக, அன்று இரவு ஊர்ச் சாவடியில், நித்யா தலைமையிலான குழு சார்பாக குடியின் தீமைகள் குறித்த வீதி நாடகம் நிகழவிருந்தது. அவர்கள் அதற்கான ஒத்திகையை முடித்துவிட்டு, நிகழ்ச்சி குறித்த அறிவிப்புத் துண்டுச் சீட்டுகளை ஊருக்குள் சென்று வீடு வீடாகக் கொடுக்கத் துவங்கினர்.

“டேய் சுயோதா, நீ லோக்கல்தானே... நீயும் இன்னொருத்தரும் இவங்களோட போய், நோட்டீஸ் கொடுக்க உதவி பண்றீங்களா?” என்.எஸ்.எஸ். குழுவின் சீனியர் சொன்னதற்குச் சரி என்று கூறிவிட்டு, சுயோதனும், இன்னொரு பெண்ணும் நித்யா குழுவினருடன் இணைந்து கொண்டார்கள்.

சுயோதன் உள்ளூர்க்காரன் என்று அறிந்ததும் நித்யா உற்சாகமாக அவனிடம் கேள்விகள் கேட்கத் துவங்கினாள்.

“நீங்க நேட்டிவே இந்த ஊர்தானா? ஊர்ல மொத்தம் எத்தனை வீடுகள் இருக்கு?”

“ஆமா, 500 வீடு.”

அடுத்து நித்யா வரிசையாகக் கேள்விக் கணைகளைத் தொடுத்துக் கொண்டே வந்தாள். சுயோதன் அவளை ஏறெடுத்துப் பார்க்காமல் ஒற்றை வார்த்தையிலேயே பதில்களைச் சொல்லிக்கொண்டு வந்தான். அவன் பெண்களிடம் பேசத் தயங்குகிறான் என்பதை உணர்ந்துகொண்ட நித்யா மனதிற்குள் புன்னகைத்தாள்.

முக்கிய வீதிகளில் வீடுகளில் நோட்டீஸை விநியோகித்து வந்த போது, நித்யா, சுயோதனை நிறுத்திக் கேட்டாள்.

“உங்க ஊர் செம குளிரா இருக்கு. ஊர்ல டாஸ்மாக் எங்க இருக்கு?”

சுயோதனுக்கு ஊருக்குள் எங்கு டாஸ்மாக் இருந்தது என்று உண்மையில் தெரியவில்லை. அவன் அதனை அவளிடம் கூறாமல், அவளது கேள்வியைக் கவனிக்காத மாதிரி முன்னே நகர்ந்தான்.

“ஏங்க, உங்களைத்தான் கேக்குறேன்... டாஸ்மாக் எங்கேங்க இருக்கு!”

“டாஸ்மாக் எல்லாம் எதுக்குங்க. நீங்க நாடகம் போடத்தானே வந்தீங்க. அந்த வேலையை மட்டும் பாருங்க!”

“தம்பி, நான் என்ன தண்ணியடிக்குறதுக்கா கேக்குறேன்?”

“தம்பியா...?”

“பின்ன, அண்ணனா... நாம மதுவிலக்கு நாடகம் போடப்போறோம். அதைப் பார்க்க வேண்டியது டாஸ்மாக் போறவங்கதான். சோ, அவங்கட்டதான் முதல்ல நோட்டீஸ் கொடுக்கணும்.”

“ஓ!”

“என்ன ஓ! அப்போ நான் தண்ணியடிக்குறதுக்குதான் டாஸ்மாக் பத்திக் கேட்டேன்னு முடிவே பண்ணியிருந்தீங்களா?”

“இல்ல, சாரிங்க, இருங்க விசாரிச்சுச் சொல்றேன்.”

பேசிக்கொண்ட அவர்கள் நடந்து சென்றார்கள். எதிரே வெள்ளை வேட்டி சட்டை, நெற்றி நிறையப் பட்டை, கழுத்தில் ருட்திராட்சக் கயிறு என்று பக்திகரமாகத் தோன்றிய நபர் லேசாகத் தள்ளாடியபடியே வந்தார். “நீங்க என்ன விசாரிச்சுச் சொல்றது, நானே கேக்குறேன்” என்ற நித்யா அந்த நபரை நிறுத்தினார்.

“சார், இங்கே டாஸ்மாக் எங்கே சார் இருக்கு!”

அந்த நபர் நிமிர்ந்து, வந்திருந்த மாணவக் கூட்டத்தைப் பார்த்தார்.

“மேடம், சொல்றேன்னு தப்பா எடுத்துக்காதீங்க. குடி குடியைக் கெடுக்கும். கஞ்சா காட்டைக் கெடுக்கும். பீர் பாட்டிலில் ப்ளாஸ்டிக்கைத் தவிர்ப்போம். ரம் என்றால் கம்மென்று இருப்போம். பிராந்தியால் வாந்தி வேண்டாம். விஸ்கி என்றால்....”

“சார், சார், சார்..... ” நித்யா அவர் நிதானத்தில் இல்லாததைப் புரிந்துகொண்டு பேச்சை இடைமறித்தாள்.

“இல்ல மேடம் ஒரு ஜெனரல் நாலேஜுக்காகச் சொன்னேன். பை த வே, ஐ ஆம் விஜய் மல்லையா! ஐ டோண்ட் பிலீவ் இன் டாஸ்மாக். ஐ டிபெண்ட் ஆன் நேச்சுரல் ரிசோர்ஸ்.”

“சரி சார், டாஸ்மாக் எங்கே இருக்குனு மட்டும் சொல்லுங்க...”

“அது, சாவடிக்குப் பின்னாடி இருக்கு, போங்க, பை த வே, இதை வச்சுக்கோங்க!” என்று மாணவர்கள் கொடுத்துக்கொண்டிருந்த பிட் நோட்டீஸின் பிரதி ஒன்றைத் தன் சட்டைப் பையில் இருந்து எடுத்துக் கொடுத்துவிட்டு, “குடி குடியைக் கெடுக்கும், கஞ்சா காட்டைக் கெடுக்கும்” என்று கூறியபடி தள்ளாடியபடி நடந்து சென்றான்.

நித்யாவும் தோழிகளும் தங்களுக்குள் சிரித்தபடி, அவன் கைகாட்டிய வழியில் சென்றனர்.

சுயோதன், “சாவடி எங்க இருக்குனு எனக்குத் தெரியும்ங்க” என்றான்

“அப்படியாங்க, சந்தோஷம் வாங்க!” என்று நித்யா கைநீட்டி முன்னே அவனுக்கு வழிவிட்டு ஒதுங்கி நிற்பது போலச் சைகை செய்தாள்.

சுயோதன் சங்கடத்துடன் வேகமாக முன்னே நடந்தான்.

உள்ளூரில் இருந்தாலும், சுயோதன் சாவடி இருக்கும் தெரு பக்கம் வருவதே இல்லை. சிறுவயதில் இருந்து பதிந்துபோன பழக்கம். வந்திருந்த மாணவிகளைக் காட்டிலும் அவன் தயங்கியபடி அந்தப் பகுதிக்குள் சென்றான். சாவடியில் அமர்ந்து பொழுதுபோக்கிக் கொண்டிருந்தவர்களிடம் பிட் நோட்டீஸை விநியோகித்து, அன்றிரவு சமுதாயக் கூடத்தின் முன் நிகழவிருக்கும் வீதி நாடகம் பற்றிக் கூறிவிட்டு, டாஸ்மாக் முன் சென்றனர்.

மாணவர்கள் டாஸ்மாக் உள்ளிருந்து வரும் ஒவ்வொருவரிடமும் பொறுமையாக, துண்டு அறிக்கைகளைக் கொடுத்துக் கொண்டிருந்தனர். ஒவ்வொருவரும் ஒவ்வொருவிதமான முகபாவனைகளை வெளிக்காட்டியபடி சென்றனர். அவற்றைப் பொருட்படுத்தாமல் நித்யாவும் மற்ற மாணவிகளும் நேர்மறையாக அவர்களுடன் பேசி அவர்களைச் சமாளித்துக் கொண்டிருந்தனர்.

கால் மணி நேரம் கழிந்திருக்கும். “சரி, மற்ற பகுதிகளுக்குப் போய் நோட்டீஸ் கொடுக்கலாம்!” என்று நித்யா கூறினாள். “அப்பாடி!” என்று மனதிற்குள் பெருமூச்சு விட்டபடி, திரும்பிய சுயோதனுக்குப் பின்னால் அவனது அம்மா நின்றுகொண்டிருந்தாள். வேகமாக வந்ததில் அவள் உடல் மூச்சுவாங்கிக் கொண்டிருந்தது. எரிக்கும் பார்வையில் அவனைப் பார்த்தபடி, “என்னடா இது புதுப்

பழக்கம், இங்க வந்து நிக்குற!" என்று சுற்றி நிற்பவர்கள் யாரைப் பற்றியும் கண்டுகொள்ளாமல் கோபமான குரலில் கேட்டாள்.

"யம்மா, காலேஜ் என்.எஸ்.எஸ். வொர்க்ம்மா. நீ எதுக்கு இங்க வந்த?" என்றான் சுயோதன்.

"அதெல்லாம் நீ ஊருக்குள்ள எங்க சுத்தினாலும் எனக்குத் தகவல் வந்திரும். நீ சாராயக் கடைல வேலை பார்க்கத்தான் இன்ஜினியருக்குப் படிக்கிறியா?"

நித்யா குறுக்கிட்டு, "ஆண்ட்டி, நாங்க கோயம்புத்தூர் காலேஜ்ல இருந்து வந்திருக்கோம். எங்களுக்கு உதவி பண்ணத்தான் சுயோதனை அவங்க காலேஜ்ல இருந்து அனுப்பி இருக்காங்க!" என்று மீனாவை சமாதானப்படுத்த முயன்றாள்.

மீனா அவளைக் கண்டுகொள்ளாமல், சுயோதனிடம், "எக்கேடும் கெட்டுப்போ! இனி என் முகத்துலயே முழிக்காதே!" என்றவாறு விறுவிறுவென்று திரும்பி நடந்து சென்றாள்.

சுயோதன் கூட இருந்தவர்களை விட்டுவிட்டு, வேகமாக அவன் அம்மாவின் பின்னால் ஓடினான் "யம்மா, நில்லும்மா... நான் சொல்றதைக் கொஞ்சம் கேக்குறியா. நானா சாவடிப்பக்கம் வரலம்மா..."

நித்யா அவன் செல்வதை ஆச்சரியத்துடன் பார்த்துக் கொண்டிருந்தாள்.

மாலை வீதி நாடகம் துவங்கியது. ஊர் மக்கள் திரளாகக் கிளம்பி வந்திருந்தார்கள். பேராசிரியை தேவராணி பம்பரமாகச் சுழன்று நிகழ்ச்சியை ஒருங்கிணைத்தார். மாணவிகள் உற்சாகமாக நாடகத்தில் பங்கெடுத்தனர். குடிகாரனாக நடித்த நித்யா பிரமாதப்படுத்தினாள். நாடகம் நல்லபடியாக முடிந்தது. கூட்டம் கலையத் துவங்கியது. கூட்டத்தின் நடுவிலிருந்து ஓர் உருவம் மாணவிகள் பக்கம் வந்தது. நித்யா அவனை அடையாளம் கண்டு கொண்டாள்.

"என்ன விஜய் சார், நாடகம் எப்படி இருந்தது?"

"பிரமாதம் மேடம். முதல்ல ஊருக்குள்ள இருக்க டாஸ்மாக்கை ஒழிக்கணும். அப்போதான் இந்த ஊருக்கு விடிவுகாலம்."

“சரியாச் சொன்னீங்க தளபதி! நீங்கதான் டாஸ்மாக்கோட ஒரே எதிரினு ஊருக்குள்ள பேசிக்கிறாங்க” என்றாள் இன்னொரு மாணவி.

“எஸ் மேடம். ஐ அம் ஆர்கானிக் ஃபார்மர்!”

“ஆமா, சொந்தமா ஊறல் போட்டு டாஸ்மாக்கிற்குப் போட்டியா தனிக்கடை நடத்திட்டு இருக்கீங்களாமே!” நித்யா கேட்டதும் விஜய் மல்லையா பம்மினான்.

“ஐயோ ஐயோ... நோ மேடம், ஸ்ட்ரிக்ட்லி நோ மேடம்,” என்று அவன் பணிவுடன் பதிலளித்தான்.

“இப்போ, நான் சிவத் தொண்டன். மக்களுக்கு நல்லது பண்ற அடியார்களுக்குச் சேவை செய்யவே என் வாழ்நாளை ஒதுக்கிட்டேன்,” என்று அவன் குழறிய குரலில் சொன்னான்.

மாணவிகள் தங்களுக்குள், “என்னடீ, சாராயத்துல இருந்து கஞ்சாவுக்கு மாறிட்டானா,” என்று சொல்லிச் சிரித்தார்கள்.

அவர்களை அடக்கி அமைதியாக்கிவிட்டு நித்யா சொன்னாள்: “மகிழ்ச்சி தளபதி, தொடர்ந்து சேவை பண்ணுங்க. இப்படியே இருக்கணும். ஊருக்குள்ள யாரும் எக்காரணம் கொண்டும் குடிப்பக்கம் தலை வச்சுக் கூடப் படுக்கக்கூடாது. ஞாபகம் வச்சுக்கோங்க.”

விஜய் மல்லையா வெட்கப்பட்டபடி, “ஐயோ ஐயோ... நோ மேடம். ஸ்ட்ரிக்ட்லி நோ மேடம்” என்றான்.

மாணவிகள் விலகி சமுதாயக் கூடத்திற்குச் சென்று ஓய்வெடுக்கச் செல்ல, விஜய் மல்லையா அவர்களைத் தொடர்ந்தபடியே பின்னால் வந்தான். அவன் தன் உள் டவுசர் பாக்கெட்டில் இருந்து ஓர் எலுமிச்சைப் பழத்தை எடுத்து நித்யாவிடம் நீட்டினான்.

“என்னடீ, கிராமத்துக் காதல் ப்ரபோசல் சீனா?” என்று சக மாணவிகள் அவளைக் கலாய்த்தார்கள்.

“சும்மா இருங்கடீ,” என்றபடி நித்யா விஜய் மல்லையாவைப் பார்த்து, “என்ன தளபதி, சொல்லுங்க?”

“எப்படி சொல்றதுன்னு தெரியல. ஆனா சொல்லித்தான் ஆகணும். நான் நேத்துவரை ஊறல் போட்டுட்டு இருந்தவன்தான். ஆனா

இப்போ முழுசா திருந்திட்டேன். என் அறிவுக் கண்ணைத் திறந்து வச்சது அந்த தேவதைதான். இன்னிக்கு சமுதாயத்துல இவ்ளோ உயர்ந்த இடத்துல இருக்க நான், இனி என் வாழ்க்கையை அர்த்தம் உள்ளதா ஆக்க முடிவு பண்ணிட்டேன். இந்தப் புனிதப் பணிக்கு நான் என்னையே அர்ப்பணிக்கிறதா முடிவு பண்ணிட்டேன் மேடம். தயவு செஞ்சு மாட்டேன்னு சொல்லாம, நீங்கதான் மேடம் எங்களைச் சேர்த்து வைக்கணும்," என்று அவன் உணர்ச்சிவசப்பட்டுக் கூறினான்.

"சேர்த்து வைக்குறதா, யாரை?" என்று நித்யா குழப்பத்துடன் கேட்டாள்.

விஜய் மல்லையா செல்லக் கோபத்தோடு, "மேடம், தெரியாத மாதிரி கேட்காதீங்க. என் தேவதை மட்டும் எனக்கு அட்வைஸ் பண்ணி என்னைத் திருத்தாட்டி, நான் இந்த நிலைமைக்கு வந்துருக்கவே மாட்டேன்."

நித்யா மனதிற்குள் 'எந்த நிலைமைக்கு...? நீ இப்பவும் போதைக்காரனா தானேய்யா இருக்க!' என்று நினைத்தவாறு, அவன் காட்டிய திசையில் திரும்பிப் பார்த்தாள்.

அங்கே கண்ணாடி அணிந்து, கொண்டை போட்டிருந்த நிலையில் ஊர் மக்களுக்கு ஆலோசனைகள் கூறிக்கொண்டிருந்தார் அவர்களின் பேராசிரியை தேவராணி.

விஜய் மல்லையா வெட்கத்துடன் அவரைப் பார்த்தபடி நின்றான்.

மாணவிகளுக்குச் சிரிப்புத் தாங்க முடியவில்லை. நித்யா அவனிடம், "தளபதி, நீங்க இந்த விஷயத்தை என்கிட்ட பேசுறதைவிட, அதோ அங்கே தூரத்துல ஒருத்தர் சேர் போட்டு உட்கார்ந்தபடி தூங்கிட்டு இருக்கார்ல அவர்ட்ட டீல் பண்ணுங்க. அதான் சரியா இருக்கும்," என்று சூட்சுமமாகச் சொன்னாள்.

"அவர் யார் மேடம், என் தேவதையோட அப்பாவா?" என்று விஜய் மல்லையா ஆர்வத்துடன் கேட்டான்.

"இல்ல, கொஞ்சம் தூரத்து சொந்தக்காரர், புருஷன்னு முறை. ஆனா நல்ல மனுஷன்தான். நீங்க போய் பக்குவமா பேசினீங்கன்னா நிச்சயம் சம்மதம் சொல்லிருவார்," என்று நித்யா சிரிப்பை அடக்கிக்கொண்டு கூறினாள்.

“அப்படியா, ரொம்ப தேங்க்ஸ் மேடம்,” என்றவாறு விஜய் மல்லையா அங்கிருந்து சென்றான். மாணவிகள் விழுந்து விழுந்து சிரித்தார்கள்.

நித்யா சமுதாயக் கூடத்திற்குச் செல்லும் முன் திரும்பிப் பார்த்தாள். தூரத்தில் சுயோதன் நின்று கொண்டிருந்தான். அவள் அவனை நோக்கிக் கையசைத்தாள். அவன் அருகில் வந்து தயக்கத்துடன் நின்றான்.

“என்னங்க மதியம் சொல்லாமக் கொள்ளாம ஓடிப்போயிட்டீங்க?”

“சாரிங்க.”

“அது பரவால்ல. எங்க நாடகம் எப்படி இருந்தது?” என்று கேட்டாள் நித்யா.

அவன் அவள் கேள்விக்குப் பதிலளிக்காமல், “சாரிங்க, மதியம் அம்மா திடீர்னு சாவடிக்கு வந்திருச்சு. அதான் போயிட்டேன்” என்றான்.

“அட பரவால்ல விடுங்க.”

“அப்போ, ஓகேங்க. நாடகம் சூப்பரா இருந்துச்சு!”

நித்யா அவனை நோக்கிப் புன்னகை செய்தாள்.

அந்த ஒரு வாரத்தில், நித்யா குழுவினருக்குத் துணையாக, சுயோதன் கூடவே இருந்தான். அவன் பெரிதாக எந்த உதவியும் செய்யவில்லை. ஆனால் அவனது இருப்பு நித்யாவுக்கு மகிழ்ச்சியைத் தந்தது. அதன் பொருட்டு, எந்தவொரு சிறிய ஒத்துழைப்பு என்றாலும் அவள் சுயோதனையே அழைத்தாள். அவன் தயங்கித் தயங்கிப் பேசுவது அவளுக்குப் பிடித்திருந்தது. நித்யாவின் மனம் முழுவதும் சுயோதனைச் சுற்றியே வந்தது. ஒரு வாரக் களப் பயணம் முடிந்து போடியை விட்டுக் கிளம்பும்போது அவனைத் தன் வாழ்க்கை முழுக்க உடன் அழைத்துச் செல்லவேண்டும் என்று நித்யா முடிவெடுத்திருந்தாள்.

★★★

8: உப்புமா மயக்கம்

நெருப்பு பலகையை எரிக்கையில் சாம்பல் மட்டுமே மிஞ்சும் என்பது சூதன் மொழி

மேற்குத் தொடர்ச்சி மலையடிவாரத்தில் இயற்கையின் அரவணைப்பில் அமைந்திருந்தது போடி அரசு பொறியியல் கல்லூரி. பத்து ஏக்கர் காட்டில் நடுவாந்திரமாக முழுமை பெற்ற நிர்வாகக் கட்டடம் வீற்றிருக்க பக்கவாட்டில் தனித்தனித் துறைகளுக்கான கட்டடங்கள் பாதி முடிக்கப்பட்ட நிலையில் நின்றிருந்தன. பின்னால் கட்டி முடிக்கப்பட்டு வெள்ளையடிக்கப்படாமல் இருந்த விடுதி வளாகத்தில் நூற்றுக்கும் மேற்பட்ட மாணவர்கள் தங்கி இருந்தனர். மாணவிகளுக்கான விடுதி நகரத்திற்குள் வாடகைக் கட்டடத்தில் செயல்பட்டுக்கொண்டிருந்தது.

கல்லூரியின் துறைவாரியான கட்டடங்களுக்குப் பின், மலைக்குப் பக்கமாக இருந்த மாணவர்களின் விடுதி தனித்ததோர் உலகமாக இயங்கிக்கொண்டிருந்தது. சுயோதனுக்கு அழகப்பன் சார் கூறியதில் இருந்து பொறியியல் படிக்க வேண்டும் என்ற எண்ணம் உறுதியாகப் பதிந்தது. ஆனால் அம்மாவை விட்டுத் தனியாகச் சென்று விடுதியில் தங்க அவன் மனம் இடம் தரவில்லை. பலவிதமான மனக்குழப்பங்களுக்குப் பின் புதிய

கல்லூரி என்றாலும் பரவாயில்லை, நன்றாகப் படித்தால் வளாகத் தேர்வில் வேலையை வாங்கிக்கொண்டு ஏதேனும் பெருநகரத்தில் அம்மாவோடு சென்று செட்டில் ஆகலாம் என்று நினைத்தவனாய் இந்தக் கல்லூரியைத் தேர்வு செய்திருந்தான். அவனும் முதல் இரண்டு ஆண்டுகளில் துறைக் கட்டடங்களைத் தாண்டி விடுதிப் பக்கம் வந்ததே இல்லை. மூன்றாம் ஆண்டில் வகுப்புத் தோழர்களுடனான நட்பு நெருக்கமாக, காலையில் அவன் வீட்டில் இருந்து கொண்டு வரும் மதிய உணவினை, முதல் வகுப்பு முடிவதற்குள்ளாகவே நண்பர்கள் யாராவது உண்டுவிட்டிருப்பார்கள். மதிய உணவு சாப்பிடுவதற்காக அவன் விடுதி மெஸ்ஸிற்குச் செல்லத் துவங்கினான். முதல் சில நாட்கள் கூச்சத்துடன் சென்றுவந்தவனுக்கு, நண்பர்களின் அருகமைதல், சீனியர் அந்தஸ்து, அரசுக் கல்லூரி விடுதியின் கட்டுப்பாடற்ற சுதந்திரம் என்று விடுதி மனதுக்கு நெருக்கமாக மாறியது. இப்போது விடுதி அவனுக்கு இன்னொரு வீடாகவே ஆகியிருந்தது. அங்கிருந்த மாணவர்களுக்கும், பணியாளர்களுக்கும் கூட அவன் விடுதிவாசி இல்லை என்பதே நினைவில் இருக்காது. அந்தளவு விடுதியோடு ஒன்றிப்போயிருந்தான். டவுனுக்குள் சென்று வர வேண்டும், ஏதாவது பொருட்கள் வாங்கி வர வேண்டும் என்றால் விடுதி நண்பர்கள் அனைவருக்குமான பொது வாகனமாக மாறியிருந்தது அவனது டிவிஎஸ் எக்ஸ்.எல்.

ஐந்தாம் செமஸ்டர் தேர்வுகளுக்கு முந்தையை ஸ்டடி ஹாலிடேஸ். பொறியியல் மாணவர்களின் பொதுமரபுப் படி, ஒரு மாதம் ஸ்டடி ஹாலிடேஸ் விட்டால் முதல் பதினைந்து நாட்கள் ஆட்டம் பாட்டம் என்று விடுதி அமர்க்களப்படும். பின்பு மெல்ல மெல்ல படிக்கும் சூழல் உருவாக, தேர்வு நாட்களின் போது முழு இரவும் கூட்டாக அமர்ந்து கண்விழித்துப் படித்துவிட்டுப் போய் தேர்வு எழுதிவிட்டு வரும் வழக்கம் இருக்கும். ஸ்டடி ஹாலிடேஸின் முதல் இரண்டு வாரங்கள் இப்படியே பொழுதுபோக்கில் சென்றுவிட, தேர்வு நாட்கள் நெருங்க, மெதுவாக அவர்களின் கவனம் படிப்பின் மீது திரும்பியது. படிப்பு மும்முரமாகத் தொடரும் சில இரவுகள் சுயோதன் நண்பர்களோடு விடுதியிலேயே தங்கிவிட்டு, மறுநாள் காலை வீட்டுக்குச் சென்றுவிட்டு வருவதும் உண்டு. அரசுக் கல்லூரி என்பதால் வார்டன், சோதனை, கட்டுப்பாடு என்ற எந்த இழவும் இருக்காது. விடுதி திறந்த மடம் போலவே இருந்தது. அதனால்

விடுதியில் இரவு தங்குவது அவனுக்கு ஒரு பிரச்சனையாகவே இருந்ததில்லை. ஐந்தாம் பருவத் தேர்வுகள் துவங்கின. அந்தப் பருவத்தில் இரண்டு தேர்வுகள் அடுத்தடுத்த நாட்கள் எழுதும் படியான அட்டவணை அமைந்தது. இரண்டும் கடினமான தேர்வுகள். அதிலும் இரண்டாவதாக வரும் "ப்ராபபிலிட்டி ஸ்டாடிஸ்டிக்ஸ்" பேப்பரில் நடப்பு செமஸ்டரில் தேர்வாகாமல் அரியர்ஸ் வைத்தால், பிறகு சாமானியத்தில் அதனைக் கிளியர் செய்ய முடியாது என்று பேராசிரியர்களும், சீனியர்களும் பயமுறுத்தி வைத்திருந்ததால், எப்படியும் நடப்புப் பருவத்திலேயே கிளியர் செய்துவிட வேண்டும் என்று அந்தப் பேப்பருக்கு சிறப்புக் கவனம் செலுத்தத் தீர்மானித்திருந்தனர் மாணவர்கள். முதல் நாள் இரவு முழுவதும் கண்விழித்துப் படித்து, முதல் தேர்வை எழுதிவிட்டு வந்து, மதியச் சாப்பாட்டை முடித்துக் கொண்டு, ப்ராபபிலிட்டி பேப்பருக்குப் படிக்கத் துவங்கினார்கள். சுயோதன்தான் எடுத்து வைத்திருந்த வகுப்புக் குறிப்புகளை வைத்து நண்பர்களுக்குக் கணக்குச் சமன்பாடுகளை விளக்கினான். இப்படியாக ஒவ்வொருவராகத் தங்களுக்குத் தெளிவாகத் தெரிந்த கருத்துகளை மற்றவர்களுடன் பகிர்ந்தும், புரியாததை விளக்கச் சொல்லிக் கேட்டும் படித்துக்கொண்டிருந்தனர். விடுதி மெஸ்ஸில் இரவு உணவாக, சுயோதனுக்குக் கனவிலும் பிடிக்காத "உப்புமா" போட்டிருப்பதாகச் சொன்னார்கள். "டேய், இந்தக் கருமத்தைத் திங்குறதுக்காடா இங்கே வந்திருக்கேன். எங்கம்மாட்ட சொன்னா ராத்திரிக்குச் சுடச் சுட ரசம் சோறு வச்சுக் கொடுத்திருக்குமே!" என்று புலம்பினான் சுயோதன். சிறிது நேரத்தில், நண்பர்கள் சென்று இரவு உணவுக் கடமையை முடித்துவிட்டு வரலாம் என்று மெஸ்ஸிற்குக் கிளம்பினார்கள். சுயோதன், "நீங்க போங்கடா, நான் தூங்கப் போறேன்" என்று கூறினான். சரியென்று மற்ற நண்பர்கள் மெஸ்ஸிற்குக் கிளம்பினார்கள். சாப்பிட்டு முடித்து மீண்டும் அறைக்கு வந்த போது சுயோதன் அங்கே இல்லை. "சரி, அவன் வீட்டுக்குக் கிளம்பிவிட்டான்" என்று நினைத்தவாறு மற்றவர்கள் ப்ராபபிலிட்டி தேர்வுக்கான தயாரிப்புகளைத் தொடர்ந்தார்கள். இரவு முழுவதும் படித்தவர்கள் தேர்வு அறைக்கு வழக்கம் போல கடைசி நேரத்தில் அவசர அவசரமாகக் கிளம்பிச் சென்றார்கள். தேர்வு அறையில் அமர்ந்த பிறகும் சுயோதன் வந்து சேரவில்லை. சரி, எப்படியும் அரைமணி நேரம் கிரேஸ் டைம் முடிவதற்குள் வந்துவிடுவான் என்று பார்த்தால் தேர்வுக்கான மூன்று மணி நேரம்

முடியும் வரையில் அவன் வரவில்லை. அவர்கள் சுயோதன் ஏன் வீட்டில் இருந்து தேர்வு எழுத வரவில்லை என்று தங்களுக்குள் விவாதித்தவாறு விடுதிக்கு வந்தனர். அனைவருக்கும் தூக்கம் கண்களைச் சுழற்ற, தங்கள் அறைகளுக்கு வந்து மூன்று அறைகளில் கிடைத்த இடத்தில் படுக்கச் சென்றனர். கடைசி அறையில் சென்று படுக்கப் போன ஒருவன் கத்தினான். "டேய், சுயோதன் இங்கே மயங்கிக் கிடக்கான்டா!" நண்பர்கள் ஓடிவந்து தாங்கள் பெரிதும் பயன்படுத்தாத தங்கள் கடைசி அறையைப் பார்க்க, அங்கே சுயோதன் பழைய துணி மூட்டைகளுக்குள் சுருண்டு கிடந்தான்.

இன்னொரு நண்பன் வந்து, வேகமாக சுயோதன் முகத்தில் தண்ணீர் தெளித்து, அவன் தலையைத் தூக்கித் தன் மடியில் வைத்தான். சுயோதன் மெதுவாகக் கண்விழித்து எழுந்தான். "ஏண்டா, அந்தக் கேடுகெட்ட உப்மாவைத் தின்னுட்டு வர இவ்வளவு நேரமா, சரி வாங்க, டெரிவேஸன் பார்ட்டை தொடரலாம். இன்னும் ரெண்டு யூனிட்தான் பாக்கி இருக்கு. ராத்திரிக்குள்ள முடிச்சிடலாம்" என்றான். சுற்றியிருந்த நண்பர்கள் அனைவரும் அவனை வைத்த கண் வாங்காமல் பார்த்தபடி இருந்தனர். சுயோதன் புரியாமல், "என்னடா, ஏன் இப்படி முழிக்கிறீங்க?" என்றான்.

"இல்ல மச்சி, இன்னும் டைம் இருக்கு. மெதுவா படிக்கலாம்!"

"டைம் இருக்கா, எவ்வளவு டைம் இருக்கு. காலைல எக்ஸாம்... ஞாபகம் இருக்குல்ல!"

"இல்லடா, இன்னும் ஆறுமாசம் இருக்கு. மெதுவா படிடா!"

"என்னடா சொல்றீங்க?"

"சாரிடா, நீ உப்புமா வேணாம், வீட்டுக்குப் போறேன்னு சொன்னியா...!"

சுயோதனுக்கு விஷயம் புரிந்தது. அவனை இழுத்து அவன் கையில் கட்டியிருந்த வாட்ச்சைப் பார்த்தான். ஒன்று நாற்பது என்று காட்டியது. திரும்பி எட்டிப் பார்த்தான், ஜன்னலுக்கு வெளியே சூரியன் சுட்டுக் கொண்டிருந்தது."

"அடப் பரதேசி நாய்களா, ராத்திரி போய் சாப்பிட்டுட்டு வாங்க, நான் கொஞ்ச நேரம் தூங்கப் போறேனு தானே இங்கே வந்து

படுத்தேன். ஒருத்தன் இங்கே இருக்கானா செத்தானானு கூட பார்க்காமயாடா போவீங்க?"

"இல்ல மச்சி, நீ வீட்டுல இருந்து அப்படியே நேரா வந்து, ஹால்ல எக்ஸாம் எழுத ரெடியா வந்திருப்பேன்னு..."

"ஆமா, நேரா வந்து நொட்டுவாங்க..... சரி, யாரு நான் வீட்டுக்குப் போனேன்னு சொன்னது. அதை மட்டும் சொல்லுங்க!" என்று சுயோதன் மெதுவாகக் கேட்டான்.

எல்லோரும் அமைதியாக சுயோதன் வீட்டுக்குப் போனதாகச் சொன்னவனைப் பார்த்தார்கள். "இல்ல மச்சி, நீங்க போங்கடா, நான் தூங்கப் போறேன்னு சொன்னியா. அதான் வீட்டுக்கு போறியாக்கும்னு நினைச்சு..." அவன் சொல்லி முடிப்பதற்குள் சுயோதன் அவன் மீது பாய்ந்தான். மற்றவர்களும் சேர்ந்துகொள்ள, அவன் மீது போர்வையைப் போட்டு ஆளாளுக்குத் தர்ம அடி கொடுக்கத் துவங்கினார்கள்.

★★★

9: உதட்டோரப் புன்னகை

போர் நடுவிலும் அணிவகுப்பைத் தகவமைத்துக் கொள்பவனையே வெற்றி நாடும் என்பது சூதன் மொழி

விருதுநகர் வசந்தம் சூப்பர் மார்க்கெட்டின் கணக்கு வழக்கு மென்பொறியை நிறுவும் இறுதிக்கட்டப் பணியில் ஈடுபட்டிருந்தான் தனா. டேட்டாபேஸை இணைப்பதில் சிறு பிசிறு தட்ட, அது நள்ளிரவு வரை இழுத்துவிட்டது. உடனிருந்த கடையின் மேலாளர் இரவு உணவு தருவிப்பதாகச் சொல்லியும், இரண்டு முறை தேநீர் மட்டும் அருந்திவிட்டு வேலையை முடித்துவிட்டு நள்ளிரவில் வீடு திரும்பினான் தனா.

வராண்டாவில் வண்டியை நிறுத்திவிட்டு, வெறுமனே சாத்தியிருந்த தலைவாசல் கதவைத் திறந்து உள்ளே சென்றான். வழக்கமாக 12 மணி ஆனாலும் டி.வி. ஓடிக்கொண்டிருக்கும். இன்று எல்லோரும் தூங்கிவிட்டார்கள் போல, ஒரு சத்தத்தையும் காணோம் என்று நினைத்தவனாய் சமையல் கட்டுக்குப் போனான். தண்ணீர் ஊற்றி வைத்திருந்த சோறு இருந்தது. தட்டு நிறைய சோற்றை அள்ளிப் போட்டு, உறியில் தொங்கிக் கொண்டிருந்த தயிர்ப்பானையில் இருந்து கட்டித் தயிரைக் கவிழ்த்தான். சமையல் திண்டின் மீது

டப்பாவில் வைத்திருந்த பக்கோடாவை கைநிறைய அள்ளிப் போட்டுச் சோற்றைப் பிசைந்தான். பெரிய கவளங்களாக எடுத்து மெதுவாகச் சாப்பிடத் துவங்கினான். குளிர்ந்த தயிர்ச்சோறு தொண்டைக்குள் இறங்க இறங்க, அக்கவுண்ட்ஸ் பேக்கேஜ் சர்வீஸுக்காக காலையில் இருந்து ஒவ்வோர் இடமாக வெக்கையில் சுற்றிய அலைச்சல், மாலையில் இருந்து இரவு பதினொரு மணி வரை தொடர்ந்து புதிய நிர்மாணத்தில் தலையைப் பிய்த்துக்கொண்டிருந்த களைப்பு எல்லாம் நீங்கி உடலும், மனமும் குளுமையானது.

சாப்பிட்டு முடிக்கப் போகையில் அப்பா சமையல்கட்டுக்கு வந்தார்.

"என்னடா, பூனை மாதிரி வந்து சட்டியை உருட்டிட்டு இருக்க. ஒரு சத்தம் கொடுத்தா அவ எந்திருச்சு வந்திருப்பால்ல... ஏய்! இங்க வா. இவனுக்கு ஆம்லேட் ஏதாவது போட்டுக்கொடு!"

"ஒண்ணும் வேணாம்பா. தயிர் சோறே நல்லாருக்கு. சாப்பிட்டு முடிக்கப் போறேன். அம்மாவை எழுப்பாதே!" என்று அவரைக் கையமர்த்திவிட்டு சாப்பாட்டைத் தொடர்ந்தபடியே தனா கேட்டான்.

"என்ன இன்னிக்கு அதிசயமா எல்லோரும் வெள்ளனவே தூங்கிட்டீங்க?"

"விடிகாலைல முத்து இருளாயி கோயிலுக்குப் போகணும்லடா. நாலு மணிக்கு வேன் வந்துரும். அதான் எல்லாரும் சீக்கிரம் படுத்துட்டாங்க. ஏண்டா அவ உன்கிட்ட சொல்லலியா. நீயும் வர்றேல்ல?"

"ஆமா, அம்மா சொல்லுச்சு. நான்தான் மறந்துட்டேன். பொங்கல் வச்சு சும்மாதானே சாமி கும்பிடப்போறீங்க. நீங்க போயிட்டு வாங்க. நாளைக்கு எனக்கு முக்கியமான வேலை இருக்கு!"

தனா சொன்னால் சொன்னதுதான். அதற்கு மேல் எத்தனை தரம் கழுதையாய்க் கத்தினாலும் அவன் சொன்னதைத்தான் செய்வான் என்று அவருக்கு நன்றாகத் தெரியும். அதனால் அதற்கு மேல் அவர் அவனை வற்புறுத்தவில்லை. அவன் சாப்பிட்டு முடிக்கும்வரை காத்திருந்துவிட்டு, அவன் கை கழுவ எழுந்திருக்கையில் ஹாலுக்குச் சென்று ஒரு கடிதத்தை எடுத்துக் கொண்டு வந்தார்.

“டேய், உன் காலேஜ்ல இருந்து ஏதோ கடிதாசி வந்துச்சு. என்னன்னு பாரு!”

கடிதத்தை வாங்கிப் பிரித்துப் படித்தவன், “ஒண்ணுமில்லப்பா. அட்டண்டன்ஸ் கம்மியா இருக்குனு லெட்டர் வந்திருக்கு. நான் பார்த்துக்குறேன்.”

“டேய் வேலை வேலைனு அலைஞ்சிட்டு இருக்காதேடா. இந்தக் கடைசிக் வருஷப் படிப்பை முடிச்சுட்டு நிதானமா தொழிலைப் பார்க்கலாம்ல.”

“அப்பா... விடுப்பா! நான் சொல்லி இருக்கேன்ல. இந்த டிப்ளமோ முடிச்சு சர்ட்டிஃபிகேட்டை உன் கைல கண்டிப்பா கொடுக்குறேன். நீ ஃப்ரேம் பண்ணி சுவத்துல மாட்டி வச்சு தினமும் பூஜை பண்ணு. இப்போ போலீஸ் ப்ராஜெக்ட் வொர்க் கொஞ்சம் டைட்டா போயிட்டு இருக்கு. அதான் காலேஜுக்குச் சரியா போக முடியல. ஹெச்.ஓ.டி.ட்ட ஏற்கனவே பெர்மிசன் வாங்கி இருக்கேன். ஃபைன் கட்டிட்டு ஃபைனல் எக்ஸாம் மட்டும் எழுதிக்குவேன். ஒண்ணும் பிரச்னை இல்லப்பா!”

“என்னமோடா, நமக்கென்ன தெரியும். நீ சொன்னா சரிதான்.”

சொல்லிவிட்டு அவர் படுக்கச் சென்றார். வயிறு நிறைய சாப்பிட்டது தனாவுக்கு கண்களைச் சுழற்றிக் கொண்டு தூக்கம் வந்தது. அறைக்கு வந்து உடைமாற்றிவிட்டு கட்டிலுக்கு வந்தான். படுக்கப் போனவனுக்கு நித்யா காலையில் அழைத்துப் பேசியது நினைவுக்கு வந்தது. யாரோ தனக்குத் தெரிந்தவருக்காக ஒரு ப்ராஜெக்ட் கேட்டிருந்தாள். அடுத்த வாரத்திற்குள் தந்தால் போதும் என்றுதான் சொல்லியிருந்தாள். ஆனால், அவள் என்றால் மட்டும் தனாவிற்குக் கால நேரம் கெடு என்று எதுவும் கிடையாது. அவள் கேட்டால் எதுவாயினும் உடனே முடித்துக் கொடுத்துவிட வேண்டும். அவள் நினைவு வந்ததும் சுழற்றிக் கொண்டு வந்த தூக்கம் இருந்த இடம் தெரியாமல் காணாமல் போயிற்று. அவளை நினைக்கும் போதெல்லாம் தோன்றும் உதட்டோரப் புன்னகை அவன் முகத்தில் மலர்ந்தது. அறை ஓரத்தில் இருந்த டேபிள்மேட்டை இழுத்து அதிலிருந்த லேப்டாப்பை உயிர்ப்பித்தான்.

தனா எப்போதும் ஒரு படி முன்னால் தாண்டிப் போய் யோசிப்பவன். அதுவே அவனது வெற்றிக்குக் காரணமாக இருந்தது.

விருதுநகர் மாவட்ட வணிகர்கள் சார்பாக தங்கள் பலசரக்குக் கடைகளுக்கான கணக்கு வழக்கினைப் பார்ப்பதற்கு ஒரு சின்ன பேக்கேஜ் கேட்டால், அவர்கள் கேட்ட பட்ஜெட்டிற்குள் பெரிய வணிக வளாகங்களில் பயன்படுத்தும் தரத்திலான, அவர்கள் கேட்காத ஆனால் அவர்களுக்குப் பயன்படக்கூடிய அனைத்து வசதிகளையும் உள்ளடக்கிய ஒரு சிறந்த சாஃப்ட்வேர் பேக்கேஜை உருவாக்கிக் கொடுத்திருப்பான். ஆனால் அந்த பேக்கேஜ் பெரிதாய் கணினி அறிவு இல்லாத கடைக்காரர்கள் பயன்படுத்தத் தோதான எளிமையான வழிமுறைகளைக் கொண்டிருக்கும். பல கடைகளில், அவர்கள் வியாபாரத்தில் அடுத்த கட்டத்தை எட்டும்போது தனாவின் சாஃப்ட்வேரில் எந்தவித மாற்றங்களோ கூடுதல் பணம் செலுத்திப் புதுப்பிக்கவோ தேவையின்றி அப்படியே பயன்படுத்தலாம். விளைவு, வாய்வழிச் செய்தியாக அவனது மென்பொருளின் தரம் விருதுநகர் முழுக்கப் பரவியது. இன்று குறைந்த விலையில், அனைத்து சிறப்பம்சங்களையும் கொண்ட அவனது மென்பொருள் கொண்ட கணினி விருதுநகரின் அநேகமாக எல்லாப் பெரிய சூப்பர் மார்க்கெட் கடைகளின் கல்லாவுக்கும் அருகில் கம்பீரமாக வீற்றிருந்தது.

எட்டாம் வகுப்பில் இருந்து பத்தாம் வகுப்பு வரை மூன்று ஆண்டுகள் நித்யா காரியாபட்டியில் இருந்தாள். பிறகு அவளது அப்பாவுக்குப் பணி மாற்றலாக வேறு ஊருக்குக் குடிபெயர்ந்துவிட்டார்கள். இருந்தாலும் அவள் தொடர்ச்சியாக அவனுடனான நட்பைப் பாதுகாத்து வைத்திருந்தாள். அலைபேசி வராத காலத்திலே கூட எப்படியாவது மாதத்திற்கு ஒரு நாள் அவனைத் தொலைபேசியில் அழைத்துப் பேசிவிடுவாள். அவளுக்கு என்ன தேவை என்றாலும், தனாவிடம் சொன்னால் போதும். அவன் எப்படியும் அதனை முடித்துத் தந்துவிடுவான் என்ற நம்பிக்கை அவளுக்கு. எல்லோரிடமும் எதற்கெடுத்தாலும் எதிர்க்கேள்வி கேட்டுத் தனக்குச் சரியென்று தோன்றுவதை மட்டும் செய்யும் தனா, நித்யா சொல்லிவிட்டால் மட்டும் அதற்கு மறுபேச்சுப் பேசமாட்டான். சிறுவயதிலிருந்தே அவர்களுக்குள் அப்படியொரு நட்பு.

நித்யா கேட்டிருந்த ப்ராஜெக்ட் தொடர்பான தகவல்களை இணையத்தில் மேய்ந்தான் தனா. அவள் கல்லூரி அளவில் ப்ரசண்ட் செய்வதற்காகக் கேட்டிருந்த ப்ராஜெக்ட், இன்று

தகவல் தொழில்நுட்ப நிறுவனங்களில் நிகழ்நேரத்தில் எப்படிச் செயல்படுகின்றது என்று ஆராய்ந்தான். கல்லூரி அளவில் செய்யப்படும் ப்ராஜெக்ட்களுக்கு நிறுவனங்கள் அளவில் செயல்படும் ப்ராஜெக்ட்களின் ப்ரோடோ-டைப் மாடல்களுக்கான நிரல்களை எழுதினால் அது சிறந்ததாக இருக்கும் என்று அவனுக்குத் தெரியும். அதன்படி, அந்த ப்ராஜெக்ட் செயல்படும் அல்காரிதங்கள் மற்றும் ப்ரோட்டோ-கால்களின் சூட்சம நுனியைப் பிடித்தான். இயல்பாய் ஒரு விஷயத்திற்குள் நுழைந்துவிட்டால் அதன் அடி ஆழம் வரை அலசும் அவனது இயல்பான ஆர்வம், அவனை அந்தப் ப்ராஜெக்ட்டிற்குள் இழுத்துச் சென்றது. இறுதியாக திட்டவரைவை முடிவு செய்து, ஃப்ளோசார்ட் வரைந்து, இரண்டு மூன்று முறை மறுவரைவு செய்து, கோடிங் எழுதி, அதில் பிழைகள் திருத்தி, அதை இயக்கி, அவுட்புட் எடுத்து, ஸ்கிரீன்சாட்ஸ் போட்டு, ப்ராஜக்ட்டுக்கான ரிபோர்ட் எழுதுவதற்கு சுருக்கமான பாயிண்ட்ஸ் குறித்து, அனைத்தையும் ஒரு ஃபோல்டரில் போட்டு ஜிப் செய்து நித்யாவுக்கு மெயில் தட்டிவிட்டான். தூக்கம் வரவில்லை என்றாலும் உடல் முழுவதும் அசதியாக இருந்தது. சரி, கொஞ்ச நேரம் தூங்கலாம் என்று அலைபேசியைத் தேடி எடுத்து மணி பார்த்தான். காலை எட்டரை மணி ஆகியிருந்தது.

அப்பாடா என்று அலைபேசியைத் தூக்கிப் போட்டுவிட்டு, கட்டிலில் கண்ணயர்ந்தான். நித்யாவை அவன் முதன்முதலாகக் கணினி மையத்தில் பார்த்த தினம் அவன் நினைவுகளில் பசுமையாய் நிழலாடியது. அவனது உதட்டோரம் புன்னகை பூத்தது.

★★★

10: வளாகத் தேர்வு

தன் வலியை மிகையாக்கி சூதாடுபவன் மிகுந்த இழப்பை அடைவானென்பது சூதன் மொழி

இரவில் நேரத்திற்குப் படுக்கைக்குச் சென்றிருந்தாலும், சுயோதனுக்குத் தூக்கம் பிடிபடவில்லை. வழக்கமான நேரத்திற்கு முன்பே எழுந்து அச்சு எடுத்து வைத்திருந்த ரெஸ்யூமேவை மீண்டும் ஒருமுறை முழுமையாக வாசித்தான். தனது தனித்தன்மை மற்றும் சிறப்பு செயல்திட்டங்கள் என்று அதில் குறிப்பிட்டு இருந்த விஷயங்கள் குறித்துக் கேள்விகள் கேட்டால், எப்படி பதில் சொல்ல வேண்டும் என்று ஒருமுறை வாய்விட்டுப் பேசிப் பார்த்து ஒத்திகை செய்து கொண்டான். குளித்து முடித்து கல்லூரிக்குச் செல்லத் தயாராகி இருந்தபோது, அவனுக்குள் புதிய உற்சாகம் பிறந்திருந்தது. அம்மாவிடம் விடைபெற்றுக்கொண்டு, தனது டி.வி. எஸ். எக்ஸ்.எல் வண்டியை எடுத்துக்கொண்டான்.

நித்யா வாங்கி அனுப்பியிருந்த புதிய ஃபார்மல் பேண்ட் சர்ட் சுயோதனுக்குக் கச்சிதமாகப் பொருந்தி இருந்தது. வண்டியில் செல்லும்போது தனது இதயத்தின் படபடப்பை அவனால் உணர முடிந்தது. வாழ்வின் அடுத்த கட்டத்திற்குள் நுழைவதற்கான மிக எளிதான வழி இந்த வளாகத் தேர்வு என்பதனை அவன் நன்கு அறிந்திருந்தான். நேர விரயம், அலைச்சல், செலவு, கால

தாமதம் என்று எந்தவிதத் தடைக்கற்களும் இல்லாமல் படித்து முடிக்குமுன்பே தங்கத் தட்டில் மடியில் வந்து விழும் வாய்ப்பு, வளாகத் தேர்வில் கிடைக்கும் வேலை. கல்லூரி துவங்கி வெறும் இரண்டு செட் மாணவர்கள் மட்டுமே படித்து முடித்து வெளியேறி இருக்கும், பெரிய வசதிகளற்ற போடி போன்ற சிறு நகரத்தில் அமைந்திருக்கும் தங்கள் கல்லூரிக்கு ஒரு பன்னாட்டு நிறுவனம் மாணவர்களைத் தேர்வு செய்ய வந்திருப்பது மிகப் பெரிய விஷயம். இந்த வாய்ப்பை எப்படியும் தன் வாழ்வுக்கான திறவுகோலாக மாற்ற வேண்டும் என்பதில் முனைப்பாக இருந்தான் சுயோதன்.

கடந்த ஒரு வாரமாக ரெஸ்யூமே தயாரிப்பதில் மாணவர்கள் ஆர்வமாக ஈடுபட்டிருந்தனர். விடுதியில் தங்கியிருந்த மாணவர்கள் பலரின் ரெஸ்யூமேவும் அச்சுக்கோர்த்தது போல ஒரே வார்ப்பில் இருந்தன. எல்லோரும் ஒருவரின் ரெஸ்யூமேயில் இருந்தே படி எடுத்திருந்தனர். சுயோதனுக்கு அவற்றில் இருந்து தன்னுடையதை வேறுபடுத்திக் காட்ட வேண்டும் என்று தோன்றியது. நித்யாவிடம் இதுபற்றி மூன்று நாட்களுக்கு முன் சுயோதன் அலைபேசியில் பேசிக்கொண்டிருந்தபோது, பெருநகரங்களில் பன்னாட்டு நிறுவனங்களில் பணியாற்ற விரும்பும் அவனது கனவிற்குத் துணைநின்று ஊக்கப்படுத்தினாள். அதோடு நில்லாமல், அவள் அடுத்த இரண்டு நாட்களில், வளாகத் தேர்வு செய்ய வரும் நிறுவனம் பணியாற்றும் தொழில்நுட்பத்தில் ஒரு சிறிய மாணவர் ப்ராஜெக்ட்டையும் தனக்குத் தெரிந்தவர் மூலம், இவனுக்காக ஏற்பாடு செய்து அனுப்பி வைத்திருந்தாள். சுயோதன் இரண்டு நாட்களாக அந்தப் ப்ராஜெக்ட்டின் நிரல்களை இயக்கி ஓரளவு பயிற்சி பெற்றிருந்தான்.

முதல் நாள் இரவு, பிரவுஸிங் சென்டர் சென்று, நித்யா அனுப்பி இருந்த செயல்திட்டத்தைத் தான் செய்தது போல இணைத்து, தனது ரெஸ்யூமேவை வடிவமைத்தான். அதோடு இன்று வளாகத் தேர்வுக்காக வருகின்ற நிறுவனம் ஏற்றிருக்கும் தற்போதைய செயல்திட்டங்கள், அவர்கள் பணியாற்றுகின்ற தொழில்நுட்பங்கள், அவர்களின் எதிர்கால இலக்கு, அடுத்த பத்தாண்டுகளுக்கான வளர்ச்சித் திட்டங்கள் குறித்து இணையத்தில் தரவுகள் பார்த்துத் தெரிந்துகொண்டான். தான் செய்திருக்கும் ப்ராஜெக்ட்டின் சிறப்பு அம்சங்கள், அது எவ்வாறு அந்த நிறுவனத்தின் செயல்திட்டங்களோடு ஒத்துப் போகிறது,

வாய்ப்புக் கிடைத்தால் தான் எவ்வாறு அந்த நிறுவனத்திற்குப் பயனுள்ளவனாக இருப்பான் என்று பல விஷயங்களைக் கோர்வையாக மனதிற்குள் அடுக்கி வைத்தபடியே இருந்தான். வளாகத் தேர்வின் நுழைவுச் சீட்டு அவன் தயார் செய்திருக்கும் ரெஸ்யூமே என்றால், தேர்வாளர்களைக் கவர்ந்து, பணியாணை பெறப் போவதற்கான துருப்புச் சீட்டு நித்யா அனுப்பி இருந்த அந்த ப்ராஜெக்ட்தான் என்பது சுயோதனுக்கு நன்றாகப் புரிந்தது.

வண்டியில் சென்றுகொண்டிருக்கும்போதே, மனதுக்குள் மீண்டுமொரு முறை அந்த ப்ராஜெக்ட் விளக்கத்தைச் சொல்லிப் பார்த்துக் கொண்டான். அவன் கல்லூரிக்கு வந்து சேர்ந்தபோது, அட்மின் ப்ளாக்கில் இருந்த புதிய கூட்ட அரங்கம், வளாகத் தேர்வுக்கு முழுமையாகத் தயாராகி இருந்தது. அரங்கம் மாணவர்களின் எதிர்காலத்தை நிர்ணயிக்கும் களமாக மாறியிருந்தது. நூறு கனவுகள், நூறு எதிர்பார்ப்புகள் அதில் சிலரின் எதிர்காலக் கனவுகள் மிகச் சுலபமாக ஒரே நாளில் நிறைவேறப்போவதற்கான அறிகுறிகள் அங்கே தென்பட்டன.

சுயோதனின் நெருங்கிய நண்பர்கள் வட்டத்தில் அவன் மட்டுமே எழுபது சதவீத மதிப்பெண்கள் வைத்திருந்ததால், அவன் மட்டுமே வளாகத் தேர்வில் கலந்துகொள்ளத் தேர்வு செய்யப்பட்டிருந்தான். முதல் கட்ட அறிமுக உரையைத் தொடர்ந்து, தேர்வு தொடங்கியது. முதல் சுற்றுக் கணிதத் தேர்வில் கலந்துகொண்ட நூறு பேர்களில் ஐம்பது பேர் வெளியேறினார்கள், சுயோதன் சுலபமாக அடுத்த சுற்றுக்கு முன்னேறினான்.

அடுத்தது குழு விவாதம், முதல் சுற்றில் தேர்வாகியிருந்த ஐம்பது மாணவர்களை ஐந்து பிரிவுகளாகப் பிரித்து, ஒவ்வொரு பிரிவுக்கும் ஒரு தலைப்பு கொடுத்து அது குறித்து ஆங்கிலத்தில் விவாதிக்க வைத்தார்கள். சுயோதனுக்கு நல்ல பேச்சு வளம் இருந்தது, ஆனால் அவனுக்கு வந்த தலைப்பான, “நீங்கள் மேற்கொண்ட நாட்டுநலப் பணித் திட்டங்கள்” குறித்து அவனுக்குப் பெரிதாக எந்தக் கருத்துகளும் இல்லை. அவன் செய்த ஒரே நாட்டு நலப்பணித் திட்டம் என்பது முதலாம் ஆண்டில் தங்கள் ஊரில் மேற்கொண்ட மதுவிலக்குப் பிரச்சார என்.எஸ்.எஸ். கேம்ப் மட்டுமே. தலைப்பைக் கேட்டதும் அவனுக்கு தான் முதன்முதலில் நித்யாவை அங்கே சந்தித்ததும், அன்றிலிருந்து தனது மானசீக வாழ்க்கைத் துணையாக அவள் தன்னுடன்

பயணிப்பதுமே நினைவுக்கு வந்தது. ஆனால் இதையெல்லாம் விவாதத்தில் சொல்ல முடியாதே! விவாதத்தில் முதல் இரண்டு முறை அவனுக்கான வாய்ப்புகள் வந்த போது அவன் எதுவும் பேசவில்லை. பிறகு சடுதியில் சுதாரித்துக் கொண்டு, நித்யா தனது சமூகப் பணி படிப்பில் செய்த கள ஆய்வு, செயல்திட்டங்கள், அரசு சாரா தன்னார்வல நிறுவனங்களுடன் சேர்ந்து செய்த பணிகள் ஆகியவை பற்றி அவள் கூறியிருந்தவற்றைக் கலவையாகச் சேர்த்து, தான் செய்த பணிகள் போல கோர்வையாகப் பேசினான். தேர்வாளர்கள் அந்தச் சுற்றில், மாணவர்கள் பேசிய கருத்துகளுக்குள் ஆழப் புகுந்து இடைமறிக்காமல், தாங்கள் சொல்ல வரும் விஷயங்களை எவ்வாறு நிதானமாகவும் தெளிவாகவும் ஆங்கிலத்தில் வெளிப்படுத்தினர் என்பதில் மட்டுமே கவனம் செலுத்தியதால், சுயோதனும் அந்தச் சுற்றில் தேர்வு பெற்று அடுத்த நிலைக்குத் தகுதி பெற்றான். இறுதிக்கட்ட நேர்முகத் தேர்வுக்கு பத்து மாணவர்கள் அழைக்கப்பட்டனர்.

சுயோதனின் முறை வந்தது. நேர்காணல் அறைக்குள் சென்றான். அவனது முகத்தில் தெரிந்த பதற்றத்தை அவனாலேயே உணர முடிந்தது. இயல்பாக இருக்க முயன்றான். தேர்வாளர்களுக்கு வணக்கம் செலுத்திவிட்டு, அவர்கள் அமரச் சொன்னதும், எதிரில் இருந்த நாற்காலியில் அமர்ந்தான். அறையின் கனத்த மௌனம் அவன் காதுகளில் பட்டு எதிரொலித்தது. அவனைப் பற்றிய சுய அறிமுகத்தைக் கூறச் சொன்னார்கள். பேசத் துவங்கியதும் அது வரை காத்திருப்பில் இருந்தபோது இருந்த மொத்த தயக்கமும் விலகி அவன் இயல்பு நிலைக்கு வந்தான், சகஜமாகப் பேசத் துவங்கினான். அறிமுகத்தின் போதே, அவர்கள் நிறுவனம் பணியாற்றும் தொழில்நுட்பம் பற்றியும் அதில் தனக்கு இருக்கும் பரிச்சயம் பற்றியும் கோடிட்டுக் காட்ட அவன் தவறவில்லை. தேர்வாளர்கள் ஆர்வமாக அவனைக் கவனிக்கத் துவங்கினார்கள்.

தேர்வாளர்களில் ஒருவர் சுயோதன் கொடுத்த ரெஸ்யூமேவையும், பருவம் வாரியான மதிப்பெண் சான்றிதழ்களையும் பார்த்துக் கொண்டிருந்தார். அதுவரை வந்த மாணவர்கள் எல்லோரும் ஒரே வார்ப்பில் செய்ததைப் போன்ற சுயவிவரக் குறிப்புகளைக் கொடுத்தபோது, சுயோதனின் ரெஸ்யூமே மட்டும் தனித்துவமாக இருந்தது அவரது கவனத்தைக் கவர்ந்தது. அதிலும் தங்கள் நிறுவனத்தின் மென்பொருளுக்குத் தொடர்புடைய ரேண்டம்

நம்பர் ஜெனரேட்டரை வைத்து அவன் மாணவர் செயல்திட்டம் ஒன்றைச் செய்திருப்பதைக் கண்டு ஆச்சரியப்பட்டார். அதுபற்றி சுயோதனிடம் விளக்கச் சொன்னார். சுயோதன் தெளிவான ஆங்கிலத்தில் அதன் சுருக்க வரைவை விளக்கினான். அவன் பேசியது குறித்து அவனுக்கே நிறைவாக இருந்தது. மனதிற்குள் “சபாஷ்” சொல்லிக்கொண்டான்.

சுயோதனின் மதிப்பெண் சான்றிதழ்களைப் பார்த்துக் கொண்டிருந்தவர், “என்ன சுயோதன், எல்லா பாடத்திலும் முதன் முறையில் தேர்வு பெற்றிருக்கிறீர்கள். ஏன் ஐந்தாம் பருவத்தில் ‘ப்ராபபிலிட்டி தியரி அண்ட் ஸ்டாடிஸ்டிக்ஸ்’ மட்டும் அரியர் விழுந்தது?” என்று கேட்டார்.

தேர்வு அன்று தான் ஹாஸ்டலில் தூங்கிவிட்டதாகச் சொல்ல வாய் வரை வந்த உண்மையை விழுங்கிவிட்டு, “அந்தத் தேர்வின் போது உடல்நிலை சரியாக இல்லை, சார். அதனால் நடப்புப் பருவத்தில் எழுத முடியாமல் போய்விட்டது. ஆனால் அடுத்த பருவத்திலேயே அதில் தேர்வாகிவிட்டேன்” என்றான்.

அவனது பதிலில் திருப்தியடையாதவராக அவர் அடுத்த கேள்வியைக் கேட்டார், “இருந்தும் அடுத்த பருவத்திலும் குறைந்தபட்ச மதிப்பெண்களுடன்தான் அந்தப் பாடத்தில் தேர்வாகி இருக்கிறீர்கள். சொல்லப்போனால் இதுவரை நீங்கள் உங்கள் தேர்வுகளில் எடுத்த ஆகக் குறைந்த மதிப்பெண் அதுவே. நிகழ்தகவு கணக்குகள் என்றால் உங்களுக்கு ஆகாதா?”

சுயோதன் சொன்ன சமாதானங்கள் அவருக்கு நிறைவளித்தது போன்று தோன்றவில்லை. அவன் தன் பிடி நழுவிக் கொண்டிருப்பதை உணர்ந்தான். அதை நிலைநிறுத்தக் கொஞ்சம் உரக்கத் தன் தரப்பில் இருந்த நேர்மறை விஷயங்களைக் கூறினான். அது அவனுக்கு இன்னும் பின்னடைவையே ஏற்படுத்தின. அதுவரை அன்றைய நாளின் துவக்கத்தில் இருந்து படிப்படியாக அவன் கட்டிவைத்திருந்த கோட்டை மெல்லச் சரியத் துவங்கியது. இறுதியில் சமாதான உடன்படிக்கையாக அவன் மெல்லிய குரலில் தனது தவறுகளில் இருந்து தான் எப்போதும் திருத்திக் கொள்ளத் தயாராக இருப்பவன் என்ற பிம்பத்தை அவர்கள் மனதில் பதிய வைக்கும் முயற்சியில் ஈடுபட்டான். அது சற்று அவனுக்குப் பலனளிப்பது போலத் தோன்றியது. இறுதியாக

வணக்கம் செலுத்திவிட்டு, போர்க்களத்தில் அன்றைய போரை முடித்துவிட்டுத் திரும்பும் சோர்வுற்ற வீரனைப் போல நேர்காணல் அறையில் இருந்து வந்தான்.

மாலை ஆறு மணிக்கு மேலாகியது. மலையடிவாரத்தில் தனித்திருந்த அந்தக் கல்லூரிக் கட்டடங்களை இருள் சூழத் துவங்க, சொற்பமான மாணவர்கள் மட்டும் கூட்ட அரங்கிற்கு வெளியே காத்திருந்தனர். சுயோதனுக்குத் தெளிவான மனநிலை இல்லை. நேர்காணல் அறையை விட்டு வெளியே வரும்போது, தேர்வாளர்களின் முகக் குறிப்புகளில் இருந்து அவனால் எதையும் யூகிக்க முடியவில்லை. அவனைச் சுற்றி நண்பர்கள் அரட்டை அடித்துக் கொண்டு அவனை ஓட்டிக் கொண்டிருந்தாலும், எதிலும் அவன் மனம் நிலைக்கவில்லை. தேர்வாளர்கள் வருகைக்காக அவன் அரங்க வாயிலையே பார்த்துக்கொண்டிருந்தான்.

தேர்வாளர்களின் பிரதிநிதி, அரங்கிற்கு வெளியே வந்து, இறுதித் தேர்வுப் பட்டியலில் இருந்த மாணவர்களின் பெயர்களை வாசிக்கத் துவங்கினார்.

ஒன்று... இரண்டு... மூன்று... இறுதியாக நான்கு.... சுயோதன் பெயர் இடம் பெறவில்லை.

அவன் எதுவும் பேசாமல் வண்டியை எடுத்துக்கொண்டு வீட்டிற்குக் கிளம்பினான். நெடுஞ்சாலையில் வரும் வழியெங்கும் சொல்லவொண்ணா வெறுமை அவனைச் சூழ்ந்தது. மனதையும், மூளையையும் சூன்யம் ஆக்கிரமிக்க ஒரு நொடி, ஓரே நொடி எதிரில் வருகின்ற லாரியில் தன் வண்டியை விட்டால் தலையை வெடிக்க வைக்கும் இந்த அழுத்தத்தில் இருந்து விடுதலை கிடைக்குமென்று தோன்றியது. அவனையுமறியாமல் ஆக்ஸிலேட்டரை வேகமாக முடுக்கினான்.

★★★

11: ஊழியின் சுழல்

வெல்லும் வரை விளையாடுவேன் என்பவன் எல்லாவற்றையும் இழந்து நிற்பானென்பது சூதன் மொழி

விருதுநகர் கோட்டை மாரியம்மன் கோவிலுக்குப் பின்னுள்ள மூன்றாவது குறுக்குச் சந்தின் கடைசியில் அமைந்திருந்தது தனஞ்செயனின் ப்ராஜெக்ட் செண்டர். கட்டடத்தின் இரண்டாவது தளத்திலிருந்த ஒற்றைப் படுக்கையறை கொண்ட வீட்டின் நுழைவாயிலில் "வெல்கம் சொல்யூஷன்ஸ்" என்று மூன்றுக்கு ஒன்றரை அளவிலான ஃப்ளக்ஸ் போர்டு மாட்டப்பட்டிருந்தது. முகப்பில் இருந்த சிறிய ஹாலில் மாணவர்கள் பயிற்சி செய்வதற்காக நான்கு கணினிகள் வரிசையாக வைக்கப்பட்டிருக்க, உள்ளேயிருந்த சிறிய சமையலறை தனஞ்செயனின் அலுவலகமாகச் செயல்பட்டது. பக்கவாட்டில் இருந்த படுக்கையறையின் எதிர்ச் சுவரில் பெரிய ஒயிட் போர்டு மாட்டப்பட்டிருந்தது. உள்ளே இருந்த ஐந்தாறு ப்ளாஸ்டிக் நாற்காலிகளில் மாணவர்கள் அமர்ந்திருக்க, அவர்களுக்கு நடுவில் மற்றொரு நாற்காலியில் தனஞ்செயன் அமர்ந்து அவர்களின் ப்ராஜெக்ட்டை விளக்கிக் கொண்டிருந்தான். அவனது அலைபேசி அடித்தது. சைலண்ட்டில் போட்டு விட்டு, ப்ராஜக்டிற்குத் தெளிவான விளக்கம் கொடுத்து, கல்லூரியில் டெமோ காண்பிக்கும் போது என்னென்ன கேள்விகள் கேட்பார்கள், அதற்கு எப்படி பதில் அளிக்க

வேண்டும் என்று விரிவாக எடுத்துக் கூறி வகுப்பை முடித்தான். மாணவர்கள் பிராஜக்ட் அவுட்புட்டிலும், அவன் கொடுத்த விளக்கத்திலும் திருப்தியுற்றார்கள். பிராஜக்ட்டிற்கான இறுதித் தொகை நான்காயிரத்தைக் கொடுக்கவும், உள்ளறைக்குச் சென்று ரசீதுப் புத்தகத்தை எடுத்துவந்து, வாங்கிய பணத்திற்கு ரசீது போட்டுக்கொடுத்த பின், பிராஜகட்டிற்கான நிரலை அவர்களின் மடிக்கணினியில் ஏற்றி அதிலும் ஒரு முறை இயக்கி, அவுட்புட் காட்டினான். அவர்கள் வேறு சந்தேகம் என்றால் அலைபேசியில் அழைக்கலாமா என்று கேட்டார்கள். அவன் வழக்கம் போல், "நான் ஏதாவது வேலைல இருந்தா, போன் எடுக்க மாட்டேன்பா. எதா இருந்தாலும் மெயில் அனுப்புங்க. அந்த நாளுக்குள்ள கண்டிப்பா பதில் வந்துரும். ரொம்ப அவசரம்னா மட்டும் வாட்ஸப் செய்தி அனுப்புங்க" என்று கூறி அவர்களை அனுப்பி வைத்தான்.

அவன் செண்டரை மூடிவிட்டுக் கிளம்பும்போது மீண்டும் அதே எண்ணிலிருந்து அழைப்பு வந்தது. தனா எடுத்துப் பேசினான்.

"ஹலோ, சொல்லுங்க!"

"வணக்கம் தம்பி, மருத்துவத்துறைல இருந்து பேசுறோம். இங்க விருதுநகர் ஜி.ஹெச்.ல கணினி மயமாக்குறது தொடர்பா நிறைய வேலைகள் இருக்கு. அது சம்பந்தமா உங்களுக்குக் கொஞ்சம் வாய்ப்புகள் கொடுக்கலாம்னு பார்த்தேன். நீங்க என்னடான்னா ஃபோனையே எடுக்க மாட்றீங்க?"

"இல்ல சார், வேற ஒரு வேலையா இருந்தேன். சொல்லுங்க சார் என்ன செய்யணும்?"

"நாளை காலை நேர்ல வாங்க பேசலாம்."

"கண்டிப்பா சார். ஜி.ஹெச்.ல தானே உங்க அலுவலகம் இயங்குது. அங்கே வந்து யாரைப் பார்க்கணும்?"

"இல்ல, நாளை காலை பதினொரு மணிக்கு ராயல் ரெசிடென்சி ஹோட்டல் வந்துட்டு இந்த நம்பருக்குக் கூப்பிடுங்க."

"ஹோட்டலா... ஓகே சார்"

பேசிவிட்டு யோசனையுடன் போனை வைத்தான் தனா. சரி காலை சென்று என்னவென்று பார்த்துக்கொள்ளலாம் என்று நாளை

மாலை டெமோ காட்டவேண்டிய மற்றொரு ப்ராஜக்டிற்குள் மூழ்கினான்.

மறுநாள் காலை பத்தே முக்கால் மணிக்கு, விருதுநகர் பஸ் ஸ்டாண்டிலிருந்து இரண்டு கிலோமீட்டர் தள்ளி சிவகாசி ரோட்டில் இருந்த ராயல் ரெசிடென்சி ஹோட்டலுக்கு வந்து சேர்ந்தான் தனஞ்செயன். நேற்று மாலை கொடுத்த எண்ணுக்கு அழைத்தான். அழைப்பின் மறுமுனையில் இருந்தவர், "தம்பி வந்தாச்சா? இரண்டாவது மாடி ரூம் 201ல இருக்கோம். வாங்க" என்றார்.

ஹோட்டலின் லிஃப்ட் பழுதாகியிருந்ததால், படிக்கட்டுகளில் ஏறிப் போனான். இரண்டாம் மாடியில் 201 ரூமைத் தேடிக் கொண்டிருந்தபோது, எதிர்ப்புறம் கடைசி அறையில் இருந்து வெளியே வந்தவர், "இங்க வாங்க தம்பி!" என்றார். தனா அந்த அறைக்குச் சென்றான்.

ஐம்பதுகளின் நடுப்பகுதியில் ஒருவரும், நாற்பதுகளின் துவக்கத்தில் ஒருவருமாக இருவர் அங்கே அமர்ந்திருந்தார்கள். சற்று குண்டாக இருந்த பெரியவர், வெள்ளை சர்ட்டும் கறுப்பு பேண்ட்டும் அணிந்து, கழுத்தில் தங்கச் சங்கிலி அணிந்திருந்தார். மற்றவர் மெலிந்த தோற்றத்துடன், சாம்பல் நிற சர்ட்டும் பழுப்பு நிற பேண்ட்டும் அணிந்திருந்தார்.

"வாங்க தம்பி, உக்காருங்க" என்று குண்டாக இருந்தவர் தங்களை அறிமுகப்படுத்திக் கொண்டார், "நான் மாணிக்கம், மருத்துவத் துறைல டி-4 ஆஃபிசரா இருக்கேன். இவர் நம்ம ப்ரண்டு ராஜேஷ் சார். நீங்க தனஞ்செயன் தானே?"

"ஆமாம் சார்" என்றான் தனா.

"காபி சாப்பிடலாமா?" மாணிக்கம் கேட்டார்.

"இல்ல சார், பரவால்ல... என்ன ப்ராஜெக்ட் விஷயம்னு தெரிஞ்சுக்கலாமா சார்?"

ராஜேஷ் தன் கைப்பையிலிருந்து ஒரு கோப்பை எடுத்தார். "நாங்க விருதுநகர் அரசு மருத்துவமனைல பெரிய ப்ராஜெக்ட் ஒண்ணு பண்ணப் போறோம். அதுல கொஞ்சம் சாஃப்ட்வேர் பார்ட் இருக்கு, அதுக்கு மாணிக்கம் சார் உங்களை ரெஃபர் பண்ணார்."

“என்ன மாதிரியான வேலை சார்?”

ராஜேஷ் தொடர்ந்தார் “மருத்துவமனைல மருந்து கொள்முதல் முதல் விநியோகம் வரைக்கும் எல்லாத்தையும் கணினி மூலமா கட்டுப்படுத்துறதுக்கு ஒரு கம்ப்ளீட் பேக்கேஜ் வேணும். அதோட சேர்த்து, நோயாளிகளோட ரிகார்ட், பில்லிங், லேப் டெஸ்ட் எல்லாமே டிஜிட்டல் ஆக்கணும்.”

தனாவின் கண்கள் கூர்மையாகின. இது அவன் எதிர்பார்த்த வகையான பெரிய ப்ராஜெக்ட்தான். “ஹெல்த்கேர் மேனேஜ்மெண்ட் சிஸ்டம்.”

“சரியாச் சொன்னீங்க தம்பி” மாணிக்கம் சிரித்தார். ”ராஜேஷ் சாருக்குக் கொஞ்சம் காண்டாக்ட்ஸ் இருக்கு. அது மூலமா இந்த ஒட்டுமொத்த ப்ராஜெக்ட் அவருக்குக் கிடைச்சிருக்கு. அதுல ஒரு பார்ட் நீங்க பண்ண வேண்டி இருக்கு. நீங்க சாருக்கு வொர்க் பண்ணிக் கொடுத்தா போதும். மருத்துவமனைல பேமெண்ட் ப்ராசசிங் தலைவலி எல்லாம் அவர் பார்த்துக்குவார்.”

தனா கொஞ்சம் யோசித்தான். மாணிக்கம் தொடர்ந்தார்.

“இந்த ஒட்டுமொத்த ப்ராஜெக்ட்ல மென்பொருள் மட்டும் நீங்க டெவலப் பண்ணிக் கொடுத்தா போதும். ஹார்டுவேர், பி.சி. பர்சேஸ், இன்ஸ்டலேஷன், ஏ.எம்.சி, ட்ரெயினிங் எல்லாம் சார் அவர் நிறுவனம் மூலமாப் பார்த்துக்குவார்.”

தனாவுக்கு அது சிறிய வேலை என்ற அளவில் கொஞ்சம் ஏமாற்றமாக இருந்தது. ஆனால் மருத்துவத்துறையில் தனக்குக் கிடைத்திருக்கும் முதல் வேலை இது. இதனைச் சிறப்பாகச் செய்து முடித்தால், அடுத்தடுத்த நல்ல வாய்ப்புகள் வரும் என்ற நம்பிக்கை கொண்டான்.

ராஜேஷ் கோப்பிலிருந்து ஒரு காகிதத்தை எடுத்துக் காட்டினார். அதில் சிறிய பட்ஜட் அட்டவணை இருந்தது. இறுதியில் தொகை ஒண்ணரை லட்சம் ரூபாய். காலக்கெடு மூன்று மாதங்கள் என்று குறிப்பிடப்பட்டிருந்தது.

தொகையாக அது பெரிய ரூபாய்தான். ஆனால் சாஃப்ட்வேரின் ஆழ அகலங்களை ஆராயாமல் அவனால் ஒரு முடிவுக்கு வர முடியவில்லை.

“சார், தொகை இருக்கட்டும். அதுக்கு முன்னாடி சாஃப்ட்வேரோட சரியான தேவையளவை முடிவு செய்துக்குவோம். அதைப் பொறுத்து எவ்வளவு நாட்களாகும், என்னால பண்ண முடியுமா என்று பார்த்துக்குறேன். அதுக்கப்புறம் நாம வொர்க்கை கன்ஃபார்ம் பண்ணலாம்.”

மாணிக்கம் அவன் தோளில் கை வைத்தார். “தம்பி, ஒண்ணும் யோசிக்காதீங்க. அதெல்லாம் உங்களால முடியுற விஷயம்தான். நம்ம அண்ணாச்சி ஸ்டோருக்கு நீங்க பண்ணின அக்கவுண்ட்ஸ் பத்தியும், அதுல உங்க தொழில் சுத்தம் பத்தியும் அண்ணாச்சி நிறையச் சொல்லி இருக்காங்க. உங்க திறமை என்ன, என்னென்ன வேலைகள் செய்துட்டு இருக்கீங்க எல்லாத்தையும் விசாரிச்சுட்டுத்தான் உங்களைக் கூப்பிட்டு இருக்கோம்.”

தனா தனது வேலைகளின் தரம் குறித்தும், அது பொதுவெளியில் நேர்மறைப் பரிந்துரைகளை வழங்குவது குறித்தும் மனதுக்குள் மகிழ்ந்தான்.

“ஓகே சார், ஆனா எனக்கு ரிக்வயர்மெண்ட் விரிவா தெரியணும்” என்றான் தனா.

ராஜேஷ் தனது “ஆர்.எஸ். இன்ஃபோடெக்” நிறுவனத்தின் விசிட்டிங் கார்டையும், அதோடு இன்னொரு தாளையும் தனாவிடம் நீட்டினார்.

அவர் கொடுத்த தாளில் மருத்துவமனைத் தேவைகள் பட்டியலிடப்பட்டிருந்தன. மருந்துப் பொருள் நிர்வாகம், நோயாளி பதிவு, கட்டணக் கணக்கீடு, மருத்துவப் பரிசோதனை நிர்வாகம், மருத்துவர் பணி நேர நிர்வாகம், அறிக்கை உருவாக்கம் போன்ற அம்சங்கள் அதில் இருந்தன. சவாலான அப்பணி தனக்கு நல்வாய்ப்பாக அமையும் என்று அவன் நம்பினான்.

ராஜேஷ், “நாளைக்குக் காலைல நம்ம ஆஃபிஸுக்கு வாங்க. டீடெயிலா ரிக்வயர்மென்ட்ஸ் பத்திப் பேசலாம்!” என்றார்.

மறுநாளில் இருந்து அடுத்த இரண்டு மாதங்களுக்கு தனா அப்பணியில் மூழ்கினான்.

முதல் தவணையாக வாங்கிய பணத்தில் மாணிக்கத்திற்குக் கொடுத்த பத்து சதவீத கமிஷன் போக மீதிப் பணம் அடுத்து வந்த திருவிழா செலவிற்குப் போதுமானதாக இருந்தது. தனா உற்சாகமாக வேலையைத் தொடர்ந்தான்.

மருத்துவமனையின் பல்வேறு செயல்பாடுகளை ஒரே சாஃப்ட்வேரில் இணைப்பது எளிதான காரியம் அல்ல. நோயாளிகள் பதிவு செய்யப்படும் முறை, அவர்களுடைய மருத்துவ வரலாறுகள், மருத்துவப் பரிசோதனை முடிவுகள், மருந்துப் பரிந்துரைகள், மருந்துக் கிடங்கிலிருந்து மருந்துகளை வெளியேற்றும் முறை, கணக்கு வைக்கும் முறை போன்ற ஒவ்வொன்றுக்கும் தனித்தனியே மாட்யூல்கள் உருவாக்க வேண்டியிருந்தது. குறிப்பாக, மருந்து வாங்குதலின் நிதிக் கணக்குகள் மிகவும் சிக்கலாக இருந்தன. வெவ்வேறு மருந்து நிறுவனங்களிலிருந்து மருந்துகள் வாங்குதல், அவற்றின் தரத்தைச் சரிபார்த்தல், நிதிக்கணக்கை ஏற்படுத்துதல், பணம் செலுத்துதல் எனப் பலவிதமான செயல்முறைகள் அதில் இருந்தன.

இரண்டு மாதங்கள் கடுமையான உழைப்புக்குப் பிறகு, தனா தன்னுடைய ஹெல்த்கேர் மேனேஜ்மென்ட் சிஸ்டத்தை நிறைவு செய்தான். அது மிகவும் விரிவான மென்பொருளாக இருந்தது. எல்லா மாட்யூல்களும் சரியாக வேலை செய்தன. டெஸ்ட் டேட்டா உருவாக்கிப் பல முறை சோதித்துப் பார்த்தான். எல்லாம் சரியாக இருந்தது.

மூன்று மாதங்கள் கால அளவு கொண்ட வேலையை, இரண்டு மாதங்களில் அவன் முடித்திருந்தான். இனி டெஸ்ட் ரன்னில் ஒரு பதினைந்து நாட்கள் ஓட்டிக் காண்பித்த பிறகு, மருத்துவமனை சர்வர்களில் அதை ஏற்றலாம் என்று அவன் நினைத்திருந்தான். அடுத்த நாள் காலை, தனா தன்னுடைய லேப்டாப்பில் முழுமையான மென்பொருளுடன், ஆர்.எஸ் இன்ஃபோ டெக் அலுவலகத்திற்குச் சென்றான்.

“வாங்க தனா. உங்க மெயில் ப்ராக்ரஸ் ரெகுலராகப் பார்த்துட்டுதான் இருக்கேன். எல்லா மாட்யுலயும் சொன்ன நேரத்துக்குள்ள முடிச்சிட்டீங்க, மகிழ்ச்சி.”

“ஆமாம் சார். எல்லா ரிக்வயர்மென்ட்ஸூம் போட்டு கொடுத்திருக்கேன். நீங்க ஒரு முறை டெமோ பார்த்துக்கலாம்.”

“இல்ல வேணாம் தம்பி. நாங்க பாத்துக்குவோம். கோட் மட்டும் கொடுத்துடுங்க.”

தனா தன்னுடைய லேப்டாப்பை எடுத்து, முழு மென்பொருளின் சோர்ஸ் கோடையும் ஒரு பென் டிரைவில் காப்பி செய்து

கொடுத்தான். ராஜேஷ் அதை வாங்கிக்கொண்டு, "உங்களுக்கான கடைசித் தவணை இந்தாங்க!" என்று ஒரு கட்டு நோட்டை நீட்டினார். தனாவின் அக்கா குழந்தை காதுகுத்து விழா செலவிற்காக அவனுக்கு அந்தப் பணம் அப்போது தேவையாக இருந்தது, மகிழ்வுடன் பெற்றுக்கொண்டு நன்றி சொன்னான்.

"சார், இதுக்கு யூசர் மேன்யுவல் எழுத வேண்டியது இருக்கு. அடுத்த வாரம் தயார் செய்து அனுப்புறேன்."

"இல்ல தம்பி, அதெல்லாம் வேணாம். நாங்க எங்க தரப்பில பார்த்துக்குவோம்."

ராஜேஷ் தன்னுடைய டேபிளிலிருந்து சில காகிதங்களை எடுத்தார். "இதுல கொஞ்சம் பேப்பர் வொர்க் ஃபார்மாலிட்டிஸ் இருக்கு. சைன் பண்ணிடுங்க."

தனா அந்தக் காகிதங்களை எடுத்துப் பார்த்தான். அவை மிகவும் சிக்கலான சட்ட மொழியில் எழுதப்பட்டிருந்தன. "இது என்ன சார்?"

ராஜேஷ் சிரித்தபடி, "கோட் ஹேண்ட் ஓவர் பண்ணுறதுக்கான நோ ஆப்ஜெக்ஷன் செர்ட்டிஃபிகேட் மாதிரி. நாளைப்பின்ன நீங்க இந்த கோடிற்கு ராயல்டி க்ளைம் பண்ணக்கூடாதுல அதுக்குத்தான்" என்றார்.

"சார், இது உங்களுக்காகப் பண்ண வொர்க் சார், நான் எதுக்கு உரிமை கொண்டாடப் போறேன்."

"சும்மா கிண்டல் பண்ணேன், இது ரெகுலர் ஃபார்மாலிட்டிதான். வீட்டுக்குப் போய்ட்டு நிதானமா படிச்சுப் பார்த்து சைன் பண்ணுங்க போதும்!"

"இதிலென்ன இருக்கு சார்" என்றவாறு தனஞ்செயன் அனைத்து பேப்பர்களிலும் வரிசையாகக் கையெழுத்திட்டுவிட்டு அங்கிருந்து கிளம்பினான். ஊழியின் சுழல் அவனைச் சுற்றி வட்டமிடத் துவங்கியது.

★★★

12: தடங்கல்

சூதில் அச்சம் கொள்பவன் அச்சத்தின் காரணமாகவே தோற்பானென்பது சூதன் மொழி

சுயோதனின் கணினி மேஜை குப்பைக் குவியலாகக் கிடந்தது. இரவு விளக்கின் மங்கலான மஞ்சள் ஒளி அறையைப் போர்த்தியிருக்க, மேஜைக்கு மேலிருந்த நீல விளக்கு அவனது மடிக்கணினியின் விசைப்பலகைக்கு வெளிச்சம் கொடுத்துக் கொண்டிருந்தது. கட்டிலில் படுத்திருந்த நித்யாவுக்குப் பாதி இரவு கடந்திருந்தது. சுயோதன் மடிக்கணினியை உற்று நோக்கியபடி அமர்ந்திருந்தான். ஆறுமாதமாக இந்தச் செயலிக்காகத் தன்னை முழுமையாக ஒப்புக்கொடுத்திருந்தான் அவன். இறுதிக்கட்டப் பிழைகளைச் சரிசெய்து மாலையே இணைய விளையாட்டு அங்காடியில் ஏற்றிச் சோதனை ஓட்டத்தைத் துவக்க வேண்டும் என்று நினைத்திருந்தான். காலை அமர்ந்தவன், தொடர்ந்து பதினெட்டு மணி நேரங்களுக்கு மேலாக அதனுடன் மல்லுக் கட்டிக்கொண்டிருந்தான். குறித்து வைத்திருந்த பிழைகள் ஒவ்வொன்றாகச் சரிசெய்து ‘செக்லிஸ்ட்டில்’ டிக் அடித்தபடியே வந்தான். ஒவ்வொரு சிறிய மாற்றத்தின் போதும், செயலியின் மையச் செயலகப் பயன்பாடு, நினைவுத் திறன், துவக்க நேரம், பயனர் அனுபவம் ஆகியவற்றைச் சோதித்துப் பார்க்க வேண்டி

இருந்தது. இரவு வேகமாகக் கரைந்துகொண்டிருந்தது. அவன் கண்கள் திரையில் உள்ள நிரல் வரிகளுக்கும், குறிப்புகள் நிரம்பிய நோட்டுப் புத்தகத்திற்கும் இடையே துள்ளிக்கொண்டிருந்தன.

சுயோதன் நாற்காலியில் அமர்ந்தபடியே காலை நீட்டி, கைகளைப் பின்னங்கழுத்துக்கு முட்டுக்கொடுத்தபடி நெட்டி முறித்தான். மின்விசிறி காற்றைச் சுழற்றிய மெல்லிய ஓசை, தொலைவில் அவ்வப்போது கேட்ட நாய்க்குரைப்புச் சத்தம் தவிர அவர்கள் தங்கியிருந்த அடுக்ககம் முழுவதும் அமைதி சூழ்ந்திருந்தது. எந்தவித சலனமும் இல்லாமல், தூங்கிக்கொண்டிருக்கும் நித்யாவைப் பார்த்தான். இவள் மட்டும் தன் வாழ்வில் வராமல் இருந்திருந்தால், தனது நிலைமை என்னவாகி இருக்கும் என்று யோசித்துப் பார்த்தான். அவன் ஒவ்வொரு முறை தேங்கி நிற்கும் போதும், அவனைக் கைப்பிடித்து அழைத்துச் செல்லும் கார்டியன் ஏஞ்சலாகவே நித்யா இருந்திருக்கிறாள். வேலை தேடி சோர்ந்துபோய், ஊருக்குத் திரும்பிவிடலாம் என்று நினைத்தபோது, அவள் கூறிய வார்த்தைகளுக்காகவே அவன் தொடர்ந்து பெங்களூரில் தங்கி இருந்தான். அவனுக்கு மேன்ஷனில் தங்கியிருந்தது வசதிப்படாமல் இருந்த போது, இந்த அடுக்ககத்தில் தனியாக வீடெடுத்துத் தங்க ஏற்பாடு செய்ததும் அவள்தான். சிறு சிறு வேலைகளில் அவன் அலைமோதிக்கொண்டிருந்தபோது, தனியாக ஃப்ரீலேன்ஸ் வேலைகள் எடுத்துச் செய்யச் சொன்னதும், அது ஒரு ஸ்டார்ட்-அப் நிறுவனமாக உருவாவதற்குக் காரணமாக இருந்தவளும் அவள்தான். அவன் திறமையின் மீது அவனை விட அவள் அதிக நம்பிக்கை கொண்டிருந்தாள். இந்தச் சிரமம் எல்லாம் இன்னும் கொஞ்ச நாள்தான் என்று சுயோதன் நினைத்துக் கொண்டான்.

இந்தச் செயலியை வெற்றிகரமாகச் சந்தையில் இறக்க இன்னும் ஒரே ஒரு நிலை பாக்கி இருக்கிறது. இணைய விளையாட்டு அங்காடியில் செயலியைத் தரவேற்றிவிட்டால் போதும், பிறகு அதன் செயல்பாடு அதன் இருப்பையும் வளர்ச்சியையும் தானே பார்த்துக்கொள்ளும். அந்த அளவு அதன் மீது அவனுக்கு நம்பிக்கை இருந்தது. தனது ஸ்டார்ட்-அப் நிறுவனத்தின் முதல் தயாரிப்பு இந்த "ஜோக்கர்" செயலி. சந்தையில் இதுவரை இருக்கும் ஆன்லைன் ரம்மி செயலிகளில் இருந்து முற்றிலும் மாறுபட்டதாகவும், விளையாடுவதற்கு மிக எளிதாகவும், பயனர்களைச் சுண்டி

இழுக்கக் கூடிய அம்சங்கள் நிறைந்ததாகவும் பார்த்துப் பார்த்து வடிவமைத்திருந்தான்.

விளையாடுபவர்கள் ஒருவரோடு ஒருவர் தொடர்புகொள்ளவும், நண்பர்களை உருவாக்கவும், குழு சேர்த்துப் போட்டிகளில் பங்கேற்கவும் வசதியான அம்சங்களை சுயோதன் தனது செயலியில் சேர்த்திருந்தான். இவை விளையாடுபவர்களுக்குத் தாங்கள் கணினியோடோ, இயந்திரத்தோடோ விளையாடுகிறோம் என்ற சந்தேகத்தைப் போக்கி, நேரடியாக நண்பர்களோடு அரட்டை அடித்தபடி விளையாடும் நிஜமான ரம்மி விளையாட்டை ஒத்து இருக்கும், அது அவர்களை வசீகரிக்கும் என்று நம்பினான். அதோடு வெவ்வேறு படிநிலைகள், ஊக்கத் தொகை, தொடர்ச்சியான நினைவூட்டல்கள் என்று இந்தச் செயலியை விட்டு நீங்கவிடாத படிக்குப் பல சிறப்பம்சங்களை இணைத்திருந்தான். தன் திறமை குறித்து அவனுக்கே பெருமையாக இருந்தது. சரியான விதத்தில் சந்தைப்படுத்தினால், எப்படியும் இந்தச் செயலி ஒரு கலக்கு கலக்கும் என்று அவன் நம்பினான்.

தன் தலைப்பிள்ளையின் பிரசவத்திற்காகக் காத்திருக்கும் இளம் தாயின் மனநிலையில் சுயோதன் அலைமோதிக்கொண்டிருந்தான். எல்லாம் நல்லபடியாக நடக்க வேண்டும் என்ற பிரார்த்தனை அவன் மனதிற்குள் ஓடிக்கொண்டே இருந்தது. சுயோதன் தூங்கிக் கொண்டிருக்கும் நித்யாவைப் பார்த்தான். கோயம்புத்தூரில் எம்.எஸ்.சி. படித்துக்கொண்டிருந்தவள் பெங்களூரில் மூன்று வார பயிற்சி வகுப்புகளுக்காக அங்கே வந்திருந்தாள். அவள் வேறெங்கும் விடுதியில் தங்காமல் அவனுடன் வந்து தங்கியிருப்பதை நினைத்த போதெல்லாம் அவனுக்குள் சிலிர்த்தது. அதுதான் நித்யா, தான் ஒன்று முடிவு செய்துவிட்டால் அதுபற்றி உலகம் என்ன நினைக்கும் என்ற கவலை அவளுக்கு எப்போதும் இல்லை. சுயோதன் அதற்கு நேர் எதிர்.

அவனுக்கு இப்போது அவள் அருகில் படுத்து அவளைக் கட்டிப்பிடித்து முத்தமிட வேண்டும் என்று தோன்றியது. வழக்கமான தயக்கம் அவனைத் தடுத்தது. இந்த விஷயத்தில் மட்டுமல்ல, எல்லாவற்றிலுமே அவள் அவனுக்கு எதிர் துருவம். அவளுக்கு வேண்டுமென்றால் எல்லாம் முழுமையாக வேண்டும், வேண்டாம் என்றால் அறவே வேண்டாம். அவனைப்

போன்று தயக்கங்களோ, தாமதங்களோ அவளுக்கு எப்போதும் இருந்ததில்லை. இந்த எதிர்நிலையினால்தான் இருவருக்கும் ஈர்ப்பு இருக்கிறது போலும் என்று சுயோதனே அவ்வப்போது நினைத்துக்கொள்வான்.

கல்லூரி இறுதியாண்டு வரை சுயோதன் மென்பொருள் துறையையோ, நிரலாக்கத்தையோ தனது வாழ்க்கைப் பாதையாக முடிவு செய்யவில்லை. படித்து முடித்த பிறகு தனது மின்னணுவியல் மற்றும் தொடர்பியல் துறை சார்ந்த வேலைகளைத் தேடலாம் என்ற அளவில் மட்டுமே யோசித்திருந்தான். முதல் வளாகத் தேர்வில் தோற்று வெளியேறிய பின்பே, மென்பொருள் துறை குறித்தும், நிரலாக்கம் குறித்தும் அவனுக்கு ஆர்வம் ஏற்பட்டது. தோற்கடிக்கப்பட்ட சீண்டலில், திமிறி எழும் மனநிலையை சுயோதன் பெற்றிருந்தான். அந்தத் தோல்வியில் அவனது நுண்ணுணர்வுகள் மீண்டும் தூண்டப்பட்டன. நேர்காணலில் தேர்வாளர்கள் கேட்ட கேள்விகளும், அதற்குத்தான் தலையும் புரியாமல் காலும் புரியாமல் தவித்த அந்த அரை மணி நேரமும் அவன் வாழ்வின் மிக நீண்ட யுகமாக மாறியிருந்தது. அந்தச் சுமையைத் தூக்கி எறியும் பொருட்டே தேர்வாளர்களின் கேள்விகளை மீண்டும் நினைவில் கொண்டு வந்து, அவற்றுக்கான பதில்களைத் தெரிந்துகொள்ள முற்பட்டான். கேள்விகளைப் புரிந்துகொள்ள, பாடத்தின் அடிப்படைவரை சென்று படிக்க வேண்டி இருந்தது. அடுத்த இரண்டு மாதங்களில் தனது துறைப் பாடத்திட்டத்தில் இல்லாத ‘தரவுக் கட்டமைப்பு’ மற்றும் ‘மென்பொருள் பொறியியல்’ இரண்டு பாடங்களையும் முழுமையாகப் படித்தபின், அவனுக்கு நிரலாக்கத்தின் சூட்சமம் புரியத் துவங்கியது. அதிலிருந்து அவனது ஆர்வத்தை மென்பொருள் துறை முழுமையாக ஆக்கிரமித்தது. இறுதியாண்டு கல்லூரிப் படிப்பை முடித்து வெளிவரும்போது அவன் வளாகத் தேர்வின் மூலம் எந்த நிறுவனத்திலும் வெற்றி பெற்றிருக்கவில்லை. ஆனால், மென்பொருள் துறையில் எப்படியும் ஒரு நிலைக்கு வந்துவிடலாம் என்ற நம்பிக்கை அவனுக்கு ஏற்பட்டு இருந்தது.

போடியில் இருந்தபடியே ஏதேனும் சிறு நிறுவனங்களில் பணி செய்யலாம் என்று நினைத்திருந்தவனை நித்யாதான் பெங்களூருக்குச் செல்லப் பணித்தாள். சுயோதன் முதலில் கல்லூரி நண்பர்களோடு சேர்ந்து மடிவாலாவில் ஒரு வீட்டை

வாடகைக்கு எடுத்துத் தங்கினான். நல்ல வேலை கிடைத்த பிறகு, தனி வீடு எடுத்து அம்மாவை அழைத்துக் கொள்ள வேண்டும் என்று நினைத்திருந்தான். கல்லூரிக் காலத்தில் முறையாக விடுதி வாசம் அனுபவித்திராதவன் ஆதலால் முதல் சில வாரங்களுக்கு அவனுக்கு மிகவும் சிரமமாக இருந்தது. ஒரு வழியாக, பெங்களூர் உணவும், நெரிசலும் பழகத் துவங்கியபிறகு, உடன் தங்கியிருந்த ஒவ்வொருவருக்காக வேலை கிடைக்கத் துவங்கியது. அவர்கள் தங்கள் வேலையிடத்துக்குத் தகுந்தவாறு வெவ்வேறு தங்குமிடங்களைத் தேர்வு செய்து கிளம்பத் துவங்கினர். சொல்லி வைத்தது போல, எல்லா நேர்காணல்களிலும் இறுதி நிலையில் வெளியே வருபவனாக இருந்தான் சுயோதன். ஒரு கட்டத்தில் அவனுடன் தங்கியிருந்த மற்ற அனைவரும் வேலை கிடைத்துச் சென்றுவிட, இறுதியில் இரட்டைப் படுக்கையறை கொண்ட அந்தப் பெரிய வீட்டில் அவன் தனித்து விடப்பட்டான். பின்பு, அதிக வாடகைச் சுமையைக் குறைக்க, அங்கிருந்து ஒரு மேன்ஷனுக்கு நகர்ந்தான். மேன்ஷனில் தனிமையும், வேலையின்மையும் சேர்ந்து அமிழ்த்த ஒரு கட்டத்தில் இந்த வேலை தேடும் படலம் எதுவும் வேண்டாம், மீண்டும் போடிக்கே சென்று அம்மாவுடன் இருந்துவிடலாம் என்று யோசித்தான். “ஒருமுறை இந்தத் தேடுதல் படலத்தில் இருந்து விலகியோடி சொந்த ஊருக்குச் சென்று சொகுசாக இருக்கப் பழகிவிட்டால், மீண்டும் இந்தப் பக்கம் எட்டியே பார்க்க மாட்டாய். வாழ்க்கை போடியிலேயே தேங்கிவிடும்” என்று நித்யா கூறிய வார்த்தைகள் அவன் மனதில் ஆழமாய்ப் பதிய, விடாப்பிடியாக பெங்களூரிலேயே தங்கியிருந்து வேலை தேடினான். படித்த மென்பொருள் அறிவு மறந்துவிடக் கூடாது என்பதற்காகத்தான் அவ்வப்போது செய்து வந்த பொருத்தமில்லாத வேலைகளுக்கு இடையிலும், தொடர்புடைய சிறு சிறு ப்ராஜெக்ட்களைச் செய்யத் துவங்கினான். இறுதியில் அதுவே தனியாக அவனுக்கென ஒரு ஸ்டார்ட்-அப் நிறுவனத்தை ஏற்படுத்தும் அளவுக்குத் தன்னம்பிக்கையையும், அனுபவத்தையும் தந்துவிட்டிருந்தது. ஆரம்பகட்ட சிறு முயற்சிகளிலும் அதற்குரிய சிறு வெற்றிப்படிகளிலும் ஏறிய சுயோதன் இந்த நள்ளிரவில் தனது அடுத்த கட்டப் பாய்ச்சலுக்கான, “ஜோக்கர்” செயலியை வடிவமைத்து முடித்திருந்தான். செயலி இணைய விளையாட்டு அங்காடியில் ஏவப்படத் தயார் நிலையில் இருந்தது.

மடிக்கணினியின் வலது பக்கக் கீழ் முனையைப் பார்த்தான். மணி மூன்று நாற்பது என்று ஒளிர்ந்துகொண்டிருந்தது. தூக்கம் அவன் கண்களைச் சுழற்றியது. நிமிர்ந்து அவனது செயலியின் முகப்புத் தோற்றத்தைப் பார்த்தான். இணையப் பயனர்களைக் கவர்ந்திழுக்கக் கூடிய பிரகாசமான வண்ணம், எளிமையான உள்நுழையும் முறை, நேர்த்தியான வரைகலை என்று தன்னை மறந்து தனது ஜோக்கரை ரசித்தான். அவனது உடலின் ஒவ்வொரு நரம்பிலும் அட்ரினலின் பாய, சடுதியில் உற்சாகமானான். நாற்காலியில் இருந்து துள்ளி எழுந்தான். அறையில் வெளிப்பக்கமாக இருந்த ஜன்னலைத் திறந்தான். குளிர்ந்த காற்று அவன் முகத்தில்பட்டு, அவனை ஆசுவாசப்படுத்தியது. ஜன்னல் வழியாகத் தொலைவில் மின்னும் நகரத்தைப் பார்த்தான். வருடத்தின் அனைத்து மாதங்களும் குளிரையும் மென்மையையும் போர்த்தியிருக்கும் இந்த நகரம், எதிர்பார்ப்புகளை, எதிர்காலத்தை, பெரிய கனவுகளைச் சுமந்து வரும் எத்தனையோ வந்தேறிகளுக்குப் புகலிடமாக இருக்கும் இந்த நகரம் தன்னையும் அதன் மடியில் ஏந்திக் கொண்டது குறித்து அவனுக்குப் பெருமையாக இருந்தது, நித்யாவுடனான தனது முழு வாழ்வும் இந்த நகரில்தான் நிகழப்போகிறது என்பதை நினைக்கவே அவனுக்கு மகிழ்ச்சியாக இருந்தது. ‘தன்யவாதகளு பெங்களூரு” என்று மனதிற்குள் சொல்லிக் கொண்டான்.

தனது மடிக்கணினிக்குத் திரும்பிய சுயோதன், “ஜோக்கர்” செயலியை கூகுள் விளையாட்டு அங்காடியில் இணைப்பதற்காகச் சமர்ப்பித்துவிட்டு நித்யா அருகில் வந்து படுத்தான். அலுக்கம் கேட்டு அவள் விழித்தாள். அவளுக்குக் கணினி குறித்தோ அவனது செயல்திட்டங்கள் குறித்தோ பெரிய அளவில் தெரியாது. ஆனால் அவன் தனது கனவினை நோக்கி முன்னேறிக் கொண்டிருக்கிறான் என்று அவனுக்கு உறுதுணையாய் இருந்தாள்.

“இன்னும் தூங்கலியா?”

“இதோ படுத்துட்டேன்.”

“ஆல் ஓகே?”

“யெஸ், அப்ஸலூட்லி!”

“குட் பாய்!” என்றவாறு அவனது பெரிய மூக்கைப் பிடித்துக் கிள்ளினாள் அவள்.

மறுநாள் காலை நித்யா பயிற்சி வகுப்புக்குக் கிளம்பும் வரை அவன் எழுந்திருக்கவில்லை. முன் மதியமாக எழுந்தவன் மடிக்கணினியை உயிர்ப்பித்தான். கூகுளில் இருந்து வந்த எச்சரிக்கை மின்னஞ்சல் அவனை உலுக்கியது: "சமூகத் தரநிலைகளை மீறிச் செயல்படும் உங்கள் செயலியை எங்கள் அங்காடியில் இணைக்க இயலாது, மன்னிக்கவும்." அவனுள் துளிர்விட்டு வளர்ந்திருந்த நம்பிக்கைச் சரடுகள் சடசடவென முறிந்தன.

★★★

13: விரிக்கப்பட்ட வலை

ஆழ்ந்த பந்தயங்களின் பள்ளத்தாக்குகள், அறிவின் மேட்டுநிலத்தை நோக்கி முன்னேறும் படைகளால் மட்டுமே தாண்டப்படும் என்பது சூதன் மொழி

மருத்துவத்துறை நிதி நிர்வாக நிரல்களை ராஜேஷிடம் ஒப்படைத்தபின், அடுத்த சில மாதங்களில் அவரிடமிருந்தோ அவர் நிறுவனம் சார்பாகவோ எந்தவோர் அழைப்பும் வரவில்லை. வழக்கமான மாணவர் ப்ராஜெக்ட்டிற்கே ஏகப்பட்ட சந்தேகங்கள், கேள்விகள் வரும். ஆனால் தொழில்முறை சார்ந்த அந்த பேக்கேஜ் தொடர்பாக எந்தவொரு தொடர்பு அழைப்பும் வராதது குறித்து தனாவிற்கு ஆச்சரியமாக இருந்தது. பிறகு அரசாங்க மருத்துவமனை தொடர்பான பணிகள் என்பதால் பலவிதமான காலதாமதங்கள் ஏற்பட வாய்ப்பிருக்கும் என்று அவன் நினைத்துக்கொண்டான். வேறு பெரிய வேலைகள் இல்லாத நிலையில், தனா மாணவர் ப்ராஜெக்ட்களில் மட்டும் கவனம் செலுத்தினான்.

ஆறு மாதங்கள் கழித்து, தனா தனது ப்ராஜெக்ட் செண்டரில் இருந்த போது, மாணிக்கத்திடமிருந்து அலைபேசி அழைப்பு வந்தது. அடுத்து ஏதேனும் புது வாய்ப்புகளாக இருக்கலாம் என்று நினைத்தவனாய் தனா உற்சாகமாய் அலைபேசியை எடுத்துப் பேசினான்.

"வணக்கம் சார், நல்லா இருக்கீங்களா?"

"இருக்கேன் தம்பி, ஒரு முக்கியமான விஷயம் சொல்லணும், அதுக்காகத்தான் கூப்பிட்டேன்."

"சொல்லுங்க சார்!"

"இங்க மருத்துவத்துறைல போட்ட பில்லிங் சாஃப்ட்வேர்ல கொஞ்சம் பிரச்சனை இருக்கும் போல, நீங்க கொஞ்சம் ஜாக்கிரதையா இருங்க!"

"சார், என்ன சொல்றீங்க... சரியா புரியல!"

"விவரமா சொல்ல முடியாது தம்பி. மருத்துகள் வாங்குற வகையில் ஏதோ கணக்குல குளறுபடி இருக்குன்னு ஆடிட்ல ஒரு கொரி வந்தது. தோண்டிப்பார்த்தா அந்த ராஜேஷ் போட்ட பேக்கேஜ்ல பெரிய ஓட்டை இருக்கு. கோடிக்கணக்குல ஸ்கேம் ஆகி இருக்கும்னு துறை ரீதியா விசாரணை போயிட்டு இருக்கு"

"உங்களுக்குத் தெரியும்ல சார், நான் என் சாஃப்ட்வேரை ராஜேஷ்ட்ட கொடுத்ததோட சரி, அதுக்கப்புறம் அவரோட எந்தத் தொடர்பும் இல்ல."

"எனக்கு அது தெரியும்பா. ஆனா இங்க உள்ள எல்லா ரெக்கார்டுலயும் உன் பெயரும் உன் கம்பெனி பெயரும் பதிவாகி இருக்கு. எனக்கு இப்போதான் தகவல் தெரிஞ்சுது. அதான் எனக்குத் தெரிஞ்சதை உங்கிட்ட சொல்றேன். நீங்க பார்த்து ஜாக்கிரதையா இருந்துக்கோங்க!"

தனாவுக்குக் கோபம் வந்தது. "என்ன சார், சம்பந்தமில்லாமப் பேசிட்டு இருக்கீங்க. எனக்கும் அவன் பண்ணதுக்கும் என்ன சம்பந்தம். நான் ஒருமுறைகூட உங்க மேனேஜ்மென்ட்ல யாரையும் சந்திச்சு, எந்த வேலையும் செஞ்சதில்லை. பிறகு எப்படி என்ன இழுத்துவிடுவீங்க!"

"தம்பி, உங்க கோபம் புரியுது. இதைப் பார்த்ததும் எனக்கும் ஆத்திரமாத்தான் வந்தது. ஆனா என் லெவல்ல எதுவும் இங்க செய்ய முடியாது. ஆனாலும் என் மனசாட்சி கேட்காம எனக்குத் தெரிஞ்ச ஒரு இன்சைடர் இன்ஃபர்மேஷன் உனக்குக் கொடுக்குறேன். அவ்ளோதான்."

தனாவுக்குத் தலையும் புரியவில்லை. காலும் புரியவில்லை.

நேராக ராஜேஷ் நடத்திவந்த “ஆர்.எஸ்.டெக்” நிறுவனம் இருந்த இடத்திற்குக் கிளம்பினான். அங்கே அந்த நிறுவனம் இருந்த எந்தச் சுவடும் இல்லாமல், வேறு கடைகள் இயங்கிக்கொண்டிருந்தன. அக்கம்பக்கம் விசாரித்த போதும், யாருக்கும் சரியான விவரங்கள் தெரியவில்லை. ராஜேஷின் அலைபேசிக்கு அழைத்தான். அது உபயோகத்தில் இல்லை என்று தகவல் வந்தது.

அங்கிருந்தபடியே மாணிக்கம் எண்ணிற்கு மீண்டும் அழைத்தான். இரண்டுமுறை அழைத்தும் அவரும் போனை எடுக்கவில்லை. அடுத்து என்ன செய்யலாம் என்று யோசித்தவனாய், வண்டியில் தனது ப்ராஜெக்ட் செண்டர் நோக்கிக் கிளம்பினான். வழியில் செல்லும் போது, மாணிக்கம் அழைத்தார்.

“சாரி தம்பி, வேற வேலையா இருந்தேன், சொல்லுங்க!”

“சார், உண்மையில் அந்த வொர்க்குக்கும் எனக்கும் எந்தச் சம்பந்தமும் இல்ல.”

“எனக்குத் தெரியும் தம்பி. முதல்ல இந்த விஷயம் வெளியே வரத் துவங்கியதும், ஏதோ சிஸ்டம் எரர்ன்னுதான் நினைச்சாங்க. பிறகு தோண்டத் தோண்ட பூதமா வருது. அந்த ராஜேஷை நெருங்கி விசாரிக்குறதுள்ள அவன் எஸ்கேப் ஆகிட்டான். ப்ரூஃப் எல்லாம் எடுத்துப் பார்த்தா, அதுல உங்க பெயரும் பதிவாகி இருக்கு. எனக்குப் பெரிய ஷாக். ஆனால் ஆஃபிஸ்ல தெரிஞ்ச மாதிரி காட்டிக்கவும் முடியல. மனசு கேக்காம உன்னைக் கூப்பிட்டேன்.”

தனாவுக்கு என்ன பதில் சொல்ல என்று தெரியவில்லை. குழப்பத்துடன் அவர் சொல்வதைக் கேட்டுக்கொண்டிருந்தான்.

“தம்பி, உன் நிலைமை எனக்குப் புரியுது. இந்த சிச்சுவேஷன்ல உனக்கு நல்லது சொல்றேன். நீ கொஞ்ச நாளைக்கு இங்கே இருக்காதே. எங்கேயாவது கண்காணாத இடத்துக்குப் போயிடு.”

தனாவுக்கு அதைக் கேட்டதும் எரிச்சலாக வந்தது.

“சார், என்ன சொல்றீங்க. நான் எதுக்கு ஓடி ஒளியணும். நான் ஒரு தப்பும் செய்யல. என்ன வந்தாலும் நான் சமாளிச்சுக்குறேன். நான் அவுங்களுக்குக் கொடுக்கும் போது எல்லா மாட்யூலும் பக்காவா செக் பண்ணிதான் கொடுத்தேன். அதுல பிழை வர வாய்ப்பே இல்ல. அவங்க அதை கஸ்டமைஸ் செய்யும் போது ஏதாவது ஃப்ராடு பண்ணா அதுக்கு நானா பொறுப்பு!”

“ஐயோ தம்பி நான் சொல்றதை நீங்க புரிஞ்சுக்க மாட்றீங்க. நீங்க இதுக்குள்ள மாட்டக் கூடாதுன்னுதான் சொல்றேன். ராஜேஷுக்குப் பெரிய இடத்து காண்டாக்ட்ஸ் நிறைய இருக்கு. அவன் இந்தப் பிரச்சனையை எப்படியும் சால்வ் பண்ணிருவான். அதுவரை நீங்க கைல சிக்காம இருக்கணும்.”

அவர் என்ன விளக்கங்கள் சொன்னாலும், ஒரு விஷயத்தைப் பாதியில் விட்டு ஓட அவன் மனம் இடம் கொடுக்கவில்லை.

“சார், நீங்க சொல்லித்தானே சார், அவருக்கு நான் வேலையே பார்த்தேன்.”

“அதுதான் தம்பி நான் பண்ண தப்பு. அந்த ராஜேஷ் இவ்ளோ பெரிய ஃப்ராடுன்னு தெரியாம கமிஷனுக்கு ஆசைப்பட்டு உங்களையும் சேர்த்து உள்ள இழுத்துவிட்டுட்டேன்.”

“என்ன ஆனாலும் பரவால்ல சார், இங்கே இருந்தே நான் பார்த்துக்குறேன்...”

“தம்பி, சொல்றது புரியலையா? நீ இங்கே இருந்தா உங்களை ரெஃபர் பண்ணேன்னு எனக்கும்தான் பிரச்னை. ஒட்டுமொத்த எம்.ஓ.யூ, அந்தக் கம்பெனி பேருலதான் சைன் ஆகியிருக்கு. கோடிங் பார்ட் உன் பெயர்ல இருக்கு. அவன் எஸ்கேப் ஆகிட்டதால, அடுத்து உன்னைத்தான் தேடி வருவாங்க. நீ இருந்தா உன்னை வந்து நோண்டுவாங்க. நீ வெளியூருக்கு வேலைக்குப் போய்ட்டேனு ரிஜிஸ்டர் பண்ணிட்டா ஆரம்ப கட்ட விசாரணைல இருந்தே உன் பெயரைத் தவிர்த்துவிடுவேன். ராஜேஷ் கம்பெனி பேருல ரிஜிஸ்டர் ஆகியிருக்கறதால அவன் டிபார்ட்மெண்ட்ல வேண்டியவங்களுக்குக் காசை அடிச்சுப் பிரச்சனை பெரிய அளவில் வராமல் பார்த்துக்குவான்!”

அவர் பேசுவது பாதி உண்மையும், பாதி பொய்யும் கலந்திருப்பது போல தனாவிற்குத் தோன்றியது. அவனால் ஒரு முடிவுக்கு வர முடியவில்லை. இந்தப் பிரச்சனையில் அவன் பெயர் வரக் கூடாது. ஆனால், அதற்காக எதற்கு வெளியூர் சென்று பதுங்கி இருக்க வேண்டுமென்று அவனுக்குப் புரியவில்லை.

“சரி, நான் யோசிக்கிறேன் சார்” என்று அவரிடம் சொல்லி அழைப்பைத் துண்டித்துவிட்டு, பைக்கை எடுத்துக்கொண்டு வீட்டிற்குக் கிளம்பினான். வழியெங்கும் அவனுக்கு இதே

யோசனையாக இருந்தது. எதற்கும், விஷயத்தைச் சொல்லி குமார் அண்ணனிடம் யோசனை கேட்கலாம் என்று நினைத்து, பாதி வழியில் வண்டியை ஓரமாக நிறுத்தி அவருக்கு அலைபேசியில் அழைத்தான். குரூப்-2 தேர்வில் தேர்வாகி, மருத்துவத்துறையில் போஸ்டிங்கில் இருந்த குமார் அண்ணன் அவன் அழைத்ததும் போனை எடுத்தார்.

"என்னடா, இந்த நேரத்துல..."

"ஒண்ணுமில்லண்ணே, ஒரு சின்ன பிரச்சனை...." என்று நடந்தவற்றைச் சுருக்கமாகக் கூறினான்.

"சரி, டிபார்ட்மெண்ட்ல என்னன்னு விசாரிச்சுட்டு காலைல உனக்கு போன் பண்றேன். நீ போய் நிம்மதியாத் தூங்கு!" என்று அவர் அலைபேசியை வைத்தார்.

அவன் வீடு சென்று சேர்வதற்குள் குமார் அண்ணனிடமிருந்து மீண்டும் அலைபேசி அழைப்பு வந்தது."டேய், மேட்டர் கொஞ்சம் சீரியஸாத்தான்டா இருக்கு. கோடிங் கொடுக்கும்போது, இதுல ஏதாவது பிழை வந்தா நானே பொறுப்புன்னு நீ மருத்துவத் துறைக்கு ஏதாவது அக்ரிமெண்ட் சைன் பண்ணிக் கொடுத்தியா?"

"இல்லண்ணே, நான் டிபார்ட்மெண்ட்டுக்குப் போனதே இல்ல. மாணிக்கம் மூலமா நான் ஏற்கனவே ஸ்டூடண்ட் ப்ராஜெக்ட்டுக்காக செஞ்சு வச்சிருந்த ஒரு கோடிங்கை மேம்படுத்திக் கேட்டாங்க. அதை அவங்களுக்கு ஏத்த மாதிரி மாத்திக் கொடுத்தேன். அதை மருத்துவத் துறைல இன்ஸ்டால் செஞ்சது, இந்த ஆறு மாசமா பராமரிச்சது எல்லாமே ராஜேஷோட ஆர்.எஸ்.டெக். கம்பெனி தாண்ணே."

"இல்லடா, கோடிங் பேக்கேஜ் உன் பெயர்லதான் ரிஜிஸ்டர் பண்ணியிருக்கு. அவங்க வெறும் ஹார்ட்வேர் ஏ.எம்.சி.தான் எடுத்த மாதிரி காட்டியிருக்காங்க. இப்போ அந்த சாஃப்ட்வேர் பேக்கேஜ் மூலம், வருவாய் இழப்பு மட்டுமல்ல ஃப்ராடு செஞ்சு பத்து கோடிக்கு மேல அரசுக்கு வர வேண்டிய பணத்தை தனியா வேற அக்கவுண்ட்டுக்கு டைவர்ட் பண்ண ஃபோர்ஜரி கேஸ் ரிஜிஸ்டர் பண்ணப் போறானுக. அதுல உன்னைத்தான் ஃபிக்ஸ் பண்ண முயற்சி பண்றாங்க."

“என்னன்னே சொல்றீங்க. இதுக்கும் எனக்கும் எந்த சம்பந்தமும் இல்லண்ணே.”

“எனக்குத் தெரியாதாடா! ஆனால் அப்படித்தான் விஷயத்தை ஃப்ரேம் பண்ணிருக்காங்க.”

“மாணிக்கம்தான் அந்தக் கம்பெனியை என்கிட்ட கொண்டு வந்தது. அந்த ஆள் செவுளில் நாலு இறுக்கு இறுக்கினா உண்மையை எல்லாம் கக்கிருவான்.”

“கொஞ்சம் பொறுமையா இருடா. அந்தாளும் இதில் உடந்தைனா உனக்குக் கால் பண்ணி தகவல் சொல்லியிருக்க மாட்டான்.”

“அப்போ அந்தக் கம்பெனிக்காரனைத் தேடிப்பிடிச்சு அவன் கழுத்தைப் பிடிக்கிறேன்.”

“டேய் நான் சொல்றதைக் கேளு. நீ நேராக் கிளம்பி இங்க சேலம் வா. என் ரூம்ல வந்து ஒரு வாரம் இரு. என்ன பண்ணலாம்னு யோசிப்போம்.”

“என்னண்ணே நீங்களும் அவனை மாதிரியே பேசுறீங்க! நான் என்ன தப்பு பண்ணேன்? நான் எங்கேயும் ஓடி ஒளிய மாட்டேன். இங்கேதான் இருப்பேன். என்ன ஆனாலும் பார்த்துக்கலாம்.”

“கிறுக்கா, உணர்ச்சிவசப்படுற நேரம் இல்ல இது. பத்துக் கோடி ரூபாய்க்கு மேல உள்ள ஸ்கேம்ல உன்னைச் சிக்க வச்சிருக்காய்ங்க. தமிழ்நாட்டின் பெரிய பண முதலைகள் சம்பந்தப்பட்டிருக்கு. எப்படியோ நீ உள்ளே போய் மாட்டியிருக்க. இதுல இருந்து சேதாரம் இல்லாமல் வெளியே வரணும். ஒரு நாள் உள்ளே கொண்டு போய் வச்சிட்டாய்ங்கன்னா கூட நமக்குத்தான் அசிங்கம். நீ உடனே கிளம்பி இங்க வா. சரி பண்ணிடலாம்.”

குமார் அண்ணனிடம் ஒன்றும் சொல்லாமல் வீட்டுக்கு வந்தான். அரைகுறையாகச் சாப்பிட்டுவிட்டு படுக்கையில் சாய்ந்தான். வெகுநேரமாகியும் தூக்கம் பிடிபடாமல் ஏதேதோ நினைவுகள் குழப்பமாகச் சுழற்றி அடித்தன. விட்டத்தில் ஃபேன் மெதுவாகச் சுழன்றபடி இருந்தது.

★★★

14: குழப்பமும் ஆறுதலும்

ஆட்டத்தின் பாய்மரங்கள் எதிர்காற்றில் சாயும்போது, மூச்சைப் பிடிப்பவனே சூதின் முதல் பாடம் கற்றவன் என்பது சூதன் மொழி

சுயோதனின் ஆறு மாத உழைப்பையும் மொத்தமாக நிராகரித்திருந்தது கூகுள். செயலியை விளையாட்டு அங்காடியில் அனுமதிக்க முடியாதென வந்த மின்னஞ்சலுக்கு அவன் கொடுத்த விளக்கங்கள் எதுவும் ஏற்றுக்கொள்ளப்படவில்லை. இந்த "ஜோக்கர்" செயலிக்காகத் தனது உச்சபட்ச செயல்திறனையும், நேரத்தையும் அவன் வழங்கி இருந்தான். இருந்தும் காரணங்கள் எதுவும் சொல்லாமல் நிராகரிக்கப்படுவது எரிச்சலாக இருந்தது. இந்தச் செயலி தனது துவக்க நிலை நிறுவனத்திற்கு நல்ல அடையாளமாக இருக்கும் என நம்பியவனுக்கு பலத்த அடியாக அந்த நிராகரிப்பு அமைந்தது. இணைய அங்காடியில் சேர்க்கும் பொருட்டு சில மாறுதல்களைச் செய்து அதில் இணைக்க முற்பட்டான். அது மேலும் மேலும் வேலையை இழுத்துக் கொண்டு சென்றதே ஒழிய, தீர்வு கிடைப்பதாக இல்லை. ஒரு கட்டத்தில் அவனது செயலியில் சிறப்பு அம்சமாகக் கருதிய பல செயல்முறைகளையும், வசதிகளையும் நீக்கிய பிறகும் அது தரமற்ற செயலி என்பதையே அங்காடி மீண்டும் மீண்டும் தெரிவித்துக் கொண்டிருந்தது. எப்படியாவது அந்தச் செயலி அங்காடியில் இணைந்தால் மட்டும் போதும். அது பயனர்களிடம் எந்தத்

தாக்கத்தையும், வரவேற்பையும் பெறாவிட்டாலும் பரவாயில்லை. அதிலிருந்து வெளிவந்தால் போதும் என்ற மனநிலைக்கு அவன் சென்றுவிட்டான். ஆனாலும் அது அசைந்துகொடுக்கவில்லை. இறுதியில் தான் செய்த அத்தனை வேலைகளும் வீண் என்று முடிவுக்கு வந்தவனாய், அந்த ஜோக்கர் செயலியைப் பயனர்களிடம் சேர்க்கும் முயற்சியைக் கைவிட்டான்.

அடுத்து என்ன செய்வதென அவனுக்கு ஒன்றும் புரியவில்லை. வேறு ஏதாவது நிறுவனங்களில் வேலை தேடத் துவங்கலாமா என்ற யோசனையில் இருந்தான். பெங்களூரு வந்ததில் இருந்து அவனைக் கவனித்துக் கொண்டிருந்த நித்யாவுக்கு "எதுவோ சரியில்லை" என்று தோன்றியது. அவனாகச் சொல்கிறானா பார்க்கலாம் என்று அவள் அமைதியாகவே இருந்தாள். சுயோதனால் ஒரு முடிவுக்கு வரமுடியவில்லை. மேலும் மேலும் யோசித்துத் தனது மனநிலையைச் சிக்கலாக்கிக் கொண்டே இருந்தான். நித்யா இவ்வளவு நாள் காத்திருந்ததே தனது துவக்க நிலை நிறுவனம் எப்படியும் வெற்றி பெற்றுவிடும் என்ற நம்பிக்கையில்தான். இப்போது சென்று, அதனை ஓரங்கட்டி விட்டு, வேறு வேலைக்குச் செல்லப் போகிறேன் என்று எப்படிச் சொல்வது என்று அவனுக்குத் தயக்கமாக இருந்தது.

மாலை பயிற்சி வகுப்பு முடிந்து வீட்டுக்கு வந்த நித்யா, இவனைக் கண்டு கொள்ளாதது போல, அமைதியாக இருந்தாள். சுயோதன் அவள் ஏதாவது கேட்பாள் என்று எதிர்பார்த்தவனாய், அவள் முகத்தையே பார்த்தபடி இருந்தான்.

சிறிது நேரம் கழித்து நித்யா இயல்பாகப் பேசினாள், "டேய் டீ சாப்பிடணும் போல இருக்கு. எங்காவது பக்கத்துல போயிட்டு வரலாமா?"

"பக்கத்துல சாய் பஜார்ல சூடா தந்தூரி கிடைக்கும். குடிச்சிட்டு பக்கத்துப் பார்க்ல வாக்கிங் போயிட்டு வருவோமா?" என்று கேட்டான் சுயோதன்.

அவர்கள் தங்கியிருந்த அடுக்ககத்திலிருந்து ஒரு கிலோ மீட்டர் தூரத்தில் இருந்தது சாய் பஜார். நித்யா தன் கைக்குள் அவன் கையைக் கோர்த்தபடி நடந்து சென்றாள். அது அவனுக்கு இதமாகவும் ஆறுதலாகவும் இருந்தது. நித்யா எதுவும் பேசாமல் நடந்தாள். சுயோதன் அவள் முகத்தைப் பார்த்தபடியே வந்தான்.

பூங்காவின் முகப்பில் இருந்த சாய் பஜார் டீக்கடையில் இருவரும் டீ அருந்தினர். மாலை நேரத்துக் குளிருக்கு இஞ்சி டீ இதமாக இருந்தது. டீ குடித்து முடித்துவிட்டு, இருவரும் பூங்காவிற்குள் நுழைந்தனர்.

நூற்றாண்டு மரங்கள் நிறைந்த பெரிய பூங்காவின் வெளி வட்டத்திலும், குறுக்கிலுமாக நான்கு கிலோ மீட்டர் தூரத்திற்கு நடைபாதை அமைத்துப் பராமரிக்கப்பட்டிருந்தது. பெரிதாக ஆளரவம் அற்ற பூங்காவில் அங்கிருவரும் இங்கிருவருமாகக் காதலர்கள் மரத்தடிகளில் அமர்ந்திருந்தனர். நித்யா குளிர்காற்றை சுவாசித்தவாறு மெதுவாக நடக்கத் துவங்கினாள். சுயோதன் அவள் கைகளை இறுகப் பற்றியபடி உடன் நடந்தான். அவன் கண்களில் இருந்து கண்ணீர் வழிந்தது. நித்யா இதனை எதிர்பார்க்கவில்லை. “டேய், என்னடா ஆச்சு, ஏன் குழந்தை மாதிரி அழுற!”

“இல்லடீ, என்னால முடியல... எதைத் தொட்டாலும் சரியா வரமாட்டுது. என்ன பண்ணணும்னும் புரியமாட்டுது. என் மேலயே எனக்கு எரிச்சலா வருது!”

“டேய், என்னடா பிரச்சனை? சொன்னாத்தானே தெரியும். ஸ்டார்ட்-அப் லாம் பிக்கப் ஆக கொஞ்ச நாள் எடுக்கும் அதுக்குப் போயா ஃபீல் பண்ற. அம்மா எதுவும் சொன்னாங்களா?”

“அதெல்லாம் ஒண்ணும் இல்ல!”

அப்புறம் வேற என்ன? நான்தான் இருக்கேன்ல. எதா இருந்தாலும் பார்த்துக்கலாம் விடு!”

“அதுதான் எனக்குப் பெரிய உறுத்தலா இருக்கு நித்யா. எத்தனை மாசம்தான் ஸ்டார்ட்-அப் பேரைச் சொல்லி இப்படிச் சும்மாவே உட்கார்ந்து இருக்கறது? எல்லாம் கூடி வர்ற மாதிரி இருக்கு. ஆனா எப்பவும் கடைசி அடில தட்டி விழுறதே என் ராசியா இருக்கு!”

“ராசி, தூசி எல்லாம் ஒண்ணும் இல்ல. நீ செய்ற விஷயம் சரிதான்னு உன் மனசுக்குத் தோணுதுல. அதுலயே தொடர்ந்து முயற்சி பண்ணு. ரிசல்ட் எங்கே போகப் போகுது, கண்டிப்பா ஒரு நாள் வந்தே தீரும்.”

“எவ்வளவு நாள்தான் காத்திருக்கிறது?”

"ரிசல்ட் கிடைக்குற வரைக்கும்! வேற ஷார்ட்-கட் எதுவும் கிடையாது தம்பி! பாதில எஸ்கேப் ஆகி ஓடுறதெல்லாம் சரி கிடையாது. பிடிச்ச விஷயத்தைச் செய்றதுல உனக்கு என்ன பிரச்சனை? ரிசல்ட் பத்தி பெருசா கவலைப்படாம ப்ராசஸை என்ஜாய் பண்ணி வேலை பாரு. நீ எதிர்பார்ப்பதை விடப் பெரிய ரிசல்ட் வந்து சேரும்!"

அவர்கள் பூங்காவின் மையப் பகுதிக்கு வந்திருந்தனர். மரங்களில் பறவைகள் வந்து கூடடையும் சலசலப்பு அதிகரித்திருந்தது. பெரிய வனத்திற்குள் வழிதெரியாமல் நின்றுகொண்டிருக்கும் சிறுவனைப் போல சுயோதன் தன்னை உணர்ந்தான். இருள் வேகமாகக் கவியத் துவங்கியது. நித்யா அவன் கைகளைப் பிடித்தபடி நடந்துகொண்டிருந்தாள். அவள் பேசியதை அவன் மனதிற்குள் நினைத்தவாறே நடந்து வந்தான். பூங்காவின் நுழைவாயில் வெளிச்சம் தூரத்தில் தெரியத் துவங்கும் போது, அவள் நின்று அவனை இறுக அணைத்துக் கொண்டாள். தன் உதடுகளைக் கவ்விய அவளது உதடுகள் ஐஸ்க்ரீம் மீது பனிப்படலம் போர்த்தியிருந்ததைப் போலிருந்ததை அவன் உணர்ந்தான்.

அன்றிரவு சுயோதன் தனது கணினி மேஜையைச் சுத்தம் செய்து மீண்டும் அகரத்திலிருந்து ஆரம்பித்தான். பேப்பர் பேனாவை எடுத்து, தனது மேம்படுத்தப்பட்ட "கறுப்பு ஜோக்கர்" விளையாட்டுச் செயலிக்கான முதல் வரைவு செயல்வழிப் படத்தை வரையத் துவங்கினான். "டேய், இதெல்லாம் நாளைக்குப் பார்த்துக்கலாம். இப்போ ஒழுங்கு மரியாதையா இங்கே வா!" என்று படுக்கையிலிருந்து நித்யா அழைத்தாள். சுயோதன் பூனைக்குட்டியாக அவளது காலடியில் போய் அமர்ந்தான்.

★★★

15: தப்பியோட்டம்

சூதின் முதல் விதி - எப்போதும் வெல்ல நினையாததென்பது
சூதன் மொழி

மாலை ஆறு மணியளவில் தனாவின் ப்ராஜெக்ட் செண்டரில் மாணவர்கள் குழுமி இருந்தனர். ஒரு பேட்ச் மாணவர்கள் முன் ஹாலில் இருந்த கணினிகளில் நிரல்களைச் சோதித்துக் கொண்டிருக்க, உள்ளறையில் தனா மாணவர்களின் மடிக்கணினியில் தரவுத் தள இணைப்புப் பிரச்சனையைச் சரிசெய்துகொண்டிருந்தான். திடீரென செண்டருக்குள் மூன்று நடுத்தர வயது ஆண்கள் வேகமாக வந்தனர். அவர்களின் காலணிச் சத்தங்கள் பலமாக ஒலிக்க, அதில் ஒருவர் எடுத்த எடுப்பில் அதிகாரத் தோரணையில், “இங்கே யாரு தனஞ்செயன்?” என்றார். மாணவர்கள் உள்ளறைக்குள் பார்க்க, தனா வெளியறைக்கு வந்தான். அவர்களது உருவத்தையும், நடையையும் பார்த்தால் காவல்துறையைச் சேர்ந்தவர்கள் போல இருந்தார்கள். ஆனால் அனைவரும் சாதாரண பேண்ட் சர்ட்டில் வந்திருந்தனர்.

“நீதான் தனஞ்செயனா?” என்று முன்னால் நின்றவர் கடுமையான குரலில் கேட்டார்.

மாணவர்கள் ஒன்றும் பேசாமல் விழித்துப் பார்த்துக் கொண்டிருக்க, தனா அருகில் வந்து, “நான்தான் சார்... என்ன விஷயம்?” என்றான்.

அவர் தனாவின் தோள் மீது அழுத்தமாகக் கைவைத்து, “ஒரு சின்ன விசாரணை. உடனடியா எங்க கூட வா!” என்றார்.

தனா தன் தோளை உலுக்கி அவர் கையை விடுவிக்க முயற்சித்தான். அவர் பிடி இன்னும் அழுத்தமானது.

“சார், ஸ்டூடன்ஸ்க்கு க்ளாஸ் எடுத்துட்டு இருக்கேன். எந்த ஸ்டேஷன்னு சொல்லுங்க. கிளாஸ் முடிஞ்சதும் நானே வர்றேன்!”

பின்னால் நின்றுகொண்டிருந்தவர் முன்னால் வந்தார், “தம்பி, நாங்க ஆண்ட்டி-கரெப்ஷன் ஸ்பெஷல் விங் போலீஸ், அவசரமான விசாரணை. நீங்க உடனடியா வந்தாகணும்” என்று மெதுவாகச் சொன்னார்.

"சார், முதல்ல என்ன விஷயம்னு சொல்லுங்க.” தனா சற்றுத் தைரியமாகக் கேட்டான்.

“வாங்க, சொல்லத்தானே போறோம்” என்றார் அவர்.

சரி, அவர்களிடம் வாக்குவாதம் செய்து பயனில்லை என்று நினைத்த தனா மாணவர்களிடம் நாளை தொடரலாம் என்று சொல்லவும், மாணவர்கள் அனைவரும் செண்டரை விட்டுக் கிளம்பினர். தனா செண்டரைப் பூட்டிவிட்டுக் கிளம்ப, அவன் கையை அழுத்தமாகப் பிடித்தார் ஒருவர். மற்றவர்கள் அவனைச் சூழந்தபடி வந்தனர்.

கீழே சந்தில் நிறுத்தப்பட்டிருந்த காரில் அவனை ஏற்றிக்கொண்டு அவர்கள் கிளம்பினார்கள். வானம் முழுவதுமாக இருட்டியிருந்தது.

தனாவிற்கு குமார் அண்ணன் கூறிய விஷயங்கள் நினைவுக்கு வந்தன. அதுகுறித்து இன்று இவர்களிடமிருந்து திரும்பி வந்ததும், வக்கீலைப் பார்த்துப் பேச வேண்டும் என்று நினைத்தான். அதுவரை எதுவும் வாயைத் திறக்கக் கூடாது என்று முடிவெடுத்தவனாய் அமைதியாக இருந்தான். வண்டி நகரின் எல்லையை விட்டுப் புறவழிச்சாலை வழியாகச் சென்றது. தனா தன் மொபைலை எடுக்கப் போனான். அருகிலிருந்தவர் வலுக்கட்டாயமாக அதனைப் பிடுங்கிக் கொண்டார். வண்டி விருதுநகரைத் தாண்டி, திருமங்கலம் ரோட்டில் இருந்து பிரிந்த தனிச்சாலையில் சென்றது.

“சார், யார் நீங்க. என்னை எங்க கூட்டிட்டுப் போறீங்க? நான் என் வக்கீல்ட்ட பேசணும்” என்றான் தனா.

அவன் கன்னத்தில் பளாரென ஓர் அறை விழுந்தது. "வாயை மூடு பேசாம வா!" என்று பக்கத்தில் அமர்ந்திருந்தவன் முரட்டுத்தனமாகச் சொன்னான்.

சுமார் இருபது கிலோமீட்டர் தூரம் சென்றிருக்கும். கார் ஒரு பழைய கட்டடத்தின் முன் நின்றது. காலியான பழைய வீடு போன்ற தோற்றத்தில் இருந்த அந்தக் கட்டடத்திற்குள் தனாவின் கைகளைப் பிடித்தவாறு வேகமாகக் கூட்டிச் சென்றனர். அறையெங்கும் சிதிலமடைந்த பழைய பொருட்கள் கிடந்தன. அந்த இடத்தின் ஒட்டுமொத்த சூழலும் அசாதாரணமாகத் தோன்றியது.

"உக்காரு," என்று தனாவை ஒரு நாற்காலியை நோக்கித் தள்ளினான் ஒருவன்.

தனா தடுமாறி அதில் அமர்ந்தான். எதிரில் வந்தவன், "சொல்லு, மருத்துவமனை பில்லிங் சாஃப்ட்வேர்ல மோசடி பண்ண பத்துக் கோடி ரூபாயை எங்க வச்சிருக்க." என்று அவன் நேரடியாகப் பேசத் தொடங்கினான்.

"சார் எனக்கும் அந்த மோசடிக்கும் எந்தச் சம்பந்தமும் இல்ல. நான் சாஃப்ட்வேர் பேக்கேஜ் மட்டும்தான் கொடுத்தேன். அதை என்ன பண்ணாங்கன்னு எனக்குத் தெரியாது," தனா சத்தமாகக் கத்திப் பேசினான். இன்னோர் அறை விழுந்தது.

"பொய் சொல்லாதே. நீதான் எல்லாத்துக்கும் மூல காரணம்னு தெரிஞ்சுதான் வந்திருக்கோம்

"இல்ல சார், சத்தியமா எனக்கு எதுவும் தெரியாது சார். எல்லாத்துக்கும் காரணம் ஆர்.எஸ். டெக். ராஜேஷ்தான்."

தனா கூறிய எந்த விஷயத்தையும் கேட்கும் மனநிலையில் அவர்கள் இல்லை. மாறாக அவர்கள் நினைக்கின்ற விஷயத்தை அவனை ஒத்துக்கொள்ள வைக்க வேண்டும் என்ற மனநிலையிலேயே அவர்களது செயல்கள் இருந்தன.

"சார், சத்தியமா எனக்கும் இதுக்கும் எந்த சம்பந்தமும் இல்ல. நீங்க எப்படிக் கேட்டாலும் இதுதான் உண்மை, இதுதான் என் பதில்" தனா உறுதியாகக் கூறினான். பின்னால் நின்றுகொண்டிருந்த இன்னொருவன், முன்னே வந்து, "நல்லா நடிக்கிறான்ல" என்று கிண்டலாகச் சிரித்தபடி கூறினான். மற்றவர்களும் சிரித்தனர்.

“சரி, உன் சாஃப்ட்வேருக்கு எவ்வளவு வாங்குன?”

“சார், பேக்கேஜ் சார்ஜ், ஒண்ணரை லட்சம்”

“அப்போ, பத்து கோடி ரூபாய் ஸ்கேம்ல உன் பங்கு ஒண்ணரை லட்சம், இதை நாங்க நம்பணும்! என் சர்வீஸ்ல உன்னை மாதிரி எத்தனை பேரைப் பார்த்திருக்கேன். ஒழுங்கா உண்மையை ஒத்துக்கிட்டா தண்டனையோட போகும், இல்ல, உண்மை வெளிவரும்வரை உடம்பு புண்ணாகிட்டே இருக்கும், பார்த்துக்கோ!” என்று அவன் மிரட்டினான்.

தனாவுக்கு அந்த விசாரணையின் திசை புரிந்தது. இவர்கள் உண்மையைக் கண்டுபிடிக்க விரும்பவில்லை. மாறாக, தன்னைக் குற்றவாளியாக்கி ராஜேஷைக் காப்பாற்ற முயற்சி செய்கிறார்கள் என்று அவனுக்குத் தெரிந்தது.

“தவறான ஆட்களைப் பாதுகாக்கிறதுக்காக என்னைச் சிக்க வைக்க நினைக்கிறீங்க.” தனா கோபமாகச் சொன்னான்.

பின்னால் நின்றுகொண்டிருந்தவன் தனாவின் பின்னந்தலையில் ஓங்கி அடித்தான்.

“வாயை மூடு. இல்லன்னா இங்கேயே உன்னைக் கொன்னு போட்டுட்டுப் போய்ட்டே இருப்போம்” என்று அவன் மிரட்டினான்.

ஒருவன் தான் கையில் வைத்திருந்த கோப்பிலிருந்து கத்தைக் காகிதங்களை எடுத்து, “உயிர் மேலே உனக்கு ஆசை இருந்தா இதிலே சைன் பண்ணு,” என்றான்.

“நான் செய்யாத குற்றத்தை ஏன் ஒத்துக்கணும்?”

பின்னால் இருந்தவன் அவன் தலையில் மீண்டும் அடித்தான். “பிடிவாதம் பிடிச்சா உயிரோட வெளியே போக முடியாது, ஒழுங்கா சைன் பண்ணு.”

தனா உறுதியாக இருந்தான்.

“நான் மூணு எண்ணுவேன். அதுக்குள்ள கையெழுத்துப் போடலேன்னா, உன்னை அடிச்சே சாவடிப்போம்,” முன்னால் இருந்தவன் அருகில் வந்தவன்

“ஒண்ணு...”

“எனக்கு எதுவும் தெரியாது.”

“ரெண்டு...”

“நீங்க என்னைக் கொன்னாலும் நான் சைன் பண்ணமாட்டேன்.”

“மூணு...”

அவன் சொல்லிக்கொண்டிருக்கும்போதே, பின்னால் இருந்த இருவரும் தனாவை பலமாகப் பிடித்தனர். முன்னால் இருந்தவன் அவன் வயிற்றில் ஓங்கி எத்தினான். தனா வலியால் கத்தினான்.

“இப்போ சைன் பண்ணுவியா?”

“இல்ல...”

மீண்டும் அடி. இம்முறை முகத்தில் பலமாக விழுந்தது. தனாவின் உதட்டிலிருந்து ரத்தம் வழிந்தது.

தனா மயக்க நிலைக்குச் செல்லும் முன் அவன் மூளை பரபரப்பானது, முதலில் இங்கிருந்து எப்படியாவது தப்பிக்க வேண்டும், பிறகு எதுவென்றாலும் பார்த்துக்கொள்ளலாம். முதலில் இங்கிருந்து வெளியே செல்ல வேண்டும்.

“சரி... சரி... நான் சைன் பண்றேன்,” என்று தனா பலவீனமான குரலில் சொன்னான்.

“இதை முதல்லயே சொல்லியிருக்கலாம்ல,” என்று முன்னால் இருந்தவன் சிரித்தான்.

அவர்கள் பிடி தளர்ந்தது, தனா நிமிர்ந்து அமர்ந்தான். கத்தைக் காகிதத்தை நீட்டி, “இதில் சைன் பண்ணு,” என்றார்கள்.

தனா பேனாவை வாங்குகையில் அது அவன் கையிலிருந்து நழுவிக் கீழே விழுந்தது. முன்னால் நின்றவன் குனிந்து பேனாவை எடுக்கையில், தனா சட்டென எழுந்து, தான் அமர்ந்திருந்த சேரை அவன் தலையில் ஓங்கி அடித்தான். அவன் நிலைகுலைந்து முகம் தரையில் பட, அப்படியே விழுந்தான்.

மற்ற இரண்டு பேரும் திடுக்கிட்டு, தனாவைப் பிடிக்க முயற்சித்தனர். தனா அறையில் விரவிக் கிடந்த பொருட்களை அவர்கள் பக்கம் தள்ளிவிட்டு, வெளியே ஓடினான். இருள் சூழ்ந்த வெளியில் எந்தத் திசையில் செல்வது என்று தெரியவில்லை. தனா அடர்ந்த

புதர்கள் இருந்த பக்கமாய் ஓடினான். மூவரும் அவனைத் துரத்திக் கொண்டு பின்னால் ஓடினர்.

“டேய், நில்லுடா...”

தனா திரும்பிப் பார்க்காமல் ஓடிக்கொண்டே இருந்தான். அடர்ந்த முட்புதர்கள் அவன் உடலெங்கும் கீறலை ஏற்படுத்தின. அவன் எதனையும் பொருட்படுத்தாமல் கரும் இருட்டிற்குள் ஓடினான்.

சுமார் அரை கிலோமீட்டர் ஓடியதும், ஒரு மரத்தின் பின்னால் ஒளிந்து கொண்டான். மூச்சுத் திணறியது. இதயம் வெளியே விழுந்து விடுவதைப் போலத் துடித்தது. வெகு தூரத்தில் டார்ச் லைட்டின் வெளிச்சம் தென்பட்டது. தனா மூச்சை அடக்கிக் கொண்டு அப்படியே நின்றான்.

டார்ச் லைட்டின் ஒளி ஒரு திசையை நோக்கிப் பயணித்து மறைந்தது. சுமார் அரை மணி நேரத்திற்கு மேலாக அந்தப் புதருக்குள் மரத்தடியிலேயே அமர்ந்திருந்தான். பிறகு மெல்ல நகர்ந்து டார்ச் லைட் ஒளி சென்ற திசைக்கு எதிர்த்திசையில் நடக்கத் துவங்கினான். செருப்பு அறுந்து எங்கே விழுந்ததென்று தெரியவில்லை. உடலெங்கும் முட்களின் கீறல்கள் பட்டு இரத்தம் வடிந்துகொண்டிருந்தது. கால் வைக்கும் இடமெங்கும் நெருஞ்சி முட்கள் தைத்தன, அவன் எதனையும் பொருட்படுத்தாது முன்னே சென்றுகொண்டே இருந்தான். வானத்தில் மூன்றாம் பிறை நிலவு சிறு கீற்றாய்த் தெரிந்தது. உயிருக்குப் பயந்து ஓடுவது என்பதைத் தனா உளப்பூர்வமாக உணர்ந்தான். இன்று இரவு எந்த நிரந்தரச் சேதாரமும் இல்லாமல் உயிர் பிழைத்துவிட்டால், இந்த ஜென்மத்துக்கும் நினைவில் நிற்கும் இரவாக இது இருக்கப்போகிறது என்று நினைத்துக்கொண்டான். கண்ணில் வைராக்கியத்தைத் தேக்கி முன்னேறி நடந்தான். தூரத்தில் பிரதான சாலை தென்பட்டதும், சுற்றும் முற்றும் உற்றுப் பார்த்துவிட்டு, சாலையை நோக்கிச் சென்றான். அவன் முகமெங்கும் ரத்தமும், மண்ணும் அப்பியிருந்தது. உடலெங்கும் ரத்தக் கீறல்களுடன் சட்டை ஆங்காங்கே கிழிந்து தொங்கியது.

நடுரோட்டிற்கு வந்து சேர்ந்ததும், நேரடியாகக் காவல் நிலையத்திற்குச் செல்லலாமா என்று ஒரு கணம் நினைத்தான். அந்தச் சூழ்நிலையில் அது சரி என்று அவன் உள் மனம் ஏற்கவில்லை. ஏற்கனவே மாணிக்கம் மூலம் தகவல் கிடைத்தபோதே

சுதாரித்திருக்க வேண்டும், அதோடு குமார் அண்ணன் கூறியபிறகும் அசால்ட்டாக இருந்தது எவ்வளவு தவறு என்று அவனுக்குப் புரிந்தது. இனியும் தனக்கு எல்லாம் நல்லதாகவே நடக்கும் என்று நம்பிக்கொண்டிருப்பது மூடத்தனம். இப்போது ஒளிந்திருப்பதுதான் ஒரே வழி என்றால் அதற்கு ஏன் தயங்க வேண்டும் என்று நினைத்தவனாய், சாலை ஓரமாய், யார் கண்ணிலும் படாதபடி, புதர்களை ஒட்டியபடியே நடந்துகொண்டிருந்தான். சுமார் இருபது நிமிடங்கள் நடந்த பிறகு, சரக்கு ஏற்றிய லாரி ஒன்று வருவது தெரிந்தது. அவன் கைகாட்டியதும் வண்டி நின்றது. வேகமாக வண்டியில் ஏறினான்.

லாரி கிளீனர் அவனைப் பார்த்து, "என்னப்பா, என்னாச்சு?" என்று கேட்டார்.

"ஒண்ணுமில்ல அண்ணே, ஒரு சின்ன ஆக்ஸிடெண்ட், வண்டி எங்கே போகுது?" என்றான்.

"சென்னை போகுது, ஏன்?"

தனா தன் கழுத்தில் கிடந்த தங்கச் சங்கிலியை அவிழ்த்துக் கொடுத்தான். மறுபேச்சுப் பேசாமல் லாரி அவனை ஏற்றிக் கொண்டு சென்னை கிளம்பியது,

காலை நாலே முக்கால் மணிக்கு லாரி தாம்பரம் பேருந்து நிலையம் அருகே அவனை இறக்கிவிட்டுச் சென்றது. வண்டியை விட்டு இறங்கியவன், அங்கே ஓரமாக இருந்து திண்டு ஒன்றினில் அப்படியே படுத்தான். காலை விடிந்ததும், எழுந்து அருகில் இருந்த பெட்டிக் கடைக்குச் சென்று, கடைக்காரரின் அலைபேசியை இரவல் வாங்கித் தன் நினைவில் இருந்த ஒரே அலைபேசி எண்ணுக்கு அழைத்தான்.

முதல் அழைப்பிலேயே போன் எடுக்கப்பட்டது.

"நித்யா, நான் தனஞ்செயன்..." மறுமுனையில் போன் துண்டிக்கப்பட்டது.

★★★

16: எதிர்பாராத வாய்ப்பு

ஊடுருவுபவன் பலத்தால் அல்ல, களைப்பின் காவலற்ற வாயில்களைச் சுரண்டுவதால் வெல்வான் என்பது சூதன் மொழி

பெலந்தூர் பெருஞ்சாலையின் பிரதானமான சந்திப்பில் அமைந்திருந்தது 'பிரஸ்டீஜ் தொழில்நுட்பப் பூங்கா'. அதன் முதன்மைக் கட்டடத்தின் ஆறாவது தளத்தில் இருந்த கருத்தரங்கு அறை முதலீட்டாளர்களாலும் இளம் தலைமுறைக் தொழில்முனைவோர்களாலும் நிரம்பியிருந்தது. சுயோதன் நேர்த்தியான உடையில், கையில் தனது செயல்திட்டத்தின் அச்சுப்பிரதிகள் நிறைந்த கோப்பையும், தோளில் மடிக்கணினிப் பையையும் சுமந்தபடி காத்திருந்தான். சம்பிரதாயமான துவக்க விழா முடிந்ததும், அவரவர் செய்திருந்த நியமன முன்பதிவு அட்டவணையின்படி முதலீட்டாளர்கள் தொழில்முனைவோர்களைத் தனியாகச் சந்திக்க நேரம் கொடுத்திருந்தனர். அதற்காக ஆறாவது தளத்தின் ஒரு பகுதி முழுவதும் தனித்தனிக் குறுவறைகளாக மாற்றம் செய்யப்பட்டிருந்தது. சுயோதனுக்கு இன்று நான்கு முதலீட்டாளர்கள் நேரம் ஒதுக்கி இருந்தார்கள். அவன் தன் வாழ்வின் பெரிய இணைவாக்கத்திற்குத் தயாராக இருந்தான்.

தான் வடிவமைத்திருந்த பழைய ஜோக்கர் செயலியின் தோல்விக்குப் பிறகு, நித்யாவின் அரவணைப்பு அவனுக்குப் பெரும் ஆறுதலாக இருந்தது. அவள் அவனுடன் தங்கி இருந்த இரண்டு வாரங்களும் திகட்டத் திகட்டச் சென்றன.

பிறகு அவள் மீண்டும் சென்ற பிறகு, சுயோதன் தன் செயலி சார்ந்து எல்லாக் கோட்டையும் அழித்துவிட்டு மீண்டும் முதலில் இருந்து துவங்கி இருந்தான். நிரல் மேம்பாடு, தொடர் சோதனை ஓட்டம், பயனர் இடைவினை, திருத்தம் என்று தூக்கமில்லா இரவுகளின் சுழல் மீண்டும் தொடர்ந்தது. இம்முறை எந்தவிதப் பதற்றமும் இல்லாமல் நிதானமாகச் செயல்பட வேண்டும் என்று துவங்கி இருந்தான். நாட்கள் செல்லச் செல்ல தொடர்ச்சியான ஈடுபாடும், அர்ப்பணிப்பும் அவனுக்குத் தன் செயலி மீதான முழு நம்பிக்கையைக் கொடுத்தது. முதல் முறை தான் தவறவிட்டது, தொழில்நுட்பத்தில் அல்ல, அதனைச் சந்தைப்படுத்தும் முறையில்தான் என்று அவனுக்குப் புரிந்தது. கதைகளிலும், சினிமாக்களிலும் நடப்பது போல தரமான பொருள் தானாகப் பிரபலமாகித் தன் வாழ்க்கையை மாற்றும் என்று நம்பிக்கொண்டிருந்தது எவ்வளவு அறியாமை என்று அவன் தெரிந்துகொண்டான். சென்ற முறை போல குண்டுச் சட்டிக்குள் குதிரை ஓட்டக் கூடாது. செயலியின் துவக்கமே பிரம்மாண்டமாக இருக்க வேண்டும் என்பதில் மட்டும் உறுதியாக இருந்தான். ஆன்லைன் ரம்மி சந்தையில் மிகப்பெரிய இடத்தைத் தன் செயலி எட்டும், அதற்கான சத்து தன் செயலிக்கு இருக்கிறது என்று அவன் முழுமையாக நம்பினான். எனவே தொழில்நுட்பச் செயல்முறைகளைத் தாண்டி, இம்முறை செயலியைச் சந்தைப்படுத்தும் முயற்சிகளிலும் முழுக்கவனம் செலுத்தினான். சரியான முதலீட்டாளரின் பார்வைக்கு இந்தச் செயலியைக் கொண்டு சேர்க்க வேண்டும். பிறகு போதுமான நிதி வளம், தரமான விளம்பரம் மற்றும் ஏற்கனவே சந்தையில் இருப்பவர்களின் அங்கீகாரம் இம்மூன்றும் அமையும்போது வெற்றி தவிர்க்க முடியாததாகும் என்று ஆழமான நம்பிக்கை அவனுக்கு வந்திருந்தது.

சுயோதன் மடிக்கணினியில் தனது மேம்படுத்தப்பட்ட, “புதிய ஜோக்கர்” செயலியின் முன்மாதிரித் திட்டத்தையும், அதன் செயல்பாடுகளை விளக்கும் டெமோ வீடியோவையும்,

பிரசண்டேஷனையும் தயார் நிலையில் வைத்திருந்தான். பத்து முறைக்கு மேல் தனக்குள் ஒத்திகை பார்த்திருந்தான். ஆனாலும் இப்போதும் வயிற்றில் பறக்கும் வண்ணத்துப்பூச்சிகள் அடங்க மறுத்தன. வரவேற்பறையில் அவன் காத்திருந்தபோது, அவனைப் போன்ற பல இளைஞர்கள் வெவ்வேறு அறைகளுக்குச் செல்வதும், வெளியேறுவதுமாக இருந்தனர். மகிழ்ச்சி, ஏமாற்றம், பரவசம், சோர்வு என்று ஒவ்வொரு முகத்திலும் ஒவ்வோர் உணர்ச்சி. சுயோதன் யார் முகத்தையும் பார்க்காமல்தான் பேச வேண்டிய விஷயங்களை வரிசைக் கிரமமாக மனதிற்குள் சொல்லிப் பார்த்தபடி இருந்தான்.

"பி.எஸ். 23 சுயோதன், நீங்க இரண்டாவது அறைக்குப் போகலாம்" என்று வரவேற்பு மேஜையில் இருந்த பெண் தெளிவான ஆங்கிலத்தில் கூறியதும் அவன் எழுந்தான். நன்றாக ஒருமுறை மூச்சை இழுத்துவிட்டான். பக்கவாட்டுக் கண்ணாடிச் சுவரில் தன் முகத்தைப் பார்த்தான். லேசாகக் கலைந்திருந்த முடியை விரல்களால் கோதிவிட்டுக் கொண்டான். சட்டையைச் சரிசெய்துவிட்டு, வரவழைத்துக் கொண்ட புன்னகையுடன் அந்த அறைக்குள் சென்றான்.

உள்ளே பிரசண்டேஷன் செய்வற்காக அமைக்கப்பட்டிருந்த மேடையின் இடப்புறமிருந்த சிறிய மேஜையில் அவன் மடிக்கணினியை வைத்து ப்ரொஜக்டருடன் இணைத்தான். எதிரே மெருகேற்றப்பட்ட மர மேஜைகளுக்குப் பின் ஒரு குழுவுக்கு இருவர் என நான்கு குழுவினர் அமர்ந்திருந்தனர். மேஜைகளுக்கு இடையே சிறிய தடுப்புகள் அமைக்கப்பட்டிருக்க, ஒவ்வொரு மேஜையிலும் நிறுவனங்களின் பெயர் கொண்ட அட்டை பொருத்தப்பட்டிருந்தது. அவனது செய்லியின் மீது ஆர்வம் கொண்டிருந்த நான்கு நிறுவனங்களுக்கும் ஒரே நேரத்தில் அவன் பிரசண்டேஷன் செய்வதற்கான ஏற்பாடுகளை ஒருங்கிணைப்பாளர்கள் செய்திருந்தார்கள். அவன் முன்னே ஒரே வாய்ப்பு, தனது செயலியின் செயல்பாடுகளை அவன் தயார் செய்து வைத்திருந்த வகையில் சிறப்பாகச் சொல்லிவிட்டால் போதும், தனக்குப் பெரிய திருப்புமுனையாக இந்நிகழ்வு அமையும் என்று அவன் நம்பினான்.

சுயோதன் அங்கிருந்தவர்களுக்கு வணக்கம் சொல்லி, தன்னைப் பற்றி சிறு அறிமுகம் செய்துகொண்டபின் "புதிய ஜோக்கர்" செயலி

குறித்த விளக்கக் காட்சிகளைத் தொடங்கினான். செயலியின் கருத்துருவாக்கம், அதன் தனித்துவமான அம்சங்கள், மற்றும் இந்தியாவில் அதற்கான சாத்தியமான சந்தை வாய்ப்புகள் பற்றி விலாவாரியாக எடுத்துரைத்தான். இணையவழி விளையாட்டுகளின் வளர்ந்துவரும் பிரபலத்தையும், இந்தியா முழுவதும் உள்ள ரம்மி ஆர்வலர்களுக்கு எவ்வாறு தனது செயலி சேவை செய்யும் என்பதையும் அவன் சிறப்பாகவே எடுத்துரைத்தான்.

பேசும்போதே, முதலீட்டாளர்களின் முகங்களில் ஏதேனும் ஆர்வம் அல்லது ஒப்புதலின் அறிகுறிகள் தெரிகிறதா என்று பார்த்தபடியே தொடர்ந்தான். ஒரு நிறுவனத்தின் பிரதிநிதி தனது டேப்லட்டில் குறிப்பெடுத்துக் கொண்டிருந்தார். இரண்டொருவர் அவ்வப்போது முன்னோக்கிக் குனிந்து தாங்கள் ஆர்வமாக இருப்பதற்கான அறிகுறிகளை வெளிப்படுத்தினர். சுயோதன் உற்சாகமாகத் தொடர்ந்தான்.

அவன் தனது விளக்கக்காட்சியை முடித்ததும், கேள்விகள் தொடங்கின. அவை இணையவழி ரம்மி விளையாட்டின் பயனர் அனுபவம், சட்டபூர்வத் தன்மை ஆகியவை தொடர்பாக இருந்தன. இவையெல்லாம் அவன் எதிர்பார்த்திருந்த கேள்விகளே. அனைத்திற்கும் சிறப்பாகப் பதிலளித்தான். இறுதியில் இந்தச் செயலியின் வியாபார சாத்தியம் மற்றும் அவை தங்கள் நிறுவனத்திற்கு ஈட்டிக் கொடுக்க வாய்ப்புள்ள லாப அளவீடுகள் குறித்த கேள்விகள் வந்தன. சுயோதன் அவற்றிற்குத் தன்னால் முடிந்தவரை பதிலளித்தான். இறுதியில் எதிர்கால லாபத்தின் கணக்கீட்டைத் தன்னால் இப்போது உறுதியாகக் கூறமுடியாது, ஆனால் இந்தச் செயலியின் சந்தை ஊடுருவல் மற்றும் வீச்சு ஆழமானதாகவும் நீடித்ததாகவும் இருக்கும் அதன் மூலம் லாபமும் நிலைத்ததாக இருக்கும் என்று தனக்கு மனதில் தோன்றியவற்றைக் கூறினான். அவை முதலீட்டாளர்கள் மத்தியில் எந்தவித தாக்கத்தை ஏற்படுத்தியது என்று அவனால் ஊகிக்க முடியவில்லை.

“உங்கள் ஆர்வத்தைப் பாராட்டுகிறோம், சுயோதன்,” என்று தனது டேப்லட்டைப் பார்த்தபடியே, குறிப்புகள் எடுத்திருந்தவர் கூறினார். “ஆனால் இத்தகைய செயலிகள் ஒரு நாளில் பத்துப் பதினைந்து என்ற கணக்கில் சந்தையில் இறங்கிக்கொண்டேதான் இருக்கின்றன. இதன் மூலம் கிடைக்கும் லாப மதிப்பையே நாம் கணக்கில் கொள்ள வேண்டி இருக்கிறது.”

“உண்மைதான் சார். இந்தச் செயலி சந்தையில் உள்ள மற்றவற்றிலிருந்து எவ்வாறு வேறுபடுகின்றது என்பதற்குத் தகுந்த விளக்கங்கள் கொடுத்திருக்கிறேன். அதனை நீங்கள் மீளாய்வு செய்து பார்க்கலாம். லாபம் குறித்து இப்போது என்னால் அளவுகோலுடன் உறுதியளிக்க முடியவில்லை என்பதை ஒப்புக் கொள்கிறேன்” என்றான்.

“ஓகே, உங்கள் முயற்சிக்கு வாழ்த்துகள்” என்று அவர் முடித்துக் கொண்டார். அங்கிருந்தவர்களில் மற்றவர்கள் வேறு கேள்விகள் எதுவும் கேட்கவில்லை.

சற்று நேரம் சுயோதன் அமைதியாக அவர்களைப் பார்த்தபடி நின்றிருந்தான். அவன் இதயம் கனத்தது. அவர்கள் தனக்காக நேரம் ஒதுக்கியதற்கு நன்றி தெரிவித்துவிட்டு வெளியேறினான். ஏமாற்றத்தின் சுவடுகள் அவன் முகத்தில் படிந்திருந்தன. இதற்கு முன்பும் அவன் நிராகரிப்பை எதிர்கொண்டிருக்கிறான். ஆனால் இப்போது அங்கே குழுமியிருந்த நான்கு நிறுவனங்களில் ஒன்றுகூடத் தனது செயலியை முன்னெடுத்துச் செல்ல விரும்பவில்லை என்பது பேரிடியாக இருந்தது. ஒவ்வொரு முறை இல்லை என்ற சொல் மனதில் வந்து இறங்கும் போதும், அவனது கனவுகள் நழுவிச் சென்றபடியே இருந்தன.

மதிய உணவுக்கான நேரம் வந்தது. கூட்ட அரங்கோடு கூடிய பெரிய உணவு அறை முழுவதும் வட்ட மேஜைகள் அமைக்கப் பட்டிருந்தன. அறையின் ஓரங்களில் பஃபே உணவு பரிமாறப்பட்டுக் கொண்டிருந்தது. தங்கள் நிறுவனத்தின் சார்பாக அடுத்த நிலைக்குத் தேர்வு செய்திருந்த செயல்திட்டங்களை வடிவமைத்திருந்த இளைஞர்களோடு, முதலீட்டாளர்கள் தங்கள் உணவு மேஜையைப் பகிர்ந்துகொண்டனர். தொழில்முனைவோர்களும் உற்சாகமான மனநிலையில் தங்கள் திட்டங்களை அதிகாரபூர்வமற்ற சூழ்நிலையில் இயல்பாக விவரித்துக் கொண்டிருந்தனர். அந்த மகிழ்வான சூழ்நிலைக்குப் பொருந்தாமல் வெளியே காத்திருப்பு இருக்கையில் தனியாக அமர்ந்திருந்தான் சுயோதன். அவனுக்கும் உள்ளே சென்று சாப்பிடுவதற்கான அழைப்பு இருந்தது. தனியாகச் சென்று சாப்பிடும் மனநிலையில் அவன் இல்லை. தலையைக் கவிழ்ந்தவாறு காத்திருப்பு இருக்கையிலேயே அமர்ந்திருந்தான். நேரம் சென்றபடி இருந்தது. மதிய உணவு வேளை முடிந்து கூட்டம் கொஞ்சம் கொஞ்சமாகக் குறையத் துவங்கியது. சுயோதன் இருந்த

இடத்தில் இருந்து நகராமல் அமர்ந்திருந்தான். அவனுக்கான கடைசி வாய்ப்பு, அந்த அரங்கில் அந்த வளாகத்தில்தான் இருந்ததாக அவன் நம்பினான். அதனால் அந்த இடத்தை விட்டு நகர்ந்து செல்ல அவன் மனம் இடம் தரவில்லை.

மாலை நெருங்கும் போது, தற்காலிகக் குறுவறைகள் அனைத்தும் நீக்கப்பட்டு, ஆறாம் தளம் முழுவதும் வெறுமையாகக் காட்சியளித்தது. சுயோதன் சுயநினைவு வந்தவனாக அணைத்து வைத்திருந்த அலைபேசியை மீண்டும் உயிர்ப்பித்தான். ஹோம் ஸ்க்ரீனில் வாட்ஸப் செய்திகளாக வந்து விழுந்தன. எல்லாம் குழுக்களில் அனுப்பப்படும் உபயோகமற்ற ஃபார்வேர்டு மெசேஜஸ். நடுவில் அவனுக்கு வந்திருந்த மின்னஞ்சல் குறிப்பு பளீரென மின்னியது: “முக்கியக் குறிப்பு: அவசர சந்திப்புக்காக”. சுயோதன் மொபைலை வைத்துவிட்டு, வேகமாக தனது மடிக்கணினியைத் திறந்து தனது மின்னஞ்சலில் உள்நுழைந்தான்.

நிறுவன மின்னஞ்சல்களில் இருந்து இல்லாமல், அறிமுகமில்லாத தனிநபர் கணக்கிலிருந்து வந்திருந்தது. மின்னஞ்சல் மிகச் சுருக்கமாக இருந்தது. ஆனால் அதன் வீரியம் சுயோதனுக்குச் சுருக்கென மூளையில் உறைத்தது. “கோமாளியிடம் அபாயம் என்று நீ நெருங்காத இடத்தில் நான் வாய்ப்பினைக் காண்கிறேன். பேசுவோமா?” என்று ரத்தினச் சுருக்கமாக முடிந்திருந்த மின்னஞ்சலின் கையெழுத்துப் பகுதியில் ஒரு க்யூ ஆர் கோடு மட்டும் இருந்தது. சுயோதன் தன் மொபைலை எடுத்து அதை ஸ்கேன் செய்தான். அதில் கூகுள் வரைபடத்துக்கான இணைப்புச் சுட்டி மற்றும் நேரம் மறுநாள் காலை எட்டு மணி என்ற சிறு குறிப்பு தவிர வேறு விவரங்கள் இல்லை. இது சம்பந்தமில்லாமல் வந்த குப்பை மின்னஞ்சல் அல்ல, தனது செயலியைப் பற்றி நன்கு தெரிந்திருந்த ஒருவரின் அழைப்பு இது என்று சுயோதனுக்குப் புரிந்துவிட்டது. அவன் தன் செயலியில் தொடாத இடம் ஒன்று இருந்தது. அதுதான் அந்த மின்னஞ்சலில் குறிக்கப்பட்டிருக்கிறதா என்று நேரடியாகச் சென்று அதனை அனுப்பியவரிடம் பேசினால் மட்டுமே தெரியும், அதுவரை தானாக எதுவும் அதுகுறித்துப் பேசப்போவதில்லை என்று முடிவெடுத்தவனாய் மடிக்கணினியை மூடி வைத்துவிட்டு அங்கிருந்து கிளம்பினான். வீடு சென்று சேரும்வரை இதைப் பற்றிய யோசனையிலேயே இருந்தான். நித்யா அன்றைய நிகழ்வுகள் பற்றி போனில் கேட்டபோது,

அதிகமான கூட்டம் வந்துவிட்டபடியால், தனக்கான நேரம் மறுநாளுக்கு மாற்றப்பட்டிருப்பதாக மட்டும் கூறினான். இரவு முழுவதும் சுழலும் மின்விசிறியைப் பார்த்தபடியே படுத்திருந்தான். அவன் மனதில் தான் அதுவரை பேணி வந்த அறநெறிகளுக்கும், கண்முன்னே காத்திருக்கும் வாய்ப்புகளுக்குமான போராட்டம் நடந்துகொண்டிருந்தது. விடியலுக்கு முன்பாகத் துயில் எழுந்து, சடுதியில் கிளம்பியவன், தூங்கிக்கொண்டிருந்த நித்யாவுக்குக் குறுஞ்செய்தி ஒன்றில் தான் கிளம்பும் தகவலைத் தெரிவித்துவிட்டு, கீழே அடுக்ககத்தின் அடித்தளத்திற்கு வந்து தனது யமஹாவை எடுத்தான். தனது அலைபேசியில், முதல்நாள் ஸ்கேன் செய்திருந்த வரைபடத்தைச் சுட்டி, "ஸ்டார்ட்" கொடுக்க பொம்மசந்த்ராவில் இருந்த அந்த விடுதிக்குச் செல்ல ஒரு மணி நேரம் ஐம்பது நிமிடங்கள் காட்டியது. அவன் தன் வாழ்வின் மிக முக்கியமான பாதையைத் தேர்ந்தெடுக்கக் கொடுக்கப்பட்டிருந்த நேரம் அது.

★★★

17: இளைப்பாறச் சிறுகூடு

வாழ்க்கை மேசையிலிருந்து பின்வாங்கல் தோல்வியன்று, அது வாழ்வைக் காப்பாற்றும் உயர் உத்தி என்பது சூதன் மொழி

நித்யாவின் போன் கட் ஆனதும், தனாவிற்கு அடுத்து என்ன செய்வதெனத் தெரியவில்லை. சில நிமிடங்கள் அங்கேயே நின்று கொண்டிருந்தான். உடல் எங்கும் எரிச்சலாக இருந்தது. சற்றுத் தள்ளியிருந்த பொதுக் கழிப்பிடத்துக்குச் சென்று, முகம் கை கால்களைக் கழுவலாம் என்று அங்கிருந்து நகர்ந்தான்.

கொஞ்சம் தூரம் சென்றதும், கடைக்காரர் அழைத்தார்.

“தம்பி, நீங்க கூப்பிட்டவங்க, திருப்பிக் கூப்புடுறாங்க.”

தனா வேகமாக ஓடிச் சென்று போனை வாங்கினான்.

நித்யா, “டேய், கால் கட் ஆகிருச்சு. திருப்பிக் கூப்பிட்டுட்டே இருந்தேன். இப்போதான் லைன் கிடைச்சது. என்ன ஆச்சு, எங்க இருக்க?”

“நான் தாம்பரம் பஸ் ஸ்டாண்டு பக்கத்துல நிக்குறேன். மொபைல் போன், பர்ஸ் எதுவும் இல்ல. உன் நம்பர் மட்டும்தான் ஞாபகம் இருக்கு. அடுத்து என்ன பண்றதுன்னு தெரியல!”

தனா முந்தைய இரவில் இருந்து சேர்த்து வைத்த அழுத்தம் அனைத்தும் வெடிக்கும்படியாக, ஒரே மூச்சில் கூறினான்.

நித்யா, "தனா, பதட்டப்படாதே, நிதானமா இரு!" என்று அவனை ஆசுவாசப்படுத்த முயன்றாள்.

"உன்கிட்ட குமார் அண்ணன் நம்பர் இருக்கா?"

"என்கிட்ட இல்லை. கொஞ்சம் பொறுமையா இரு. சென்னைல உனக்கு யார் உடனடியா உதவி பண்ண முடியும்னு பார்க்குறேன்."

"சரி, பரவால்ல விடு, நான் பார்த்துக்குறேன். நான் அப்புறமா கூப்பிடுறேன்" என்று தனா அலைபேசியை வைக்கப் போனான்.

நித்யா அவசரமாக, "இரு, இரு பதறாதே, எனக்கு ஒரு பத்து நிமிஷம் டைம் கொடு. நான் இதே நம்பருக்கு மறுபடியும் கூப்பிடுறேன். நீ எங்கேயும் போயிடாதே!" என்று அலைபேசி அழைப்பைத் துண்டித்தாள்.

தனா கடைக்காரரிடம் அலைபேசியைக் கொடுத்துவிட்டு, "சாரிண்ணே, திருப்பி இன்னொரு தடவை கால் வரும்" என்றான்.

அவர் எரிச்சலுடன், "என்ன தம்பி காலங்காத்தால.... ஏதோ அவசரம்னு ஒரு கால் பண்ணக் கொடுத்தா தொல்லை பண்றியேப்பா!" என்றார்.

தனா ஒன்றும் பேசாமல் அமைதியாக நின்றான். கடைக்காரர் அவர் வேலையில் மூழ்கினார்.

அடுத்த ஐந்தாவது நிமிடத்தில் அவரது அலைபேசிக்கு மீண்டும் அழைப்பு வந்தது. தனா தயக்கத்துடன் நின்றுகொண்டிருந்தான். அவர் அவனைப் பார்த்துவிட்டு, வேண்டாவெறுப்பாக அலைபேசியை அவன் அருகில் வைத்தார். தனா வேகமாக எடுத்துப் பேசினான்.

"தனா, ஒண்ணும் கவலைப்படாதே. மரியான்னு எனக்குத் தெரிஞ்ச பையன் ஒருத்தன் சென்னைல இருக்கான். இன்னும் ஒரு மணி நேரத்துக்குள்ள தாம்பரம் வந்து உன்னைக் கூப்பிட்டுக்குவான். நீ இருக்க இடத்தோட அடையாளத்தை மட்டும் கரெக்ட்டா சொல்லு!"

தனா தான் நின்றிருந்த இடத்தின் சுற்றுப் புறத்தைப் பார்த்துவிட்டு, சரியான அடையாளங்களைக் கூறினான். போன் துண்டிக்கப்பட்டது. தனா கடைக்காரரிடம் நன்றி சொல்லிவிட்டு மீண்டும் திண்டினில் வந்து அமர்ந்தான். காலையிலேயே வெயில்

சுள்ளென்று அடிக்கத் துவங்கியது. உடலெங்கும் வலி. இரவு முழுவதும் ஒரு பொட்டுத் தூக்கமில்லை. தனாவின் மனதில் நேற்றைய காட்சிகள் மீண்டும் மீண்டும் ஓடிக்கொண்டிருந்தன.

சுமார் ஒரு மணி நேரம் கழித்து, யாராவது தன்னைத் தேடுகிறார்களா என்று சுற்றும் முற்றும் பார்த்துக்கொண்டிருந்த தனாவின் கண்ணில் ஒரு இளைஞன் பட்டான். வயது சுமார் பத்தொன்பது இருக்கும். கருமையான நிறம், நல்ல உயரம், ஒல்லியான தேகம், நீண்டு கலைந்திருந்த சுருள் முடி, லூசான டீசர்ட், அரைக்கால் டவுசர், கழுத்தில் பெரிய வெள்ளிச் செயின், ஒற்றைக் காதில் காதணி என்று வித்தியாசமாகத் தோன்றிய அவன் டியோ வண்டியில் இருந்தபடி இங்குமங்கும் நோட்டமிட்டுக் கொண்டிருந்தான்.

தனா அவன் அருகில் சென்று, “நீங்க மரியாவா?” என்று கேட்டான்.

“ஆமா ப்ரோ, நீங்கதான் தனாவா, நித்யா அக்கா சொல்லி விட்டுச்சு. நான் பெரிய ஆளாப் பார்த்துத் தேடிட்டு இருந்தேன். நீங்க யூத்தாதான் இருக்கீங்க. வாங்க ப்ரோ போலாம்!” என்று மரியா அவனை அழைத்துச் சென்றான்.

“நித்யா அக்கா சொல்லிச்சு, உங்களாண்ட எதுவும் கேக்கக் கூடாதுனு. இருந்தாலும் நீங்க ராங்கா எடுத்துக்கலீனா ஒண்ணு கேக்கலாமா ப்ரோ?”

தனா, “ம்ம்ம்” என்று ஒற்றை வார்த்தையில் பதில் அளித்தான்.

“எதுனா ஏரியால பிரச்சனையா ப்ரோ, எதா இருந்தாலும் சொல்லுங்க, நம்ம பசங்களைக் கூட்டிட்டுப் போய் ஒரு காட்டு காட்டிட்டு வந்துறலாம். டோண்ட் வொர்ரி ஃபார் எனிதிங்க் ப்ரோ!”

தனா, “அதெல்லாம் ஒண்ணும் இல்ல மரியா!” என்றான்.

வண்டி போரூர் மேம்பாலம் தாண்டி சென்று கொண்டிருந்தது. தனாவின் கிழிந்த சட்டை காற்றில் பறந்தது. அவன் இரு கைகளாலும் அதனை இறுக்கிப் பிடித்தபடி வந்தான்.

சற்று நேரம் கழிந்தது, தனா வண்டி ஓட்டிக்கொண்டிருந்த மரியாவைக் கேட்டான், “இப்போ நாம எங்கே போறோம்?”

“நித்யா அக்கா சொல்லலியா ப்ரோ. வீட்டுக்குக் கூட்டிட்டுப் போய்

ரிலாக்ஸ் பண்ணிட்டு, அதுக்கப்புறம் உனக்குத் தேவையான்தைப் பண்ணச் சொல்லுச்சு ப்ரோ!"

தனா பதற்றத்துடன், "ஐயோ, அதெல்லாம் வேணாம். நான் சேலம் போகணும். அதுக்குக் கொஞ்சம் பணம் வேணும். அவ்வளவுதான்" என்றான்.

"இரு ப்ரோ, நீ நித்யா அக்காட்டயே பேசு!" என்று வண்டியை ஓரமாக நிறுத்திவிட்டு, அவனது அலைபேசியில் நித்யாவை அழைத்து, தனாவிடம் கொடுத்தான்.

இரண்டாவது ரிங்கில் போனை எடுத்த நித்யா, "மரியா, தனாவைப் பார்த்துட்டியா, எப்படி இருக்கான் அவன்" என்றாள்."

"நித்யா, நான் தனாதான் பேசுறேன். மரியாவைப் பார்த்துட்டேன். நான் அவங்க வீட்டுக்கு எல்லாம் போகல. சேலத்துக்குப் போய் குமார் அண்ணனைப் பார்க்கணும்."

"என்ன பிரச்சனை தனா. கொஞ்சம் விளக்கமாச் சொல்லு."

நித்யா கேட்டதும் அவனால் எதையும் மறைக்க முடியவில்லை, மரியாவை விட்டுச் சற்றுத் தள்ளி வந்து தனது பிரச்சனையைச் சுருக்கமாகக் கூறினான்.

நித்யா உடனே புரிந்துகொண்டவளாய், "நீ இப்போ சேலம் போனாலும், அங்கே அவங்க உன்னைத் தேடி வர ரொம்ப நேரம் ஆகாது. தெரியாத இடத்துல இருக்கறதுதான் உனக்கு சேஃப்னா, நீ மரியா வீட்டுலயே இருக்கலாம். அங்க உன்னை யாரும் தேடி வர மாட்டாங்க. நீ கொஞ்சம் நிதானம் ஆகுற வரை அங்கே இரு. அப்புறம் உனக்கே என்ன செய்யணும்னு தெளிவு கிடைக்கும். நான் இந்த வீக் எண்ட் வந்து உன்னைப் பார்க்குறேன்" என்றாள்.

தனா தயக்கத்துடன், "சரி" என்றான்.

"நீ போனை மரியாட்டக் கொடு!" என்றாள் நித்யா.

சற்றுத் தள்ளி நின்றுகொண்டிருந்த மரியாவை அழைத்து போனை அவனிடம் கொடுத்தான்.

"யக்கா, நீ ஒண்ணும் ஃபீல் பண்ணாத. ப்ரோ நம்ம ப்ரதர் மாதிரி. நான் பாத்துக்குறேன்" என்று சொல்லி போனை வைத்தான் மரியா.

வண்டியை மீண்டும் கிளப்பும்போது, தனா கிழிந்த சட்டையை அழுத்திப் பிடித்தபடி வண்டியில் ஏறினான்.

அதனைக் கவனித்த மரியா, “ப்ரோ, இதுக்காகத்தான் வீட்டுக்கு வர யோசிக்கிறியா. இந்தா ப்ரோ இதைப் போட்டுக்கோ!” என்று தான் போட்டிருந்த டீசர்ட்டைக் கழட்டிக் கொடுத்தான்.

“ஐயோ, வேணாம்!” என்று தனா மறுத்தான்.

“பயப்படாத ப்ரோ, நான் பேர் பாடியா வர மாட்டேன்” என்று சொல்லிவிட்டு, வண்டி சீட்டுக்கடியில் இருந்த ஒரு ஃபேன்சி முண்டா பனியனை எடுத்து அணிந்துகொண்டான்.

“இது உனக்குச் சின்னதா இருக்குமா, அதான் லூஸ் ஃபிட் டீசர்ட்டைக் கொடுத்தேன்” என்று சிரித்துக்கொண்டே தன் செயலுக்கு விளக்கம் கொடுத்தான்.

சட்டை மேலே அதை அணிந்துகொண்டு தனா வண்டியில் ஏறினான். வண்டி வியாசர்பாடி நோக்கிப் பறந்தது.

மெயின் ரோட்டில் இருந்து உள்ளே சென்ற வண்டி, குறுக்கும் நெடுக்குமான பல சந்துகளைத் தாண்டிச் சென்றுகொண்டிருந்தது. வழியில் மரியா ஒரு வார்த்தை கூட தனாவிடம் கேள்வியாகக் கேட்கவில்லை, மாறாக அவன் தன்னைப் பற்றியும், தன் நண்பர்கள் பற்றியும், அவர்களது ஏரியா பற்றியும் வாய் வலிக்குமளவு விடாமல் பேசியபடியே வந்தான். தனாவால் ஒருமுகச் சிந்தனையோடு அதனைக் கவனிக்கக் கூட முடியவில்லை. ஆனால் மரியா அதுபற்றிய பெரிய அக்கறை ஏதுமில்லாமல், ஜாலியாகப் பேசிக்கொண்டே வண்டி ஓட்டினான். இடையிடையே தன் வாழ்க்கையைக் காப்பாற்றியது நித்யாதான் என்று மரியாதையோடும் நன்றியோடும் சில வார்த்தைகள் கூறினான். இறுதியில் ஒரு குறுகிய கல்லு சந்தினுள் வண்டி நுழைந்தது. சந்தின் இருபுறமும் நெருக்கமாகச் சிறிய வீடுகள் வரிசையாக அமைந்திருந்தன. கறிக்கடை மாமிசம், அகர்பத்தி, எண்ணெய், மசாலா, சோப்பு, பலசரக்கு சாமான், காய்கறி, இரும்புத் துரு, ஆட்டுப் புழுக்கை, மக்கிய குப்பை என்று பலவித வாசனைகள் ஒன்றோடு ஒன்று கலந்து தெரு முழுதும் விநோதக் கலவையாக வீசிக்கொண்டிருந்தன. சந்திற்கு நடுவாக ஒரு சிறிய மேரி மாதா கோவில் இருந்தது. அதனைத் தாண்டி வண்டியைச் செலுத்தினான் மரியா.

“இதான் ப்ரோ எங்க ஏரியா... கூல் ஹெவன் இன்சைட் எர்த்”

சிறிது தூரம் கடந்த பிறகு ஒரு வீட்டின் முன் மரியா வண்டியை சைடு ஸ்டாண்ட் போட்டு நிறுத்தினான். வாசல் வராண்டாவில் சிறிய அளவில் இட்லிக் கடை ஒன்று இயங்கிக்கொண்டிருந்தது.

அடுப்புக்குப் பின் அமர்ந்திருந்த மரியாவின் அம்மா, “என்னடா காலங்காத்தாலயே எந்திரிச்சு ஓடுன!” என்றாள்.

“யம்மா, அதெல்லாம் உன்கிட்ட சொல்ல முடியாது. இம்பார்டண்ட் மேட்டர். இது நித்யா அக்கா ஃப்ரண்டு” என்றான்.

நித்யா என்ற பெயரைக் கேட்டதும் அவளின் முகமும், குரலும் தன்மையாக மாறியது. “வாங்கப்பா, நல்லா இருக்கீங்களா!” என்று தனாவைப் பார்த்துக் கேட்டாள்.

தனாவிற்கு என்ன சொல்வதென்று தெரியவில்லை. லேசாகத் தலையைக் குனிந்து, “நல்லா இருக்கேன்” என்றான்.

மரியா இடைமறித்து, “நீ வா ப்ரோ, எங்கம்மாவுக்கு வேற வேலையில்லை. எதையாவது கேட்டுட்டே இருக்கும்” என்றவாறு வாசலை ஒட்டியுள்ள குறுகிய மாடிப்படியில் ஏறிச் சென்றான். தனா அவன் பின்னால் சென்றான்.

அந்தச் சிறிய மொட்டை மாடியில், ஒரு பக்கமாய் பத்துக்குப் பத்து அளவில், ஆஸ்பெஸ்டாஸ் சீட் போட்டு ஒரு சிறிய அறை இருந்தது. அதனை ஒட்டி சிறிய பாத்ரூம் தனியாக இருந்தது. அறை உள்ளே பாப் மார்லி, மைக்கேல் ஜாக்ஸன், முகமது அலி என்று பலவிதப் போஸ்டர்கள் ஒட்டப்பட்டிருந்தன. தனா அவற்றைப் பார்த்ததும் அது மரியாவின் அறை என்பதைப் புரிந்துகொண்டான்.

அடுத்த இரண்டு நாட்களில் தனாவின் அடிப்படைத் தேவைகளுக்கான பணத்தை நித்யா அனுப்ப, மரியா அவற்றைத் துரிதமாகச் செய்துகொடுத்தான். தனா கொஞ்சம் கொஞ்சமாக நிதானத்திற்கு வந்தான். இணையத்தில் தேடி குமார் அண்ணனின் அலுவலக எண்ணைக் கண்டுபிடித்து, நடந்த விவரங்களைக் கூறினான்.

அவனை இரண்டு நாட்களாய்க் காணாமல் அவன் வீட்டினர் பரிதவித்ததை அவர் கூறினார். அதே நேரம், அவன்

குடும்பத்தினருக்கோ, ஊரில் உள்ள யாருக்குமோ அவன் இருக்கும் இடம் தெரியாமல் இருப்பதே நல்லது. அவன் அங்கேயே பத்திரமாகச் சில நாள் இருக்கும்படியும், அவன் வீட்டாரிடம் அவன் நிலைமை குறித்துத் தான் பக்குவமாக எடுத்துச் சொல்வதாகவும் அவர் உறுதியளித்தார். தனா கொஞ்சம் மனம் நிம்மதியடைந்தான். மரியாவும், அவனது அம்மா ராஜாத்தியும் அவனைக் கண்ணும் கருத்துமாகப் பார்த்துக்கொண்டனர். ஒரு வாரத்தில் அவன் உடல் சற்றுத் தேறியது. மாடியில் ஒற்றை அறையிலேயே அடைந்து கிடப்பது பிடிக்காமல், அந்தத் தெருவைச் சுற்றி நடந்து வந்தான்.

சந்தை விட்டு வெளியே பிரதான தெருவில் இருந்த இ-சேவை மையத்தில் “வேலைக்கு கம்ப்யூட்டர் தெரிந்த ஆள் தேவை” என்று போர்டைப் பார்த்தான்.

இரவில் மரியாவிடம் அதைப் பற்றிக் கூறிவிட்டு, மறுநாள் அங்கே வேலைக்குச் சேர்ந்தான். அடுத்த மூன்று மாதங்கள் கண்ணிமைக்கும் நேரத்தில் மின்னி மறைந்தன.

★★★

18: கசப்பான கருங்காப்பி

பொய்யான நம்பிக்கை மெய்யான ஏமாற்றத்திற்கு வழிவகுக்குமென்பது சூதன் மொழி

பெங்களூர் சாலைகளின் நெரிசல் நேரத்திற்கு முந்தைய காலை எட்டு மணிக்குள் சுயோதன் பொம்மசந்திரா பகுதியை அடைந்திருந்தான். முதல் நாள் இரவு பெய்த மழையின் ஈரம் சாலையில் இன்னும் மீதமிருக்க, சூரியன் பிரகாசமாகப் படரத் துவங்கி இருந்தது. சுயோதன் மேப்பில் குறிப்பிட்டிருந்த இடத்தை அடைந்ததும், வண்டியை ஓரங்கட்டி நிறுத்தினான். “காஃபி கல்ச்சர்” என்று ஆங்கிலத்தில் ஸ்டைலாக எழுதப்பட்டிருந்த பெயர்ப்பலகை கொண்ட சிறிய நவீன பாணி காஃபி கடை அவனை வரவேற்றது. கடை, நகரத்தின் பரபரப்பிலிருந்து சற்றே விலகிய அமைதியான தெருவில் இருந்தது. முற்றிலும் கண்ணாடிச் சுவர்களால் ஆன கடையின் முகப்புக் கதவைத் திறந்து உள்ளே சென்றான் சுயோதன். வெளியே கேட்ட சிறு சத்தங்களும் மறைய, காஃபி இயந்திரத்திலிருந்து எழும் ஆவியும், பால் நுரையும், வறுத்த காஃபி பீன்களின் நறுமணமும் அவன் நாசியில் ஊடுருவின. கடையில் ஆங்காங்கே இருந்த மர மேஜைகள் அனைத்தும் காலியாகவே இருந்தன.

உள்ளே நுழைந்த சுயோதன் சுற்றும் முற்றும் பார்த்தான். மூலையிலிருந்த மேஜையில் மட்டும் ஒரு நபர் தன் மடிக்கணினியில்

எதையோ தீவிரமாகப் பார்த்துக்கொண்டிருந்தார். சுயோதன் வந்ததைக் கண்டதும் அவர் நிமிர்ந்து பார்த்து லேசாகத் தலையை அசைத்தபடி சிரித்தார். தனக்கு மின்னஞ்சல் அனுப்பியவர் அவராகத்தான் இருக்கும் என உணர்ந்த சுயோதன் அவர் அருகில் சென்றான். அவர் எழுந்து, "வெல்கம் மிஸ்டர் ஜோக்கர். ஐ எம் ஸ்பேடு சிக்ஸ் ஃப்ரம் 24X7 ரம்மி" என்று அவனை வரவேற்றார். அந்த ஒற்றை வரியில் சுயோதனுக்குச் சகலமும் புரிந்தது. இன்று இணைய செயலிகளில் முன்னணியில் இருக்கும் நிறுவனம் 24x7 ரம்மி. அவன் தனது ஜோக்கர் செயலியை வடிவமைத்த போது, அது சந்தையில் முதன்மை நிலையில் இருக்கும் 24x7 ரம்மி நிறுவனச் செயலிகளுக்கு மாற்றாகவும் அவற்றை வீழ்த்தும் விதமாகவும் இருக்க வேண்டும் என்ற கனவுடன்தான் துவங்கிச் செயலாற்றி வந்திருந்தான். அந்த நிறுவனத்தில் இருந்து முக்கிய முடிவுகள் எடுக்கும் ஸ்பேடு பிரிவில் இடைநிலையில் இருக்கும் மேலாளர் ஒருவர் தன்னைச் சந்திக்க வந்திருக்கிறார் என்பதாக அவன் யூகித்தான். ஆனால் அவன் எதுவும் பதிலளிக்காமல், காலை வணக்கம் மட்டும் கூறினான்.

சுயோதன் மேஜைக்கு மறுபுறமிருந்த நாற்காலியில் அவரைப் பார்த்தபடி அமைதியாக அமர்ந்தான். கேஸுவல் ப்ராண்டட் டீசர்ட், ஜீன்ஸ் பேண்ட், க்ராக்ஸ் செப்பல், உறுத்தாத ரேபன் கண்ணாடி என்று தனது நாற்பது வயதை மறைக்க முப்பத்தைந்து வயது ஒப்பனையில் வந்திருந்தார் அவர். அது அவருக்குக் கொஞ்சம் கைகொடுக்கவும் செய்திருந்தது. அவர் மெதுவாகத் தனது கண்ணாடியைக் கழற்றி, நெஞ்சுக்கு நேராகத் தனது டீசர்ட்டில் செருகியபடி நிமிர்ந்தார். அவர் பார்வை மீண்டும் சுயோதன் மேல் விழுந்ததும் இருவரது கண்களும் சந்தித்தன. அவர் இலேசாகப் புன்னகை செய்தபடி தெளிவான ஆங்கிலத்தில் நிதானமாகப் பேசத் துவங்கினார். "இன்றைய நாள் அருமையான காஃபி நறுமணத்துடன் துவங்கியிருக்கிறது, இல்லையா சுயோதன்?"

"ஆம், சிறப்பான துவக்கம், மிஸ்டர் ஸ்பேடு சிக்ஸ்."

"கமான், அது உங்களைக் கவர்வதற்காகச் சொன்ன சிறிய துணுக்கு. என் பெயர் குமார்... காஃபி ஆர்டர் செய்வோமா?"

"நல்லது குமார். செய்யலாம். ஆனால் அதற்கு முன் நாம் இங்கே சந்திக்க வேண்டிய காரணத்தைத் தெரிந்துகொள்ள விரும்புகிறேன்."

“கிரேட் தென்... நேற்று நீங்கள் உங்கள் செயலியைக் காட்சிப்படுத்திய வகையில் அதன் சிறப்பம்சங்கள் எங்கள் நிறுவனத்தை வந்தடைந்தன. உங்களுக்காக நாங்கள் சில வழிவகைகள் செய்ய விரும்புகிறோம்.”

சுயோதனுக்கு ஒருபுறம் மகிழ்ச்சியாகத் தோன்றினாலும், உள்ளுக்குள் ஏதோ உறுத்தியபடியே இருந்தது. ஒரு துவக்க நிலை தொழில்முனைவோனை அவனது தயாரிப்புக்காக அணுகுவதில் இது சரியான முறை இல்லையே என்ற தயக்கம் அவனுக்குள் குடைந்துகொண்டே இருந்தது. நேற்றைய மின்னஞ்சலில் இருந்த புதிர்களுக்கு அவனுக்கு நேரடியான விடைகள் தேவை.

குமார் தொடர்ந்தார். “உங்கள் ஜோக்கர் செயலி மிகவும் அற்புதமாக இருக்கிறது சுயோதன்.” அவர் குரலில் இருந்த ஆர்வத்தை சுயோதனால் உணர முடிந்தது.

“உங்கள் செயலியின் சிறப்பம்சங்கள் அடங்கிய பட்டியல் எங்கள் சேர்மனின் மேஜையில் சமர்ப்பிக்கப்பட்டது. கணினியுடன் அல்லது இயந்திரத்துடன் தனியாக விளையாடும் விளையாட்டுப் போல் இல்லாமல் இணைய சாகச விளையாட்டுகள் போல நண்பர்கள் குழுவாகச் சேர்ந்து விளையாடும் முறை, அதற்கான பிரத்யேக வசதிகள் என்று உங்கள் செயலியில் உள்ள சிறப்பு அம்சங்கள் அவரை வெகுவாகக் கவர்ந்தன. ஆனால்...”

“ஆனால்...?”

“இதனைச் சந்தைக்குக் கொண்டு வருவதற்கு முன்பாக இன்னும் சில மாற்றங்கள் செய்ய வேண்டி இருக்கின்றன.”

ஜோக்கர் செயலியை இன்னும் மேம்படுத்துவதற்கான அனைத்து வாய்ப்புகளுக்கும் சுயோதன் திறந்த மனதுடனே இருந்தான். இன்னும் சொல்லப்போனால் அதற்கான நிதியுதவிகளுக்காகத்தான் நேற்றைய முதலீட்டாளர்கள் கூட்டத்திற்கே அவன் பதிவு செய்திருந்தான். குமார் கண்களைக் கூர்மையாக்கிக்கொண்டு பேச்சைத் தொடர்ந்தார்.

“உங்கள் செயலி சந்தையில் வெற்றிகரமாக இயங்க இதனுடன் இன்னும் சில இணைப்புகளைப் பொறுத்த வேண்டும்.”

“இணைப்புகள் என்றால்?”

“பொதுவாக இந்த ரம்மி விளையாட்டு வணிகம் என்பது அதைப் பயன்படுத்தும் பயனர்களின் மனநிலையை அடிப்படையாகக் கொண்டது. பயனர்கள் விளையாட்டில் அதிக நேரம் செலவழிக்க வேண்டும், அதிகப் பணம் செலவழிக்க வேண்டும். இவ்விரண்டும் நடக்க வேண்டுமென்றால் நாம் அதற்கான சில நுணுக்கமான அம்சங்களைச் செயலியில் சேர்க்க வேண்டும்.”

அவர் என்ன சொல்ல வருகிறார் என்பது சுயோதனுக்குப் பூடமாகப் புரிந்தது. இந்தச் சந்திப்பு வெற்றிகரமாக முடியப் போவதில்லை என்று அவனுக்குத் தோன்றத் துவங்கியது. பேசிக் கொண்டிருக்கையில் பாதியில் எழுந்தால் நன்றாக இருக்காது என்பதற்காக அமைதியாக அமர்ந்திருந்தான். கடை முழுவதும் வியாபித்திருந்த காஃபி பீனின் மணம் இப்போது அவனுக்கு மூச்சுமுட்டுவதைப் போல இருந்தது. குமார் தொடந்தார்.

“பயனர்கள் வெற்றி பெறும்போது அவர்களுக்கு இன்னும் அதிக உற்சாகம் தோன்றும்படியான பரிசு அறிவிப்பு முறை, பட்டாசு வெடித்தல், புதிய நிறங்களில் பிரகாசமான அறிவிப்பு, அவர்களுக்குச் சிறப்பான சன்மானம் கிடைத்த உணர்வு தோன்றும்படியான தகவல்கள் என்று உங்கள் செயலியில் நிறைய சிறப்பான அம்சங்கள் இருக்கின்றன. இதனால் பயனர்கள் அடிக்கடி விளையாட விரும்புவார்கள் என்று நீங்கள் நினைத்திருப்பது சிறப்பு. ஆனால்...”

சுயோதன் இம்முறை ஆர்வமின்றி அவரைப் பார்த்தான். அவர் அதே கூர்மையான பார்வையோடு தொடந்து விளக்கிக் கொண்டிருந்தார்.

“ஆனால் இரண்டாவது விஷயம் மிக முக்கியமானது. பயனர்கள் தோற்றால் அதனுடன் அவர்கள் வெளியேறிவிடக் கூடாது. அவர்களுக்குத் தொடர்ந்து விளையாடுவதற்கான பணத் தேவைகளையும் நாமே பூர்த்தி செய்ய வேண்டும். அதற்கான வசதிகள் நமது செயலியிலேயே இருக்க வேண்டும்.”

இந்த வார்த்தைகள் சுயோதனின் காதுகளில் விழுந்ததும் அவனுக்குள் சிறு அதிர்ச்சி உண்டானது.

“அதோடு, பயனர்கள் விளையாடும்போது நேரம் கடந்து போகும் உணர்வே இல்லாதபடி நம்மால் செயலியை இன்னும் சிறப்பாக வடிவமைக்க முடியும். அதாவது, எல்லா நேரங்களிலும்

ஏதாவது சிறப்பு ஆஃபர், போனஸ் அல்லது இன்னும் அவர்களது கவனத்தைத் தக்கவைத்துக்கொள்ளும் தகவல்களைக் கொட்டிக் கொண்டே இருக்க வேண்டும்.”

குமார் சொன்ன விஷயங்கள் சுயோதன் இதுவரை கடைப்பிடித்து வந்த அறநெறிகளுக்கு முற்றிலும் எதிராக இருந்தன. அவர் பேசுவதை அவன் இடைமறித்தான். “மன்னிக்கவும் குமார், நாம் இருவரும் வேறு வேறு பாதையில் செல்ல வேண்டியவர்கள். நீங்கள் சொல்லும் விஷயங்கள் எல்லாம் பயனர்களை அடிமையாக்கும் அம்சங்கள் இல்லையா? என்னுடைய செயலி பொழுதுபோக்கு அம்சங்களை மட்டுமே முதன்மையாகக் கொண்டு வடிவமைக்கப்பட்டது.”

குமார் குறுக்கிட்டார். “ஆனால், நாம் இருவரும் சென்று சேர நினைக்கும் இலக்கு ஒன்றுதான். கொஞ்சம் நான் சொல்வதை முழுமையாகக் கேட்டபின், ஒரு முடிவுக்கு வாருங்கள்!”

“சொல்லுங்கள்” சுயோதன் அசூயையாக அமர்ந்திருந்தான்.

“இதெல்லாம் ஒரு பொருளை வெற்றி பெற வைக்கும் ஆயுதங்கள். இந்த அம்சங்களைப் பயன்படுத்துவது என்பது முழுக்க முழுக்க பயனர்களின் விருப்பம் சார்ந்தது. அவர்கள் விரும்பும் நொடி எதனையும் நிறுத்திக்கொள்ளலாம் இல்லையா?” என்றார் குமார்.

“பயனர்கள் நிறுத்த முடியாத அம்சங்களைத்தானே நீங்கள் சூத்திரமாக உபதேசிக்கிறீர்கள் குமார்?” என்று கேட்டான் சுயோதன்.

“இங்கே பாருங்கள் சுயோதன், இவையெல்லாம் தொழில்நுட்பத்தில் பாரம்பரியமாக இருந்துவரும் விஷயங்கள்தாம். ஃபேஸ்புக், இன்ஸ்டாகிராம் எல்லா செயலிகளும் பயனர்கள் அதிக நேரம் செலவழிக்க வேண்டும் என்று வடிவமைக்கப்பட்டவைதாமே, அதுபோல்தானே இதுவும்” என்று அவனுக்கு விளக்க முற்பட்டார் குமார்.

சுயோதனுக்கு அவரது பதிலில் சரியான சமாதானாம் கிடைக்கவில்லை. ஆனாலும் மேலும் வாதம் செய்து அந்தச் சந்திப்பை அவன் நீடிக்கவும் விரும்பவில்லை. அதனால் அமைதியாக இருந்தான். அதனைச் சட்டெனப் புரிந்துகொண்ட குமார், தொடர்ந்து விளக்கம் கொடுப்பதை நிறுத்திவிட்டு, “சரி

சுயோதன், நிறையத் தொழில்நுட்ப விஷயங்கள் பேசிவிட்டோம். அதில் என்னைவிட நீங்கள் கில்லாடி என்பதை அறிந்தே இன்று உங்களைச் சந்திக்க வந்தேன். இருக்கட்டும், இப்போது நான் சொல்ல வந்த விஷயத்தைத் தெரிவிக்கக் கடமைப்பட்டுள்ளேன். நீங்கள் உங்கள் செயலியில் எந்த மாற்றமும் செய்யத் தேவையில்லை. ஆனால் சுயாதீனமாக உங்கள் செயலிக்கு நிதி நல்குவதில் எங்கள் நிறுவனத்திற்கு எந்தப் பயனும் இல்லை. அதோடு அதன் சந்தை மதிப்பின் குறுகிய எல்லைகள் என்ன என்பதும் உங்களுக்கே நன்றாகத் தெரியும். மாறாக, உங்கள் செயலியின் மூல நிரல்கள் உட்பட அனைத்து உரிமைகளையும் நாங்கள் முறையாகப் பெற்றுக்கொள்ள விரும்புகிறோம். அதற்கான வெகுமதியாக நீங்கள் நிர்ணயம் செய்யும் விலையை எந்தப் பேரமும் இல்லாமல் கொடுக்க எங்கள் சேர்மன் விருப்பம் தெரிவித்துள்ளார். ஆனால் அதில் ஒரே ஒரு நிபந்தனை மட்டும் இருக்கிறது. அடுத்து ஐந்து வருடங்களுக்கு இதைப் போன்றோ அல்லது இது தொடர்பாகவோ நீங்கள் வேறு எந்த இணைய விளையாட்டுகள் சார்ந்த தொழில்நுட்பப் பணிகளிலும் இறங்கக் கூடாது," என்று கூறினார்.

சுயோதனுக்குச் சற்றுக் குழப்பமாக இருந்தது. ஜோக்கர் செயலி அதன் வடிவத்தில் முழுமையான ஒன்று, அதனை அப்படியே விற்பதில் அவனுக்கு எந்தப் பிரச்சனையும் இல்லை. அவர்கள் அதனை மாற்றி தான் விரும்பாத இணைப்புகளைச் சேர்ப்பார்கள் என்று நினைக்கும்போது சற்று நெருடலாக இருந்தது. இந்த இணைய விளையாட்டுச் செயலிகள் இல்லாமல் தன்னால் வேறு ஒரு புதிய பணியை இனி மேற்கொள்ள முடியுமா என்பதையும் அவன் யோசித்தான். இவை அவனது மனதின் ஓரத்தில் ஓடிக் கொண்டிருக்கும் அதே நேரத்தில், அவனது மூளை செயலிக்கான விலை என்ன என்பதையும் யோசிக்கத் துவங்கியது. இன்றைய நிலையில் அவனுக்குப் பணத்தேவை மிக அத்தியாவசியம். தனது இத்தனை வருட உழைப்புக்கான வெகுமதியை அவன் அதற்குரிய பணமாகப் பார்க்க விரும்பினான். அவன் அதுவரை தனது ஜோக்கர் செயலிக்கான விலை என்று எந்தத் தொகையையும் யோசித்ததே இல்லை. அவனது எதிர்பார்ப்பெல்லாம் அதனைச் சந்தைப்படுத்த வேண்டி முதலீட்டாளர்களின் சிறிய முதலீடு என்பதாகவே இருந்தது. இப்போது ஒட்டுமொத்தமாக வாழ்நாள்

விலையாக அந்தச் செயலிக்கு என்ன தொகை வைப்பது என்று ஒன்றும் புரிபடவில்லை. சுயோதன் எதுவும் பேசாமல் அமைதியாக இருந்தான்.

குமார் தனது கூர்மையான கண்களால் அவனைப் பார்த்தபடியே அமர்ந்திருந்தார்.

சுயோதன் மனதிற்குள் கணக்குப் போட்டான். ஒன்றோடு ஐந்து சைபர்கள் சேர்த்தால் ஒரு லட்சம், ஆறு சைபர்கள் சேர்த்தால் பத்து லட்சம். ஒரு லட்சம் கேட்டால் நிச்சயம் கொடுப்பார்கள். பத்து லட்சமாகக் கேட்டால் ஒரு வேளை வேண்டாம் என்று சொல்லிவிடுவார்களோ! இரண்டுக்கும் நடுவில் ஒரு தொகை என்பது சரியாக இருக்கும். ஆனால் அந்தச் செயலியின் பயன்பாடு என்ன விளைவுகளை ஏற்படுத்தும் என்ற தயக்கமும் ஊசலாடிக் கொண்டே இருந்தது.

“எனக்குக் கொஞ்சம் அவகாசம் தேவை.”

“தாராளமாக!” என்று கூறிய குமார், தனது விசிட்டிங் கார்டை அவனிடம் நீட்டினார்.

“இப்போதாவது காஃபி சாப்பிடலாமா?”

“இல்லை, இந்த காஃபி வாசம் என் மூளை முழுக்க நிரம்பி இருக்கிறது. நான் வெளியே சென்று சொஞ்சம் டீடாக்ஸிஃபை செய்துகொள்ள வேண்டும்”

“சரி, உங்கள் விருப்பம். நான் உங்களை மீண்டும் எங்கள் அலுவலகத்தில் சந்திக்க விரும்புகிறேன். அதன்பின் நாம் உற்சாகமாக வேறொரு பானம் அருந்தலாம்!” என்று கூறியவாறு எழுந்த குமார், சுயோதனிடம் அழுத்தமாகக் கையைக் கொடுத்தபின், “எனது சிறிய மின்னஞ்சலை மதித்து இங்கே வந்து, ஒரு மணி நேரம் நான் அடித்த லெக்சரைப் பொறுமையாகக் கேட்டுக் கொண்டிருந்த உங்கள் மன உறுதியை மனதாரப் பாராட்டுகிறேன். அதற்காக உங்களுக்குச் சின்னதொரு துப்பு சொல்கிறேன். உங்கள் செயலிக்கு எங்கள் நிறுவனத்தில் எட்டு இலக்கங்களில் பட்ஜட் ஒதுக்கி இருக்கிறார்கள்” என்று கூறிக் கண்ணடித்துவிட்டு, தனது டீசர்ட்டில் சொருகி இருந்த கூலிங் கிளாஸை அணிந்தபடி அங்கிருந்து வெளியேறினார்.

சுயோதன் நீண்ட நேரமாக அவர் கொடுத்துவிட்டுச் சென்ற விசிட்டிங் கார்டைப் பார்த்தபடி அங்கேயே அமர்ந்திருந்தான். எட்டு இலக்க எண்ணின் குறைந்தபட்சத் தொகை ஒரு கோடி என்பது அவன் மனதை நிறைத்தது. இறுதியில், மூளை முழுதும் ஏறியிருந்த காஃபி நெடியை போக்கிக்கொள்ள நினைத்தவனாய், மெனுவில் ரேண்டமாய் ஒரு காஃபி வகையைத் தேர்ந்தெடுத்து ஆர்டர் செய்தான். முழுக்கக் கசப்பேறிய காஃபி அவனுக்காகத் தயாராகியது.

★★★

19: தேர்தல் பத்திரம்

விருந்தைக் கண்டும் கட்டுப்பாட்டைக் காவலராக நிறுத்துவதே வீரியம் என்பது சூதன் மொழி

சென்னை பார்க் ஹயாட் நட்சத்திர விடுதியின் தனிமுறைப்பட்ட கூட்ட அறை தயாராக இருந்தது. அந்தத் தளமெங்கும் சிசிடிவி கேமராவிற்கான இணைப்புகள் பொருத்தப்பட்டிருக்கவில்லை. படிக விளக்குகளின் மென்மையான ஒளியில் அறையின் ஆடம்பரம் கண்ணைக் கூசவைத்தது. உறுத்தாத நயம் பஞ்சுப் பொதியைப் போர்த்தியிருந்த இறக்குமதி செய்யப்பட்ட தோலாலான சாய்விருக்கைகள், பிரத்யேகமான நாற்காலிகள், ஓக் மரத்தாலான சிறிய மேஜைகள் என்று அலுவலக ரீதியான சந்திப்புகளுக்கும், விடுமுறைக் களியாட்ட நிகழ்வுகளுக்குமான இடைப்பட்ட அலங்காரத்தில் கூட்ட அறை பளிச்சென்று மின்னியது. அறையெங்கும் மூக்கைத் துளைக்காத மிக மெலிதான நறுமணம் பரவியிருக்க, சன்னமான இன்னிசை ஒலித்தது. கோடிகளில் விளையாடும் அதிகாரபூர்வமற்ற ஒரு முக்கிய சந்திப்புக்கான அரங்கமாக அவ்வறை அமைந்திருந்தது.

24X7 ரம்மி நிறுவனத்தின் தலைவர் ரிஷி அகர்வால் தனது கழுத்துப் பட்டையைச் சரிசெய்தபடி, அறையில் அமர்ந்திருந்த தனது

நிறுவனத்தின் மற்ற உறுப்பினர்களை ஒருமுறை பார்வையிட்டார். அனைவரின் முகங்களிலும் பதற்றம் தெரிந்தது. தனது முதலீடுகளைச் சந்தையில் எந்த நேரத்தில் இறக்குவது, அதன் வணிக வீச்சை எவ்வாறு ஆழப்படுத்துவது, சிறிய நிறுவனங்களை எப்படி இழுத்துப் போடுவது, போட்டியாளர்களை எப்படிச் சமாளிப்பது என்று தனது துறை சார்ந்த சூட்சுமங்கள் அனைத்தையும் கரைத்துக் குடித்தவர். நான்கு தலைமுறையாக இந்த வர்த்தகச் சந்தையின் முதல்நிலை வணிகர்கள் இருக்கும் குடும்பச் சங்கிலியைப் பின்னணியாகக் கொண்டவர் அவர். இருந்தும் மேஜைகளுக்கு அடியில் நிகழும் இத்தகைய பேரங்களில் பெரும் அசூயை கொண்டவர். அதுவும் தன் தகுதிக்குச் சற்றும் பொருந்தாத மூன்றாம் நிலைத் தரகர்களிடம், வரவழைத்துக் கொண்ட போலி மரியாதையுடன் பேசுவது அவருக்கு வராத கலை. தனது அறுபது வருட வாழ்வில், பதினைந்து அரசுகளையும், நூற்றுக் கணக்கான அமைச்சர்களையும் நேரடியாகப் பார்த்திருக்கிறார். அரசுப் பதவியில் இல்லாத ஒருவருடனான அதிகாரபூர்வமற்ற சந்திப்புகளைக் கீழ்நிலையில் உள்ள தனது பணியாளர்கள் மூலமே நடத்தித் தனக்கு வேண்டியதைச் சாதிக்கும் வல்லமை கொண்டவர். ஏனோ, இம்முறை அம்முயற்சிகள் எதுவும் கனியாமல் தானே இறங்கி வந்து பேச வேண்டிய நிலை ஏற்பட்டிருந்தது. ஒன்றிய அரசு ஆன்லைன் கேமிங் செயலிகளைத் தடைசெய்யப்போகிறது என்ற செய்தி சில நாட்களாகக் காற்றில் கசிந்துகொண்டிருந்தது. எதிர்க்கட்சிகளின் அழுத்தமும் நாளுக்கு நாள் அதிகரித்துக் கொண்டிருந்தது. அவரது 24x7 ரம்மி உள்ளிட்ட நிறுவனங்கள் நேரடியாக அபாயத்தில் சிக்கியிருந்தன.

கூட்ட அறையின் கதவு திறந்தது. தனது உதவியாளர்களை வெளியே இருக்கச் சொல்லிவிட்டு ஷியாம் திருபாதி மட்டும் உள்ளே வந்தான். மூன்று முறையாகத் தொடர்ந்து ஆளுங்கட்சியாக இருக்கும் அரசியல் இயக்கத்தின் முக்கியமான துணை அமைப்பு ஒன்றின் துணைச் செயலாளராகப் பதவி வகிப்பவன் திருபாதி. சென்ற முறை மேலவை மூலமாகத் தேர்ந்தெடுக்கப்பட்டு ஒரு குறுகிய காலம் தகவல் தொழில்நுட்பத் துறையின் இணை அமைச்சராகப் பணியாற்றி இருந்தான். பின்பு நான்கு ஆண்டுகளுக்கு முன் கட்சி அடித்தளத்தை பலப்படுத்தும் பொருட்டு அமைச்சர் பதவியில் இருந்து விடுவிக்கப்படுகிறார் என்ற குறிப்போடு

அமைச்சரவையில் இருந்து விலக்கப்பட்டான். உண்மையில் தொலைத் தொடர்புத் துறையில் ஊற்றெடுத்த ஓர் ஊழலில் பெயர் அடிபட்டதால்தான் அவனது பதவி பறிக்கப்பட்டது என்ற பேச்சு பரவலாக இருந்தது. ஆனால் அது ஒரு செய்தி, கட்சியின் அலுவல்ரீதியற்ற மறைமுக வேலைகளுக்கு இவன் பிரதிநிதி என்று சந்தையில் உள்ள முதலாளிகளுக்கும் தொழிலதிபர்களுக்கும் ஆளுங்கட்சி கொடுத்த சூசகமான அறிவிப்பு அது. கடந்த நான்கு வருடங்களில் கட்சி மட்டத்திலும், பெருவணிகர்கள் மத்தியிலும் மிகப்பெரிய செல்வாக்கு மிக்கவனாக வளர்ந்திருந்தான் திருபாதி. நாற்பதுகளின் துவக்கத்தில் இருந்த திருபாதி, அரசியல்வாதிக்கான எந்த அங்க அடையாளமும் இன்றி, தகவல் தொழில்நுட்பத் துறை நிறுவனமொன்றின் திட்ட மேலாளர் போன்ற தோற்றத்தில், மடித்துவிட்ட முழுக்கைச் சட்டை, டெனிம் காட்டன் பேண்ட் சகிதம் அறைக்குள் நுழைந்தான்.

“வணக்கம் சேர்மன்” என்று ரிஷி அகர்வாலுடன் அழுத்தமாகக் கைகுலுக்கிவிட்டு அவருக்கு அருகில் காலியாக இருந்த இருக்கையில் அமர்ந்தான் திருபாதி.

ரிஷி அகர்வால் தன் முகத்தில் எந்த உணர்ச்சிகளையும் காட்டாமல் அமைதியாக இருந்தார்.

“இந்தச் சிறிய விஷயத்திற்காக உங்களைச் சிரமப்படுத்தியதற்கு மன்னிக்க வேண்டும் சேர்மன். உங்கள் ஆட்கள் இதன் முக்கியத்துவத்தை உணரவில்லை. அதனால்தான் எங்கள் சின்ன ஜி உங்களுடனான சந்திப்பை மேற்கொள்ளச் சொன்னார்.”

ரிஷி அகர்வால் நேரடியாக விஷயத்திற்கு வந்தார். “ஆன்லைன் கேமிங் தடை பற்றிய பேச்சுகள் பலமாக உள்ளன. இது எங்கள் வணிகத்தைப் பாதிக்கும். எங்களுக்கு உங்கள் உதவி தேவை.”

திருபாதி நாற்காலியில் நன்றாகச் சாய்ந்து அமர்ந்தான். “அரசாங்கத்திற்கு மிகப்பெரிய அழுத்தம் இருக்கிறது சேர்மன் சார்.”

ரிஷி அகர்வால் எதுவும் பேசவில்லை. உறுப்பினர்கள் ஒருவரை ஒருவர் பார்த்துக்கொண்டனர். திருபாதி தொடர்ந்தான். “ஆனால் அழுத்தம் இருக்குமிடத்தில் வாய்ப்புகளும் இல்லாமல் இல்லை.”

கொல்கத்தா உயர் நீதிமன்றத்தில் ரிஷி அகர்வால் தங்கள்

நிறுவனம் சார்பாக வாங்கி வைத்திருந்த ஒரு தீர்ப்பு அவர்களுக்குச் சாதகமாக இருந்தது. ஆனால் சமீப நாட்களில் ஆன்லைன் சூதாட்டம் குறித்த சர்ச்சைகள் வலுத்து வருவதை அவரும் அறிந்திருந்தார். எதிர்க்கட்சிகள் அதன் மூலம் ஆளுங்கட்சிக்கு அழுத்தம் கொடுத்தன. ஆளுங்கட்சி அந்தக் குழப்பங்களைத் தனக்கான வாய்ப்பாக மாற்றிக்கொள்ள முயற்சி செய்தது. உயர் நீதிமன்ற முன்னாள் நீதிபதி தலைமையில் ஒரு குழு அமைத்து, இணைய சூதாட்டத்தை நெறிப்படுத்துவது குறித்து ஓர் அறிக்கை அளிக்கும்படி ஒன்றிய அரசு கேட்டிருந்தது. அந்தக் குழுவும் தன் அறிக்கையைச் சென்ற வாரத்தில் அரசுக்குச் சமர்ப்பித்திருந்தது. அதன் அடிப்படையில் நாடாளுமன்றத்தின் வரும் கூட்டத்தொடரில் சில சட்டத் திருத்தங்கள் வரவிருப்பதை ரிஷி அகர்வால் அதிகார வர்க்கத்தில் இருந்த தனது தொடர்புகள் மூலம் அறிந்திருந்தார். நிச்சயம் சில நிறுவனங்களின் இணையதளங்கள் மற்றும் செயலிகள் தடைசெய்யப்படப்போகின்றன. அதற்கான வரம்பாக அவை முழுக்க சூதாட்டம் சார்ந்தவையாக இருக்கின்றனவா அல்லது திறன் சார்ந்து இயங்குகின்றனவா என்ற பகுப்பாய்வு நடைபெற்றுக்கொண்டிருந்தது. தனது நிறுவனத்தின் சார்பான இணைய தளங்கள், செயலிகள் அனைத்தையும் எந்தவித சேதாரமும் அவப்பெயரும் இல்லாமல் சரியாகச் செயல்படும் நிறுவனங்களின் பட்டியலில் இணைக்க வேண்டும். இது இந்தப் பிரச்சனையில் இருந்து தப்பிப்பதற்காக மட்டுமல்ல, உண்மையில் தன்னுடைய இணையதளங்கள், அரசினால் அங்கீகரிக்கப்பட்ட, முற்றிலும் நியாயமான முறையில் செயல்படும் விளையாட்டு அம்சங்கள் மட்டும் நிறைந்தவை, சூதாட்டத்திற்கும் தங்களுக்கும் எந்தத் தொடர்பும் இல்லை என்ற செய்தியைச் சமூகத்திடம் கொண்டு சேர்க்கும். அது தனது சந்தை மதிப்பையும் கணிசமாக அதிகரிக்கும். அதற்காகவே திருபாதியைச் சந்திக்க அவர் சம்மதம் தெரிவித்திருந்தார்.

திருபாதி அழுத்தமான குரலில் தொடர்ந்தான். "எதிர்க்கட்சிகள் அறநெறி பேசுகின்றன. இந்த இணையதளங்கள் சூதாட்டத்தை ஊக்குவிக்கின்றன, வாழ்க்கைகளை அழிக்கின்றன என்கின்றன. ஆனால் உங்களது விளையாட்டுகள் ஒருவன் தனது அதிர்ஷ்டத்தையும், சிந்தித்து விரைவாகச் செயல்படும் திறனறிவினையும் சோதித்துப் பார்க்கக்கூடிய பொழுதுபோக்கு

அம்சங்கள் நிறைந்தவை என்பதை நாம் அறிவோம். நமது அரசு உங்களை ஊக்கமிழக்க வைக்க விரும்பவில்லை. நாட்டின் பொருளாதார வளர்ச்சியில் உங்கள் குழுமங்களின் பங்களிப்பை நாங்கள் மதிக்கிறோம். எனினும், உங்களை மதிக்கும் நமக்கும்... ஊக்கம் தேவை."

தான் சொல்ல வேண்டிய விஷயத்தை இவன் எவ்வளவு தெளிவாகப் பேசுகிறான் என்று ரிஷி அகர்வால் ஒரு கணம் அவனை வியந்தார். அவர் பேச்சை வளர்க்க விரும்பவில்லை. "எவ்வளவு?" என்றார்.

தங்கள் சேர்மன் இப்படி நேரடியாகக் கேட்பார் என்று குழு உறுப்பினர்கள் எதிர்பார்க்கவில்லை. அனைவரின் கூர்மையான பார்வைகளும் திருபாதியின் மீது பதிந்திருந்தன.

திருபாதி புன்னகைத்தான், "ஐநூறு கோடி."

அறையின் நிசப்தம் அதிகரித்தது. திருபாதி தொடர்ந்தான். "இது சாதாரண வேலை இல்லை என்று உங்களுக்கும் தெரியும். அரசாங்கம் சமூகத்தின் அனைத்துச் செயல்பாடுகளையும் தனது கட்டுப்பாட்டில் வைத்திருப்பதாக நிரூபிக்க வேண்டும். அதே சமயம் உங்களைப் போன்ற மதிப்புமிக்க 'ஒரு சில' நிறுவனங்களின் வணிகத்தையும் தடுத்து நிறுத்த அரசாங்கம் விரும்பவில்லை. அதனாலேயே இந்த ஏற்பாடு!" 'ஒருசில' என்ற வார்த்தையை அவன் அழுத்தி உச்சரித்த விதம் ரிஷி அகர்வாலுக்குச் சில விஷயங்களை உணர்த்தியது. இவன் தங்களைப் போலவே, வேறு சில போட்டி நிறுவனங்களிடமும் பேரம் பேசிக்கொண்டிருக்கிறான் என்பதை அவர் புரிந்துகொண்டார்.

அறையில் இருந்த உறுப்பினர்களில் ஒருவர் முதன் முறையாகப் பேசினார். "ஐநூறு கோடி மிக அதிகம்.... வேறு வழி இல்லையா? எங்கள் செயலி சூதாட்டம் தொடர்பானது அல்ல, திறன் சார்ந்தது என்று நாங்கள் நீதிமன்றத்தில் முறையிடுவோம்."

திருபாதி அவரைப் பார்த்துச் சிரித்தான். "தாராளமாக! நீங்கள் நீதிமன்றத்தில் வாதாடக் கூடிய கூற்றுகளைத்தான் நான் உங்கள் சார்பாக நமது அரசாங்கத்திடம், முடிவு எடுக்கும் அதிகாரத்தில் உள்ளவர்களிடம் எடுத்துரைக்கப்போகிறேன். என்ன, நீங்கள் நீதிமன்றம் சென்று 'நீதியை'வாங்கி வர இன்னும் இரண்டு மூன்று

ஆண்டுகள் ஆகலாம். நான் உங்களுக்காகப் பேசி அடுத்த வாரம் தீர்ப்பை வாங்கித் தருவேன். இந்த இடைப்பட்ட காலத்தில் உங்கள் வணிகத்தையும், வருவாயையும் கணக்கிட்டுப் பார்த்தால் இந்தத் தொகை அதில் எத்தனை தசமப் புள்ளிகள் தள்ளி வரும் என்று நீங்களே யோசித்துப் பாருங்கள்."

சிறிது நேர அமைதிக்குப் பின் ரிஷி அகர்வால் பேசினார். "நானூறு கோடி! அதற்கு மேல் எங்களால் முடியாது."

திருபாதி அதற்கு மேல் எதுவும் பேரம் பேசாமல், சரியென்று ஒத்துக்கொண்டான். "சரி. இந்தத் தொகையை எப்படிக் கொடுக்கப் போகிறீர்கள்?"

அறையில் இருந்த 24x7 ரம்மி நிறுவனத்தின் நிதிச் செயலர் "வழக்கமான முறைகளில்தான். இன்னும் இரண்டு நாட்களில் நீங்கள் குறிப்பிடும் கணக்குகளுக்கு பல நூறு பரிவர்த்தனைகளாகப் பிரித்து அனுப்பப்படும், கவலை வேண்டாம்!" என்று கூறினார்.

திருபாதி அவரை இடைமறித்தான். "அவ்வளவு சிரமம் எல்லாம் தேவையில்லை. நமது கட்சியின் பெயரில் தேர்தல் பத்திரங்களாக அனுப்பிவிடுங்கள். அப்புறம் இன்னொரு விஷயம். இத்தொகைக்குக் கூடுதலாகப் பத்து சதவீதம் ஒப்புப் பங்குத் தொகை இருக்கிறது. அதனைப் பிரதான எதிர்க்கட்சிக்கும் தேர்தல் பத்திரங்களாக அனுப்பி வைக்கவும்" என்று கூறிவிட்டு அறையை விட்டுக் கிளம்பிச் சென்றான்.

அவன் சென்ற பிறகும், சிறிது நேரத்திற்கு அந்த அறையின் நிசப்தம் மீதமிருந்தது. பிறகு நிதி ஆலோசகர் பேசத் துவங்கினார். "நமது சேர்மன் தலைமையேற்று நடத்தியதால், இந்த நிகழ்வு இவ்வளவு சுலபமாக முடிந்தது. அவருக்கு என்னுடைய மனமார்ந்த நன்றி. நிறுவனங்களும், தனிநபர்களும் அரசியல் கட்சிகளுக்கு நன்கொடை அளிக்க ஏதுவாக சமீபத்தில் அறிமுகப்படுத்தப்பட்ட கருவி இந்தத் தேர்தல் பத்திரம். அதுவும் செலுத்துபவர்களின் அடையாளங்கள் சட்டபூர்வமாகவே ரகசியமாகப் பாதுகாக்கப்படும். நிறுவனங்கள் குறிப்பிட்ட வங்கிகளில் பணம் செலுத்தி, அரசியல் கட்சிகள் பெயரில் பத்திரங்களாக வாங்கலாம். அரசியல் கட்சிகள் தங்கள் தேர்தல் செலவுகளின் பொருட்டு அவற்றைப் பணமாக்கிக் கொள்ளலாம். பணம் செலுத்தியதற்கான முறையான கணக்கும் நிறுவனங்களிடம் இருக்கும். ஆனால் இது கருப்புப் பணமும்

இல்லை. வெளியே எந்தத் தடயமும் தெரியப்போவதில்லை. இருதரப்புக்கும் லாபமான ஏற்பாடு!" அவர் கூறியதைக் கேட்டதும் உறுப்பினர்களுக்குத் தெளிவு வந்தது. அவர் மீண்டும் தொடர்ந்தார். "நாம் வழக்கமாக அரசியல் கட்சிகளுக்குக் கொடுக்கும் நன்கொடைகளைக் கணக்கிடும் போது இத்தொகை சற்றுப் பெரியதாகத் தெரியலாம். ஆனால் நமது ஆண்டு வருமானத்தையும், இடைவிடாது தொடரவிருக்கும் வர்த்தகத்தையும், அரசு மூலமாகக் கிடைக்கப்போகும் ஒப்புகைச் சான்றுகளையும் சேர்த்துப் பார்த்தால் இத்தொகை நமது இலாபத்தின் ஒரு பகுதி மட்டுமே. அதனை வரும் ஆண்டுகளில் நம்மால் ஈடுசெய்ய முடியும்" என்று குழு உறுப்பினர்களுக்கு நேர்மறையாக அவர் நம்பிக்கை அளித்தார்.

மற்றோர் உறுப்பினர் குறுக்கிட்டார், "லாபத்தில் நஷ்டம் என்றெல்லாம் நம்மை நாமே சமாதானப்படுத்தக்கூடாது. இந்த இழப்பையும் சரிக்கட்ட இந்த ஆண்டே நாம் இன்னும் தீவிரமாகக் களத்தில் இறங்க வேண்டும்" என்றார்.

ரிஷி அகர்வால், "ஆம், நாம் புதியதாக ஒரு விளையாட்டுச் செயலியை மிகப் பெரிய அளவில் அறிமுகம் செய்யப் போகிறோம். அது நாம் இதுவரை தொடாத சந்தையின் அடியாழம் வரை சீறிப் பாய்ந்து பொற்குவியல்களை அள்ளிக் கொண்டு வரும். முற்றிலும் புதிய முயற்சியாக, இச்செயலி இணையக் கடன் வசதிகளையும் தன்னுள்ளே ஒருங்கிணைத்ததாக இருக்கும். இனி உங்கள் கணக்கில் பணம் இல்லாவிட்டாலும், உங்கள் உடைமைகளைப் பணயம் வைத்து நீங்கள் விளையாடலாம். செயலியின் பெயர் 'கறுப்பு ஜோக்கர்' என்று அறிவித்தார்.

அறையின் அதுவரையான நிசப்தத்தைக் கிழிக்கும்படியாகக் கரவொலிகள் அதிர்ந்தன. ரிஷி அகர்வால் மகிழ்ச்சியுடனும் பெருமிதத்துடனும் உறுப்பினர்களைப் பார்த்தார்.

★★★

20: கோமாளியின் பெரும்பாய்ச்சல்

நட்பால் முத்தமிடப்பட்ட குத்துவாள் ஆழமாக வெட்டும், உள் வட்டத்தை எப்போதும் சோதனையிட வேண்டுமென்பது சூதன் மொழி

சுயோதனுக்கு அன்று இரவு முழுவதும் தூக்கம் பிடிபடவில்லை. கடந்து ஆறு மாதங்களாக இந்த ஜோக்கர் செயலியே உலகம் என்று அதனுள்ளேயே வாழ்ந்திருக்கிறான். இன்று அதற்கு மிகச் சிறப்பானதொரு துவக்கமும் சந்தை மதிப்பு வாய்ப்பும் உருவாகி இருக்கிறது என்பதில் அவனுக்குக் கட்டுக்கடங்காத மகிழ்ச்சி. ஆனால் அது அவனது ஒட்டுமொத்த உழைப்பின் மூலம் கிடைத்த துருப்புச் சீட்டு. அதனை அப்படியே இன்னொருவருக்குத் தாரை வார்த்துவிட அவனுக்கு விருப்பமில்லை. ஆனால் தன்னால் சுயாதீனமாக அதனைச் சந்தைப்படுத்திப் பெருவெற்றி அடையமுடியாது என்ற நிலையில், 24X7 போன்ற ஒரு ஜாம்பவான் அதனை அள்ளி அணைத்துக்கொள்வது என்பது கனவிலும் எதிர்பார்த்திராத ஜாக்பாக்ட். எக்காரணம் கொண்டும் அதனை அவன் இழக்க விரும்பவில்லை. அதே நேரம் அந்தச் செயலியில் இருந்து தனது பிடியை முழுவதுமாக விலக்கிக்கொள்ளவும் அவனுக்கு மனமில்லை. தன் வாழ்வின் அடுத்த கட்டத்திற்குச் செல்வதற்காகவும், அதை நிலைத்துத் தக்கவைக்க வேண்டியும்

அவன் சில சமரசங்களைச் செய்துகொள்ள வேண்டும். அது சரிதானா என்று அவனால் ஒரு முடிவுக்கு வர முடியவில்லை. நித்யாவிடம் இதுபற்றி எதுவும் பேசவில்லை. அவளிடம் ஏதேனும் கருத்துக் கேட்டு, அவள் யோசனைகள் கூறினால், அதனை மீறி அவனால் வேறு வழிவகைகளை ஆராயவே முடியாது. அந்த மனத்தடை வரக்கூடாது என்பதற்காகவே இந்த 24X7 நிறுவனத்தின் ஆஃபர் பற்றி அவளிடம் விவாதிக்கவில்லை. சரியோ தவறோ எந்த முடிவாக இருந்தாலும் தானே சிந்தித்து முடிவெடுப்பது என்பதில் உறுதியாக இருந்தான்.

யோசித்தபடியே உறங்கிப்போனவனுக்கு, அதிகாலை நான்கு மணிக்கு முழிப்புத் தட்டியது. அவன் மனதில் சற்றுத் தெளிவு பிறந்திருந்தது. அலைபேசியில் ஸ்கேன் செய்து வைத்திருந்த குமாரின் விசிட்டிங் கார்டைப் பார்த்தான். அவரை அன்று எப்போது சந்திக்கலாம் என்று வாட்ஸப் குறுஞ்செய்தியில் தட்டச்சு செய்து விட்டு, அதனை அப்போதே அனுப்பலாமா அல்லது காலை விடிந்ததும் அனுப்பலாமா என்று யோசித்தான். சரி, காலை அவர் எழுந்ததும் முதலில் அதனைப் பார்க்கட்டும் என்று நினைத்தவனாய், செய்தியை அவர் அலைபேசி எண்ணிற்கு அனுப்பிவிட்டு மீண்டும் படுத்தான். அதிகாலைத் தூக்கம் தொடர்வதற்குள் அடுத்த ஐந்து நிமிடத்தில், குமாரிடமிருந்து பதில் குறுஞ்செய்தி வந்திருந்தது. அதில் "சூப்பர் சுயோதன், இன்று மாலை *4* மணிக்கு எங்கள் கோரமங்களா அலுவலகத்தில் சந்திக்கலாம். இதனை அடுத்த கட்டத்திற்கு எடுத்துச் செல்வது குறித்து உரிய நபர்களிடம் நாம் பேசுவோம்" என்றிருந்தது.

சுயோதன் அன்றைய நாள் முழுவதும் பலவிதமான எண்ணங்களுடன் இருந்தான். "சரியான முடிவுதானா?" என்ற கேள்வி அவனுக்குள் எழுந்துகொண்டே இருந்தது. ஆனால் அவனுக்கு வேறு மாற்று வழிகள் எதுவும் தோன்றவில்லை. லட்சியவாதக் கனவுகள் பொருளாதார நிலையோடு மோதி வெற்றி பெற முடியாதவை. தனது இன்றைய நிலையிலிருந்து மேலேற அவனது இம்முடிவு மிகச் சரியான திறவுகோல் என்ற அளவில் 24X7 ரம்மி நிறுவனத்தினுடனான சந்திப்புக்காகத் தன்னை ஆயத்தப்படுத்திக்கொண்டான். குறித்த நேரத்திற்கு முன்பாகவே நிறுவன தலைமை அலுவலகத்தின் முதன்மை வளாகத்தை அடைந்திருந்தான். வாயிலில் இருந்து அண்ணாந்து பார்த்தபோது

அக்கட்டடத்தின் உயரமும் பிரம்மாண்டமும் அவனை வியக்க வைத்தன. பதினேழு மாடிகள் கொண்ட கட்டடம் முழுவதும் பளபளப்பான கண்ணாடி அலங்காரங்களுடன் சூரிய ஒளியைப் பிரதிபலித்துக்கொண்டிருந்தது. கட்டடத்தின் முன்புறத்தில் தோட்டம் போன்று அமைக்கப்பட்ட புல்வெளிகளில் ஆங்காங்கே கிரேக்கப் பாணி வெங்கலச் சிலைகளும், அலங்கார நீரூற்றுகளும் இருந்தன. சுயோதன் காவலாளிகளிடம் தான் சந்திக்க வேண்டிய குமாரின் விவரங்களைக் கூற, அவர்கள் தொலைபேசி செய்து சந்திப்பை உறுதிசெய்து கொண்டு அவனை உள்ளே அனுமதித்தனர்.

தரைத் தள வரவேற்பு மேஜையில் இருந்த பெண், போனில் குமாரை அழைத்து உறுதிசெய்துவிட்டு, “சார் பதினோராவது தளத்தில் உங்களுக்காகக் காத்திருக்கிறார். லிஃப்ட் வலது பக்கம் இருக்கிறது” என்று கூறினாள். லிஃப்ட்டில் நுழைந்தபின், சுயோதன் அதன் உட்புறத்தில் இருந்த புத்தாண்டு வாழ்த்துகள், நிறுவன அறிவிப்புகள், ஊழியர்களின் சாதனைகள் என்று பலவிதமான போஸ்டர்களை நோட்டமிட்டான். லிஃப்ட் சத்தமில்லாமல் மேலேறிக்கொண்டிருந்தது. தளம் பதினொன்று என்ற அறிவிப்பில், சுயோதன் வெளியே வந்தான். குமார் அவனை எதிர்பார்த்தபடி, அந்தத் தளத்தின் முகப்பு வரவேற்புப் பகுதியில் நின்றிருந்தார். “நல்வரவு சுயோதன், எப்படி இருக்கிறீர்கள்?” என்று அவனை வரவேற்றார்.

“யெஸ், கிரேட்!” சுயோதனின் பதிலைக் கேட்டு குமார் புன்னகைத்தார். “சிறப்பு, வாருங்கள் நாம் உள்ளே செல்லலாம்!” குமார் சுயோதனை அழைத்துக்கொண்டு தனது அலுவலக அறைக்குச் சென்றார்.

அறையில் சென்று அமர்ந்தபிறகு குமார் ஆரம்பித்தார்.

“சொல்லுங்கள் சுயோதன், என்ன முடிவு செய்திருக்கிறீர்கள்?”

“நேர்மறையான முடிவுதான் குமார். உங்கள் ஆஃபரில் சிற்சில மாற்றங்கள் மட்டும் எதிர்பார்க்கிறேன்.”

“நல்லது, உங்கள் மனதில் என்ன மாற்றங்கள் இருக்கின்றன?” என்று கேட்டார் குமார்.

சுயோதன் தான் முடிவு செய்து வைத்திருந்த விஷயத்தை எடுத்துக் கூறினான். “குமார், நான் என்னுடைய செயலியை முழுவதுமாக

விற்க விரும்பவில்லை. அதற்குப் பதிலாக, அந்தச் செயலி மூலம் வரும் வருமானத்தில் பத்து விழுக்காடு பங்கு எனக்குத் தொடர்ந்து கிடைத்துக்கொண்டிருக்க வேண்டும்."

குமார் ஒரு கணம் மௌனமாக அமர்ந்திருந்தார். அவரது முகத்தில் கூர்மையான சிந்தனையின் அறிகுறிகள் தெரிந்தன. "இது சுவாரஸ்யமான யோசனைதான் சுயோதன். ஆனால் இந்த முடிவை நான் மட்டும் எடுக்க முடியாது. உங்களை வி.பி. சாரைச் சந்திக்க வைக்கிறேன்." அடுத்த அரை மணி நேரத்தில் பட்நாயக் மற்றும் தொடர்புடைய அதிகாரிகளைச் சந்திப்பதற்கான அனைத்து ஏற்பாடுகளையும் செய்து முடித்தார்.

குமார், சுயோதனை அழைத்துக்கொண்டு அதே தளத்தில் இருந்த இன்னொரு பெரிய அறையை நோக்கி நடந்தார். அந்த அறையின் முகப்பில் "சீனியர் வைஸ் பிரசிடென்ட் - பிரபல் பட்நாயக்" என்று எழுதப்பட்டிருந்தது. குமார் அறைக் கதவை லேசாகத் தட்டிவிட்டு, "சார்" என்றார். கண்ணாடிக் கதவு வழியாகப் பார்த்த பட்நாய்க் உள்ளே வருமாறு சைகை காட்டினார். குமாரும் சுயோதனும் உள்ளே நுழைந்தனர். சுமார் ஐம்பது வயது இருக்கும் பட்நாயக், ஃபார்மல் கோட் சூட் உடையணிந்து, அந்த அறையின் மையத்தில் இருந்த பெரிய மேஜையில் அமர்ந்திருந்தார். அவருக்குப் பக்க வாட்டு இருக்கைகளில் இன்னும் இரண்டு பேர் அமர்ந்திருந்தார்கள்

அவர் சுயோதனை வரவேற்று அமரச் சொன்னார். பொதுவான விசாரிப்புகளோடு கூட்டம் துவங்கியது. பட்நாயக் பேச்சினூடே இணைய விளையாட்டுத் துறையின் சந்தை நிலைமைகளைப் பற்றியும், எதிர்காலத்தில் அந்தத் துறையில் இருக்கும் வாய்ப்புகளைப் பற்றியும் விளக்கமாகக் கூறினார். அவர் சுயோதனிடம் கேட்ட கேள்விகள் அனைத்தும் அவனை அச்சூழ்நிலைக்கு இலகுவாக்கும் விதமாகவும், அவனது செயலியின் சிறப்புகளை எடுத்துரைக்க வாய்ப்பளிக்கும் விதமாகவும் இருந்தன. சுயோதன் சகஜமானான். தொழில்நுட்ப விஷயங்கள் முடிந்து, இறுதியில் செயலியின் உரிமை சார்ந்த விலை நிர்ணயம் மற்றும் பங்கீடு சார்ந்த விஷயங்கள் பேசப்பட்டன.

"சுயோதன் நீங்கள் செயலியின் பங்குகளை வைத்துக்கொள்ள விரும்புகிறீர்கள் என அறிகிறோம். செயலியின் நீண்ட கால வாய்ப்பு மற்றும் வெற்றி சார்ந்து அது மிகச் சிறப்பான முடிவுதான். ஆனால்

பத்து விழுக்காடு என்பது கொஞ்சம் அதிகம். நாங்கள் ஐந்து விழுக்காடு தரத் தயாராக இருக்கின்றோம். மீதத்திற்கு இணையாக இன்னொரு சிறப்பான வாய்ப்பையும் உங்கள் முன் வைக்கிறோம். நீங்கள் ஜோக்கர் செயலியை விட்டுக் கொடுத்துவிட்டு ஐந்து வருடங்களுக்கு அது தொடர்பான எந்தப் பணியிலும் ஈடுபடாமல் இருப்பதில் எங்களுக்கு விருப்பமில்லை. அதற்குப் பதில் நீங்களே அந்தச் செயலியை மேம்படுத்தும் பொறுப்பை ஏற்றுக்கொண்டு எங்கள் பிராஜெக்ட் மேனேஜராக வேலை செய்யுங்கள். அதற்குச் சிறப்பான ஊதியமும் வசதிகளையும் செய்துதரத் தயாராக இருக்கிறோம்"

அவரது சொற்களைக் கேட்டதும், சுயோதனுக்கு அதுவரை இருந்த மனச் சஞ்சலம் சற்று விலகியது போலத் தோன்றியது. தனது செயலியைத் தானே மேம்படுத்த முடியும், அதன் செயல்பாடு, சந்தை நிலவரங்கள், அதன் வீச்சு ஆகியவற்றை உடனிருந்து அறிந்துகொள்ளவும் நல்ல வாய்ப்பு. ஆனால் அதன் தொடர்ச்சியான மேம்பாடு மற்றும் ஏனைய இணைப்புகள் தனது எண்ணப்படி இல்லாமல் நிறுவனத்தின் கொள்கைகள் அடிப்படையில் இருக்கப்போகிறது. கடன் செயலிகளைத் தனது விளையாட்டுச் செயலியுடன் இணைக்க வேண்டி இருக்கும். அதனைத் தானே செய்து கொடுத்தாக வேண்டும். வேறு வழியில்லை. தனது வாழ்வின் அடுத்த கட்டப் பாய்ச்சலுக்காக அவன் அந்தச் சமரசத்தை ஏற்றுக்கொள்ளத் தயாரானான்.

"சரி சார், நான் ஒப்புக் கொள்கிறேன்."

"மகிழ்ச்சி, டீல் நல்லபடியாக செட்டில் ஆகிவிட்டது. 24X7 ரம்மி நிறுவன வரலாற்றில் மிகவும் இளமையான பிராஜெக்ட் மேனேஜர் ஆகி இருக்கிறீர்கள். உங்களுடன் பணிபுரிவது எங்களுக்கும் புதிய அனுபவமாக இருக்கப்போகிறது. உங்கள் செயல்பாடுகள் மூலம் நீங்கள் தலைமையேற்கும் செயல்திட்டத்தை பெருவெற்றியடையச் செய்வீர்கள் என நம்புகிறோம். வாழ்த்துகள் மிஸ்டர் சுயோதன்..."

தொடர்ந்து பட்நாயக்கும் அங்கிருந்தவர்களும் அடுத்த கட்ட ஏற்பாடுகளையும் செயல்முறை விவரங்களையும் விளக்கினார்கள். அடுத்த வாரம் முதல் சுயோதன் வேலையில் சேரலாம் என்றும், அவனுடைய அணியில் மூன்று பேர் வேலை செய்வார்கள் என்றும் முடிவு எடுக்கப்பட்டது.

மீட்டிங் முடிந்து வெளியே வந்ததும், முதல் வேலையாகச் சுயோதன் நித்யாவை அழைத்து விஷயத்தைச் சுருக்கமாகக் கூறினான். அவளது உற்சாகத்தை அலைபேசி வழியாகவும், டெலிபதி மூலமாகவும் சுயோதனால் பரிபூரணமாக உணர முடிந்தது.

அந்த ஒரு வாரம் முழுவதும் அலுவலகம் செல்வதற்கான முன் தயாரிப்புகளில் சென்றது. குறிப்பிட்ட நாளில் 24X7 ரம்மி நிறுவனத்திற்குள் நுழைந்தான் சுயோதன். தனது வாழ்க்கை இப்போது பெரிய மாற்றத்தை நோக்கி நகர்ந்துகொண்டிருக்கிறது என்பதை அவனால் உணர முடிந்தது. முதல் நாள் அலுவலகத்திற்குச் சென்றபோது, அவனுக்கு நேர்த்தியான தனியறையும் புதிய கணினியும், உபகரணங்களும் ஒதுக்கப்பட்டிருந்தன. அவனுக்குக் கீழ் பணிபுரிய இருக்கும் குழுவை அவனுக்குக் குமார் அறிமுகப் படுத்திவைத்தார். அணியில் இருந்த மூன்று பேரும் அவனை விட வயதில் பெரியவர்கள். மூவரும் தங்களைப் பற்றிய சிறு குறிப்புகளுடன் அவனை வரவேற்றார்கள். குழு தங்களுக்கான செயல்திட்டத்தின்படி, பணியைத் துவங்கியது.

அதுவரை தனியாகவே பணி செய்து பழகியவனுக்கு, முதல் சில நாட்களில் குழுவினரிடம் வேலை சொல்லி, அதனை வெற்றிகரமாக முடித்து வாங்குவது மிகுந்த சிரமமாக இருந்தது. அவர்கள் அனைவரும் அவனை விட வயதிலும், அனுபவத்திலும் மூத்தவர்கள். அவர்களுக்குக் கட்டளை பிறப்பிக்க அவனுக்குத் தயக்கமாக இருந்தது. தனது எண்ண அலைவரிசையும் குழுவின் அலைவரிசையும் ஒத்திசைவில் இல்லை என்பதை உணர்ந்தவன், மெது மெதுவாகத் தனது திட்டங்கள் குறித்து அவர்களிடம் எதிர்பார்க்கும் விஷயங்களை அவர்களின் ஈகோ காயப்படாதவாறு பொறுமையாக விளக்கத் துவங்கினான். ஆரம்ப நிலைத் தயக்கங்களுக்குப் பிறகு, குழு அவனுடன் இணைந்து பணியாற்றத் துவங்கியது. அதோடு, அவனுடைய தொழில்நுட்ப அறிவும் செயலி பற்றிய பூர்ணமான புரிதலும் மற்றவர்களின் மதிப்பைப் பெற்றது. முதல் மாத முடிவில் சுயோதன் தனது அணியுடன் நல்ல புரிதலை ஏற்படுத்தி இருந்தான். செயல்முறை சூடுபிடித்து அடுத்த கட்டப் பாய்ச்சலுக்குத் தயாரானது.

மூன்று மாத கடும் பணிக்குப் பின்னர், ஜோக்கர் செயலியின் புதுப்பிக்கப்பட்ட பதிப்பு, “கறுப்பு ஜோக்கர்” தயாராயிற்று. அதில் 24X7 ரம்மி நிறுவனம் சேர்த்த புதிய அம்சங்கள்

இணைக்கப்பட்டிருந்தன. சுயோதனுக்கு முதலில் அந்த அம்சங்கள் குறித்துச் சிறிய தயக்கங்கள் இருந்தன. ஆனால் நாளடைவில் அவை எல்லாம் மறைந்துபோய், செயல்முறையோடு அவன் முழுமையாக ஒன்றிப்போனான்.

இறுதியாக, கறுப்பு ஜோக்கர் செயலியின் வெளியீட்டு நாளும் வந்தது. *24x7* ரம்மி நிறுவனம் பிரபல நடிகர்கள் மற்றும் விளையாட்டு வீரர்களைக் கொண்டு பெரிய அளவில் விளம்பரங்களைச் செய்திருந்தது. நிறுவனம் முழுவதுமே பரபரப்பாக இருந்தது. எல்லாக் குழுக்களின் பார்வையும் கறுப்பு ஜோக்கர் செயலி மீதும், அதன் திட்ட மேலாளர் சுயோதன் மீதுமே இருந்தது. சுயோதனும் மிகவும் பதற்றமாக இருந்தான். மொத்தம் இரண்டு வருடங்களாக அவன் உழைத்து உருவாக்கிய செயலி சந்தையில் வெற்றி பெறுமா என்பது தெரியவில்லை. காலை எட்டு மணிக்கு அலுவலகத்திற்குச் சென்றவன், மூன்று மணி நேரத்திற்குப் பிறகு அந்தச் செயலியின் வர்த்தகப் போக்கு புள்ளிவிவரங்களைக் கேட்டுப் பெற்றான். அது சரியான அளவில் உயர்ந்து வருகிறதா என்பதை அவனால் சரியாகக் கணிக்க முடியவில்லை. மாலை ஐந்து மணிக்கு, பட்நாயக் நிறுவனத்தின் பல நிலை அதிகாரிகளோடு, சுயோதனையும் மீட்டிங்கிற்கு அழைத்திருந்தார். கூட்ட அரங்கில் குழுமி இருந்த அனைவரும் வீடியோ கான்ஃபரன்சிங்கில் தங்களது சேர்மனின் உரைக்காகக் காத்திருந்தனர். சற்று நேரக் காத்திருப்புக்குப் பின், 24X7 ரம்மி நிறுவனத்தின் தலைமைச் செயல் அலுவலர் ரிஷி அகர்வால் திரையில் தோன்றினார். சுயோதன் நிறுவனத்தில் சேர்ந்த கடந்து மூன்று மாதங்களில் பல முக்கிய கூட்டங்களில் ரிஷி அகர்வாலின் பெயரைக் கேட்டிருக்கிறானே ஒழிய, இப்போதுதான் அவர் தலைமையேற்கும் கூட்டத்திற்கான அழைப்பு அவனுக்கு வந்திருந்தது. கண்கள் விரிய, மனம் பரபரக்க அவன் காத்திருந்தான். அவர் நேரடியாக விஷயத்துக்கு வந்தார். "நமது புதிய வெளியீடான கறுப்பு ஜோக்கர் சந்தையில் மிகப்பெரிய வரவேற்பைப் பெற்றிருக்கிறது. இது ஆன்லைன் உலகில், இது வரை ஏற்றுக்கொள்ளப்பட்ட, வெற்றியடைந்த, பிரபலமான விளையாட்டு முறைகள் அனைத்தையும் தலைகீழாக மாற்றி அமைக்கப்போகிறது. நாம் ஒரு புதிய பாதையை உருவாக்கி இருக்கிறோம். இந்த வெற்றிக்கு நீங்கள் ஒவ்வொருவரும் முக்கியக் காரணிகள். அனைவருக்கும் வாழ்த்துகள், விரைவில் நாம்

சந்திப்போம்". சேர்மனின் வீடியோ கான்ஃபரன்சிங் உரையோடு கூட்டம் முடிவடைந்தது.

சுயோதன் வாழ்வின் உச்சம் நோக்கி நகர்ந்துகொண்டிருப்பதை உள்ளூர உணர்ந்தான். அவனது அடிப்படைப் பொருளாதாரத் தேவைகள் தன்னிறைவு அடைந்தன. ஊரில் அடகுக் கடையில் இருந்த அம்மாவின் நகைகளை மீட்டான். பெங்களூரில் சொந்த வீடு வாங்கியபிறகு அம்மாவைத் தன்னுடன் அழைத்துக் கொள்வதாக உறுதியளித்தான். அடுத்து வந்த நாட்களில் கறுப்பு ஜோக்கர் செயலியின் வீச்சும், பயனர்கள் எண்ணிக்கையும், சந்தை மதிப்பும் சீராகப் பல மடங்கு அதிகரித்துக்கொண்டே இருந்தது. போட்டி நிறுவனங்கள் அனைத்தும், தங்களது நடப்பு செயலிகளை ஓரங்கட்டிவிட்டு, கறுப்பு ஜோக்கரை மாதிரியாகக் கொண்டு புதிய செயல்முறைகளைத் துவக்க வேண்டிய நிர்ப்பந்தம் ஏற்பட்டது. சுயோதன் குழு புதிய செயல் திட்டங்களில் ஈடுபடுவதற்காக, கறுப்பு ஜோக்கர் செயலியின் பராமரிப்பு வேறொரு சிறிய குழுவுக்கு மாற்றப்பட்டது. கறுப்பு ஜோக்கர் மேலும் மேலும் பல மைல்கற்களைத் தாண்டி, சந்தையில் அசைக்க முடியாத முதல் இடத்தில் சிம்மாசனம் இட்டு அமர்ந்திருந்தது.

★★★

21: தாயம் ஒன்று

முதல் வெற்றியே மிகப்பெரிய தோல்வியின் துவக்கமாக இருக்கலாமென்பது சூதன் மொழி.

தனாவுக்கு அறையில் இருப்புக் கொள்ளவில்லை. எப்படியும் தீபாவளிக்குள் எல்லாப் பிரச்சனைகளும் முடிந்துவிடும். தீபாவளிக்கு ஊருக்குச் சென்றுவிட வேண்டும் என்று மூன்று மாதங்களுக்கு முன்பாகவே கே.பி.என்.இல் டிக்கட் முன்பதிவு செய்து வைத்திருந்தான். இந்த இருபத்து ஐந்து வருடங்களில் அவன் ஊரில் இல்லாத தீபாவளி இதுவாகத்தான் இருக்கப் போகிறது என்று நினைத்தவாறு கட்டிலில் படுத்துக் கிடந்தான். அறையில் பேச்சுத் துணைக்கு மரியாவும் இல்லை. ராஜாத்தி அக்காவும் அவனும் வேளாங்கண்ணிக்குச் சென்றிருக்கிறார்கள். அடுத்த இரண்டு நாட்களுக்குச் சென்னையில் எந்த உணவு விடுதியும் திறந்திருக்காது. ஒரு நேரச் சாப்பாட்டிற்குக் கூட ஓடி அலைய வேண்டி இருக்கும் என்று நினைத்தாலே அவனுக்கு எரிச்சலாக இருந்தது.

சிறுவயதில் இருந்தே தனக்குத் தேவையானதைத் தானே சம்பாதித்துக் கொள்ளும் ஆற்றல் பெற்றவன் தனா. அதோடு தன்னைச் சுற்றியிருப்பவர்களுக்கு எப்போதும் கொடுத்துப் பழக்கப்பட்டவன். எத்தகைய சூழ்நிலைகளிலும் நீந்திக் கரையேறிவிட முடியும் என்ற

நம்பிக்கைதான் அவனது பலம். ஆனால் இப்போது தலையும் வாலும் புரியாத இந்தப் பிரச்சனைக்காக இப்படி ஊரைவிட்டு ஓடிவந்தது ஏன் என்று அவனுக்குச் சரியான தெளிவில்லை. அப்படியிருந்தும் இங்கு வந்தபிறகு தனது இயல்பான சுறுசுறுப்பும், செயல்திறனும் ஏன் மங்கிப்போயிருக்கிறது என்று யோசித்தான். அவனால் ஒரு முடிவுக்கு வர முடியவில்லை. இத்தனை பெரிய நகரான சென்னையில் தனது இருப்பு இ-சேவை மையம், இந்த அறை என்று இரண்டு பத்துக்குப் பத்து கனசதுரங்களில் முடங்கி இருப்பது குறித்து அவனுக்குத் தன் மீதே கழிவிரக்கம் தோன்றியது. அதை நினைத்த மாத்திரத்தில் அவனுக்கு மூச்சுமுட்டியது.

கட்டிலில் படுத்திருந்தபடி அலைபேசியைப் பார்த்தான். மணி ஐந்து பத்து எனக் காட்டிய அலைபேசித் திரை, பேட்டரி தீர்ந்து போகப் போவதற்கான அறிவிப்போடு மின்னிக்கொண்டிருந்தது. ஏழு மணிக்குத்தான் முன்பதிவு செய்திருந்த பேருந்து கிளம்பும் நேரம் என்று அவன் நினைவுக்கு வந்தது. சட்டெனக் கட்டிலில் இருந்து துள்ளி எழுந்தான். சர்ட் பேண்ட்டை மாற்றிவிட்டு, தனது தோள் பைக்குள் கையில் அகப்பட்ட சில துணிமணிகளை அள்ளி அமுக்கிக்கொண்டு, போன் சார்ஜரை எடுத்துப் பையில் போட்டுக்கொண்டு அறையை விட்டுக் கிளம்பினான்.

காலையில் இருந்தே மழை நசநசவெனப் பெய்துகொண்டிருந்தது. ராஜாத்தி அக்கா வீட்டுச் சந்தினைத் தாண்டி வெளியே மெயின் ரோடு வரை சேறும் சகதியுமாக இருந்தது. ஆங்காங்கே ரோடு ஓரங்களில் போட்டிருந்த கற்களின் மீது தாவிக் குதித்து வியாசர்பாடி பேருந்து நிலையம் வந்து சேர்ந்தான். பேருந்துகள் அனைத்தும் பிதுங்கி வழிந்தபடி சென்றன. அவற்றைத் தவிர்த்து ஒரு ஷேர் ஆட்டோவில் தன்னைத் திணித்துக்கொண்டான். சென்னை மொத்தமும் காலியாகும் எத்தனத்தில் சாலைகளிலும், பேருந்து நிலையங்களிலும் அலைமோதிக் கொண்டிருந்தது. தனா, ஒருவழியாக கோயம்பேடு தனியார் பேருந்து நிலையத்திற்கு வந்து சேர்ந்தான். தூறலில் அவனது இடப்புறம் முழுவதும் நனைந்து போயிருந்தது. அவன் அதனைப் பொருட்படுத்தாமல், கே.பி. என் பேருந்து நிற்கும் இடத்தைத் தேடிக் கண்டுபிடித்தான். அங்கே அலுவலகக் காத்திருப்பு அறை நிரம்பி வழிந்தது. தனா அலைபேசியை எடுத்தான். அது முற்றிலுமாக அணைந்துபோயிருந்தது. அறை வாசலில் ஒரு டேபிள் போட்டு

உட்கார்ந்திருந்த அலுவலரிடம், ஏதாவது டிக்கட் இருக்கிறதா என்று பெருங்கூட்டம் விசாரித்துக் கொண்டிருந்தது, அவர், "இன்னிக்கு சவுத் போற எல்லா வண்டியும் ஃபுல்லு. யாரும் வேஸ்டா இங்கே கூட்டம் போட்டு நிக்காதீங்க" என்று அவர்களைத் துரத்தாத குறையாகக் கத்திக்கொண்டிருந்தார்.

தனாவுக்கு மீண்டும் மனக்குழப்பம் கிளம்பியது. அவன் வந்த பிரச்சனை இன்னும் தீர்ந்தபாடில்லை. அவன் சென்னையில் இருப்பதால் ஊரில் என்ன நடக்கிறது என்ற தகவலும் சரிவரத் தெரியவில்லை. குமார் அண்ணன் தவிர குடும்பத்தினர் யாருக்கும் அவனது தற்போதைய அலைபேசி எண்ணும், அவன் இருக்கும் இடமும் தெரியாது. இந்த நிலைமையில் தானாக ஊருக்குச் சென்று முகத்தைக் காட்டுவது எந்த விதத்தில் சரியாக இருக்கும் என்று தெரியவில்லை. ஆனால் ஊருக்குச் சென்றுவிட்டால், எப்படியாவது பழைய தொடர்புகளைப் புதுப்பித்து பணம் சம்பாதித்து விட முடியும் என்று நம்பிக்கை இருந்தது. ஊருக்குப் போய்விட்டால் மீண்டும் தன் கையில் பணம் புழங்கும் என்ற நினைப்பே அவனுக்குக் கிளர்ச்சியைத் தந்தது. ஆனால் அதற்கான சூழ்நிலை ஊரில் நிலவுகிறதா, அங்கே தன் மீதான பிரச்சனையின் நிலை என்ன என்று அறிய விரும்பினான். குமார் அண்ணனிடம் கேட்கலாம் என்றால் அவர் இப்போது ஊருக்குப் போக வேண்டாம் என்றுதான் சொல்லுவார். ஊரில் வேறு யாரிடமும் கேட்கும் சூழ்நிலை இல்லை. சரி, ஊருக்கே சென்று என்ன நடக்கிறது என்று பார்த்துவிடலாம் என்று எண்ணினான்.

முன்பதிவு செய்திருந்த டிக்கட் பற்றிய தகவல் மொபைலில்தான் இருந்தது. அணைந்து போயிருந்த அலைபேசியை உயிர்ப்பிக்க காத்திருப்பு அறையில் சார்ஜர் பாயிண்டைத் தேடினான். அறையின் மூலையில் ஒரு சுவரில் நான்கைந்து பேர் நின்று தங்கள் மொபைலைச் சார்ஜ் செய்துகொண்டிருந்தனர். தனா பையில் இருந்து தனது அலைபேசி சார்ஜரை எடுத்துக்கொண்டு அவர்களில் ஒருவன் பின்னால் போய் நின்றான். முன்னால் இருந்தவன், சார்ஜ் போட்டபடி மொபைலில் ஏதோ விளையாடிக் கொண்டிருந்தான். பின்னால் இருந்து பார்த்த தனா லேசாக எரிச்சலுற்றான். அவனைச் சார்ஜரைக் கழற்றச் சொல்லலாம் என்று நினைத்தவன், சரி ஒரு ஐந்து, பத்து நிமிடங்கள் பொறுத்துப் பார்க்கலாம் என்று நினைத்தபடி சுவரில் சாய்ந்தபடி நின்றான்.

முன்னால் இருந்தவன் தனா பின்னால் காத்திருப்பதுகூடத் தெரியாமல் சுவாரஸ்யமாக விளையாடிக்கொண்டிருந்தான். இரண்டு நிமிடங்களுக்குப் பிறகு அவன் மொபைல் திரையை எட்டிப் பார்த்த தனா துணுக்குற்றான். அவன் மொபைலில் ஆன்லைன் ரம்மி விளையாடிக்கொண்டிருந்தான். அவன் வைத்திருந்த சீட்டுகளில் உதிரியாக இருந்த ஸ்பேடு கிங்கை இறக்காமல் ரம்மி சேர வாய்ப்பிருந்த கிளாவர் ஆசை இறக்கவே, தனா தன்னையும் அறியாமல் "உச்" என்று தனது அதிருப்தியை வெளிக்காட்டினான். திரும்பி இவனைப் பார்த்த அவன், அதனைக் கண்டுகொள்ளாமல் அடுத்த சுற்றில் மீண்டும் ஒரு முக்கியக் கார்டை இறக்க முனைந்தான். தனா, பொறுக்க மாட்டாமல், "பாஸ், சிக்ஸை இறக்காதீங்க. அந்த டைஸ் ஒன்பதைத் தூக்கிப் போடுங்க!" என்றான். அவன் இவன் சொன்னதைப் பொருட்படுத்தாமல் ஆறை இறக்கினான். முடிந்தது. அவனை எதிர்த்து விளையாடிக் கொண்டிருந்த எதிராளி வென்றுவிட்டதாய்த் திரையில் மின்னி மறைந்த அடுத்த நொடி, "புதிய ஆட்டத்தைத் துவங்குங்கள், ஐந்தாயிரம் வெல்லுங்கள்" என்ற அறிவிப்பு வந்தது. அவன் பின்னால் இருந்தபடி தனா தன்னையே உற்றுப் பார்த்துக் கொண்டிருந்ததை உணர்ந்து, சட்டென சார்ஜரைப் பிடுங்கி விட்டு அங்கிருந்து நகர்ந்தான். தனா அவன் அலைபேசித் திரையைத் திரும்பிப் பார்த்தபடியே, தன் அலைபேசியை சார்ஜ் பாயிண்டில் சொருகினான். கையில் ரம்மி, இரண்டு ஜோக்கர் வைத்திருந்தும் முட்டாள்தனமாய் சீட்டுகளை இறக்கி அவன் தோற்றுப் போனானே என்று அவனுக்குத் தோன்றியது. தனாவின் மனதில் அந்த ரம்மி ஆட்டம் மீண்டும் மீண்டும் நிகழ்ந்து கொண்டிருந்தது. அவனது அலைபேசி சுழியத்திலிருந்து, ஒன்று, இரண்டு என்று ஒவ்வொரு சதவீதமாக ஏறிக்கொண்டிருந்தது.

அடுத்த பத்து நிமிடத்தில், கே.பி.என். அலுவலகப் பையன் கூட்டமாக இருந்த காத்திருப்பு அறைக்கு வந்து, "ஏழு மணி விருதுநகர் வண்டி வர்ற வழில ட்ராஃபிக்ல மாட்டிட்டு இருக்கு. இங்க வர ஒன்பது மணிக்கு மேலாகும்..." என்று கூறிவிட்டு அங்கிருந்து நகர்ந்தான். கூட்டம் சிறு சலசலப்பை உதிர்த்துவிட்டு மீண்டும் பழைய நிலைக்குத் திரும்பியது. சிலர் காத்திருப்பு அறையில் இருந்து வெளியேறி தேநீர் அருந்தச் சென்றனர். அறையில் மூச்சு விடக் கொஞ்சம் காற்று வருவது போலத் தோன்றியது. தனாவின்

அலைபேசி உயிர் பெற்றிருந்தது. ரெட் பஸ்ஸில் இருந்து வந்திருந்த வாட்ஸப் செய்தியைப் பார்த்து, தான் முன்பதிவு செய்திருந்தது அந்த ஏழு மணி பேருந்துக்குத்தான் என்பதை உறுதி செய்து கொண்டான். இன்னும் இரண்டரை மணி நேரங்களுக்கு மேல் இருந்தது. என்ன செய்யலாம் என்று யோசித்தபடி மொபைலை நோண்டிக் கொண்டிருந்தான். திடீரென்று சற்றுமுன் அவன் முன்னால் நின்றுகொண்டிருந்தவனின் அலைபேசித் திரையில் மின்னிய "ஐந்தாயிரம் ரூபாய் வெல்லுங்கள்" என்னும் வாசகம் மூளைக்குள் பளிச்சென மின்னியது. "எவ்வளவு எளிதாய் சீட்டு விழுகிறது. அதனை வென்றால் ஐந்தாயிரம். அதைக்கூட அந்த முட்டாள் சரியாக விளையாடாமல் தோற்றானே!" என்று தனக்குள் சிரித்துக் கொண்டான். அவன் மனம் இதனை நினைத்துக் கொண்டிருக்கும் போதே, விரல்களும் கண்களும் தன்னிச்சையாக ப்ளே ஸ்டோரில் வரிசைகட்டி வந்த ஆன்லைன் ரம்மி செயலிகளை மேய்ந்துகொண்டிருந்தன. முன்னால் இருந்தவன் விளையாடிய கறுப்பு ஜோக்கர் செயலி முகப்புப் படம் தனாவின் கண்ணில் பட்டுத் தெறிக்க, "ஒரு ஆட்டத்திற்கு ஐயாயிரம் என இரண்டு ஆட்டங்கள் வென்றால் போதுமே, ஊருக்குக் கைநிறைய பணத்தோடு செல்லலாமே... உங்க பையன் ஒண்ணும் பெயர் தெரியாமல் அழிஞ்சு போகல, எந்த ஊருல எப்படித் திரிஞ்சாலும் காசோட கெத்தாத்தான் திரும்பி வந்திருக்கான்" என்று குடும்பத்தாரிடம் தன்னை நிரூபிக்கலாம் என்று அவனுக்குத் தோன்றியது.

கறுப்பு ஜோக்கர் செயலியைத் தரவிறக்கியதும், துவக்க போனஸாக நூறு ரூபாய் வந்து சேர்ந்தது. முதல் ஆட்டத்தைத் துவங்கினான். இரண்டே நிமிடங்களில் சப்பென முடிந்துவிட்டது. வெற்றி. இவன் கணக்கில் இருந்த நூறு ரூபாய் இருநூறு ஆனது. அடுத்த மூன்று ஆட்டங்கள், அடுத்தடுத்த வெற்றி. நிறுவனத்தின் பிடித்தங்கள் போக, இவன் கணக்கிற்கு மொத்தம் எழுநூற்றி ஐம்பது ரூபாய் ரொக்கமாக வந்து சேர்ந்தது. தனது சுறுசுறுப்பும், சமயோசித புத்தியும் இன்னும் துருப்பிடித்துவிடவில்லை என்று தனா உணர்ந்தான். அவனுக்குத் தான் இதுவரை சென்னையில் பட்ட புழுக்கங்கள் எல்லாம் விலகுவது போலத் தோன்றியது. அடுத்த ஆட்டம் துவங்குவதற்கு முன் அலைபேசித் திரையில் அறிவிப்பு மின்னியது. "வணக்கம் தனா, எங்கள் செயலியின்

வரலாற்றில் மிகக் குறுகிய காலத்தில் வெற்றியின் சரித்திரத்தை நீங்கள் தொட்டிருக்கிறீர்கள். உங்களைக் கௌரவிக்கும் விதமாக உங்களுக்கு சில்வர் ஸ்டார் அந்தஸ்து கொடுக்கப்படுகிறது. நீங்கள் நூறு ரூபாய் ஆட்டங்களில் இருந்து தேர்ந்த ஆட்டக்காரர்கள் விளையாடும் ஆயிரம் ரூபாய்ப் பிரிவிற்கு நேரடியாகத் தகுதி பெறுகிறீர்கள். உங்கள் கணக்கில் இண்டாயிரம் ரூபாயை வரவில் ஏற்றி, ஆட்டத்தைத் தொடருங்கள். வெற்றி வாகை சூடுங்கள்" என்ற வாசகங்கள் மின்னிக்கொண்டிருந்தன. அவனது வங்கிக் கணக்கில் இப்போது ரம்மி விளையாட்டில் சேர்ந்திருந்த எழுநூற்று ஐம்பதில் மினிமம் பேலன்ஸ் ஃபைனுக்குப் பிடித்தது போக, நானூற்றிச் சொச்சம்தான் இருப்பில் இருந்தது. அவனால் பழைய நூறு ரூபாய் ஆட்டங்களையும் தொடர முடியவில்லை.

இரண்டாயிரம் ரூபாய் கட்டி அடுத்த நிலைக்குச் செல்லவும் வழியில்லை. சரி, இன்றைக்கு அவ்வளவுதான் என்று நினைத்தவனாய் பிளக் பாயிண்டில் இருந்து சார்ஜரை உருவிக் கொண்டு, காத்திருப்பு அறைக்கு வெளியே வந்தான். நேரம் ஆக ஆக கூட்டம் கூடிக்கொண்டே சென்றுகொண்டிருந்தது. இவன் தோள்பையோடு வெளியே வருவதைப் பார்த்த நடுத்தர வயதுக்காரர் ஒருவர், "என்ன தம்பி, டிக்கெட் இல்லையா?" என்று கேட்டார். இவன் அவரைப் பார்த்து, "நீங்க எங்க சார் போகணும்?" என்றான். "விடியுறதுக்குள்ள மதுரை போயாகணும் தம்பி, ஒரு வண்டியிலயும் இடமில்லை" என்றார் அவர். தனாவுக்கு மூளைக்குள் மின்னல் வெட்டியது. "விருதுநகர் டிக்கட் ஒண்ணு இருக்கு சார். இரண்டாயிரம் ஆகும். ஓகேங்களா?" அவர் ஒரு நொடி கூட யோசிக்காமல், பர்ஸிலிருந்து நான்கு ஐநூறு ரூபாய் நோட்டுகளை அவனிடம் நீட்டினார். தனாவுக்குக் கை பரபரத்தது. இருந்தாலும் பொறுமையாய், "இருங்க, என் டிக்கட்தான். நான் திடீர்னு ஊருக்குப் போக முடியாத சூழ்நிலை. வண்டி வந்ததும் டிக்கெட் செக்கிங் எல்லாம் முடிச்சு உங்களை சீட்டில் உட்கார வச்சிட்டு வாங்கிக்கிறேன்" என்றான். வண்டி வந்ததும், டிரைவரிடம் அவன் பெயரைச் சொல்லி எண்ட்ரி போட்டுவிட்டு, டிக்கெட் ஆன்லைன் காப்பியை அவனுக்குப் பதிலாகப் போகிறவருக்கு அனுப்பிவிட்டு, "இன்னிக்கு கூட்டத்துல இதுக்கு மேல எதுவும் செக் பண்ண மாட்டாங்க. நீங்க ஏறுங்க" என்று தனது சீட்டில் அவரை உட்காரச் சொன்னான். அவர்

சீட்டில் சௌகரியமாக உட்கார்ந்தபின், "தம்பி டிக்கெட் விலை எண்ணூறு. இதை வச்சுக்கோங்க" என்று மூன்று ஐநூறு ரூபாய்த் தாள்களை இவன் கைக்குள் வைத்தார். தனாவுக்கு எரிச்சலும் ஆத்திரமுமாக வந்தது. "இல்ல நீங்க இறங்குங்க. நான் வேற யார் கிட்டயாவது கொடுத்துக்குறேன்" என்று குரலை உயர்த்தினான். அவர் "சரி, சரி..." என்று இவனை அமர்த்தியவராய், ஓட்டுநருக்குத் தெரிந்துவிடப் போகிறதே என்ற பதற்றத்தோடு இன்னும் ஓர் ஐநூறை எடுத்து இவனிடம் கொடுத்தார். தனா பணத்தை வாங்கிக்கொண்டு பேருந்தில் இருந்து கீழே இறங்கினான். மழை சற்று வலுத்திருந்தது. சுற்றும் முற்றும் தேடினான். தூரத்தில் எஸ்.பி.ஐ தானியங்கி சேவை மையம் கண்ணில்பட்டது, தோள் பையை உச்சந்தலைக்கு மேலே பிடித்தபடி, சாலையைக் கடந்து ஓடினான். அங்கே இரண்டாயிரம் ரூபாயைத் தனது வங்கிக் கணக்கில் வரவு வைத்தான். அது சேர்ந்ததற்கான குறுஞ்செய்தி வரும் நேரத்திற்குள்ளாகவே 24X7 ரம்மி செயலிக்குள் நுழைந்தான். பணம் கேட்கும் பகுதிக்குச் சென்று இரண்டாயிரம் ரூபாயை தன் வங்கிக் கணக்கிலிருந்து செயலிக்கு மாற்றினான். வெள்ளி நட்சத்திரக் குறிகளுடன் பளிச்சிடும் திரையில் புதிய ஆட்டத்திற்கான அழைப்பு வந்தது. தனா அந்த ஏ.டி.எம். செண்டர் வாசலிலேயே அமர்ந்து அடுத்த ஆட்டத்தைத் துவங்கினான். ஆட்டம் களைகட்டியது.

சிறிது நேரத்தில், அவன் செல்ல வேண்டிய விருதுநகர் பேருந்து, பேருந்து நிலையத்திலிருந்து வெளியேறி, சாலையின் எதிர்ப்புறம் இருக்கும் ஏ.டி.எம் செண்டரைக் கடந்து அவனைத் தாண்டி தெற்கு நோக்கிச் சென்றது. தனா அதனைக் கவனிக்காமலோ, பொருட்படுத்தாமலோ 24X7 ரம்மி செயலியின் சீட்டாட்டங்களுக்கு உள்ளே உள்ளே சென்று கொண்டிருந்தான்.

★★★

22: முதல் மிடறு

புகழ் என்பது ஆயத்தமும் வாய்ப்பும் சந்திக்கும் இடமென்பது சூதன் மொழி

கிராண்டுலா நட்சத்திர விடுதியின் 20வது மாடியின் கண்ணாடிச் சட்டகங்களின் வழியாகப் பெங்களூரை வேடிக்கை பார்த்தான் சுயோதன். நகரம் மின்மினிப் பூச்சிகளின் கூட்டமாகக் காட்சியளித்தது. கீழே, பார்ட்டி ஹாலில் இருந்து அதிரும் இசை லேசாகக் கேட்டது. சுயோதன் முற்றிலும் புதிய உலகிற்குள் நுழைந்தவனைப் போலத் திகைப்புற்று இருந்தான். போடியில் இருந்து வந்து மடிவாலாவையும், மார்த்தஹல்லியையும் கிரகிக்கச் சிரமப்பட்டுக் கொண்டிருந்தவனுக்கு இரவு நேர எம்.ஜி. ரோடு கண்ணைக் கட்டிக் காட்டில் விட்டது போலத் தோன்றியது. நிகழ்ந்துகொண்டிருந்த கனவின் கனத்தை மெல்ல உள்வாங்கிக் கொண்டு, கண்களை மூடியபடி ஆழமாக ஒரு முறை மூச்சிழுத்துக் கொண்டான். லாவண்டரும், ஸ்ட்ராபெரி ஐஸ்கிரீமும் கலந்தது போன்ற குளுமையான மணம் நாசியை நிறைத்தது. கீழ்த்தளத்தில் இருந்த பார்ட்டி ஹாலுக்கு வந்தான்.

அவனது கறுப்பு ஜோக்கர் செயலி சந்தையில் அபார வெற்றி பெற்றிருந்தது. ஆன்லைன் ரம்மி விளையாட்டுகளில்

விளையாடுபவர்களை வெகு வேகமாகச் சுண்டி இழுக்கும்படியும், பயன்படுத்துவதற்கு மிக எளிதாகவும் அதே நேரம் தொடர்ச்சியாகப் பல மணி நேரங்கள் விளையாடினாலும் அலுப்பு ஏற்படாதபடியும் அது உருவாக்கப்பட்டிருந்தது. கடந்த காலாண்டு இவன் பங்காற்றிய மென்பொருள் செயலியின் பயன்பாடு பன்மடங்கு உயர்ந்திருப்பதும், சந்தையில் மற்ற செயலிகளை விட கறுப்பு ஜோக்கர் செயலியின் வீச்சு கணிசமான புதிய பயனர்களை இழுத்து வந்திருப்பதும், அதன் மூலம் அச்செயலியின் சந்தை மதிப்பு துரிதமாக உயர்ந்திருப்பதும் நிறுவன அளவில் பெரும் பேசுபொருளாக இருந்து வந்தது.

உண்மையில் நிறுவனத்தில் சேர்ந்ததும் சுயோதனுக்கு இது ஓர் அசுரப் பாய்ச்சல். அவன் அளவு புதியவர்கள் மட்டுமல்லர்; அவனை விட இரண்டு மூன்று படிநிலைகள் மேலே உள்ள மென்பொருள் மேலாளர்கள் கூட, அலுவலகத்தின் இத்தகைய பெரிய விருந்துகளுக்கு அழைக்கப்படுவதில்லை. அதுவும் இன்றைய விருந்தில் அவனது நிறுவனத்தின் சேர்மனே நேரடியாகக் கலந்து கொள்கிறார், இந்நிகழ்வுக்குச் சிறப்பு அழைப்பாளராகத் தன்னையும் வரச் சொல்லி இருக்கிறார்கள் என்று அவனது திட்ட இயக்குநர் சொன்னபோது, அவனுக்குப் பேச்சு எழவில்லை. இத்தகைய ஃபேன்சி கனவுகளை அவன் அவ்வப்போது கற்பனையில் நினைத்துப் பார்த்திருக்கிறான்தான், இருந்தாலும் நிகழ்வாழ்வில் தான் கண்ட கனவை, தான் செல்ல வேண்டிய இலக்கு நோக்கிய நகர்வை எதிர்கொள்ளும்போது மனம் தடுமாறியது.

அலுவலகத்திற்கு உடுத்திச் செல்லும் தரத்தை விட கூடுதல் ஆடம்பரத்துடனான புதிய காட்டன் சர்ட், செமி ஃபார்மல் பேண்ட் என்று நாகரிகமாகத்தான் வந்திருந்தான். இருந்தாலும் தன்னைச் சுற்றி நவநாகரிக உடைகளில் வலம் வந்த ஆண்களையும், பகட்டு என்று தெரியாதபடிக்கு, ஆனால் பகட்டாக அலங்கரித்திருந்த பெண்களையும் பார்க்கும்போதுதான் இன்னும் போடிக்காரனாகவே இருப்பது போல அவனுக்குத் தோன்றியது. அனைவரும் சேர்மனின் வருகைக்காகக் காத்திருந்தனர்.

அவன் அருகில் வந்த அவனுடைய வைஸ் பிரசிடெண்ட் பட்நாயக், “என்ன சுயோதா, ஃபர்ஸ்ட் பார்ட்டியா?” என்று கேட்டார். அவர் லேட்டஸ்ட் ஃபேஷன் ஷோவில் இருந்து இறங்கி வந்தது போல் இருந்தார்.

“ஆமா சார்,” என்றான் சுயோதன், சற்றுத் தயங்கி.

“ரிலாக்ஸ் சுயோதா. எல்லோருக்கும் இப்படி அமையாது. நீ அதிர்ஷ்டசாலி. சேர்மன் உடனான எனது முதல் சந்திப்பு... சந்திப்புனு கூட சொல்ல முடியாது. அவரை முதன் முதலில் நான் நேரில் பார்க்க 4 வருஷமும் 22 லட்சம் வரி ஜாவா கோடிங்கும் எழுதி முடிக்க வேண்டி இருந்தது” என்றார் பட்நாயக்

“அதுக்கு நான் என்ன சார் செய்யட்டும்?” என்று கேட்க நினைத்து, மெல்லிய சிரிப்போடு நிறுத்திக்கொண்டான். அவர், “ஐ நோ, நீ இப்போ என்ன நினைக்கிறேன்னு எனக்குத் தெரியும். பட், அது பற்றி எனக்குக் கவலையில்லை. உன்னைப் போல ஓர் இளைஞன் வளர்வதற்கு நான் எவ்வளவு சுதந்திரம் கொடுத்திருக்கேன் என்பதுதான் முக்கியம். அது குறித்து எனக்கும் உனக்கும் பெருமைதான் இல்லையா!” என்றார்.

அவர் சொன்னதில் உண்மை இல்லாமல் இல்லை, பட்நாயக்கின் பேச்சு முழுவதும் தற்பெருமையாக இருந்தாலும், சரியான திறமைகளை வளர்ப்பதில் அவர் தயங்கியதே இல்லை. கறுப்பு ஜோக்கர் செயலி சந்தையில் சக்கைப் போடு போடத் துவங்கியதும் அதனையும், சுயோதனையும் அதோடு தன்னையும் சேர்த்து சரியான முறையில் விளம்பரப்படுத்திக் கொண்ட விற்பன்னர் அவர்.

“எஸ் சார், தேங்க்யூ சார்” என்றான் சுயோதன் அதே மெல்லிய சிரிப்போடு.

அவர் அவனைவிட்டுச் சற்று நகர்ந்து அடுத்த டேபிளுக்குச் சென்றார். மீண்டும் அவன் தனிமையை உணரத் துவங்கினான். அவன் குழுவில் இருந்து அவன் மட்டுமே அழைக்கப்பட்டிருந்தான். மற்ற குழுக்களில் இருந்துகூட அவனுக்குப் பரிச்சயமான முகம் என்று யாரும் கண்ணில் படவில்லை. இத்தகைய உயர்மட்ட விருந்துக்குத் தான் அழைக்கப்பட்டிருப்பது குறித்து உள்ளூரப் பெருமிதமும், சகாக்களிடையே பொறாமையையும் பெற்றிருந்தாலும், அந்தச் சூழ்நிலையில் தன்னைப் பொருத்திக் கொள்ள முடியாமல் அந்நியமாகவே ஒதுங்கி நின்றான்.

சிறிது நேரத்தில் அனைவரும் கைதட்டி வரவேற்க, கம்பீரமான தோற்றத்துடன் நிறுவனத்தின் சேர்மன் ரிஷி அகர்வால் உள்ளே

வந்தார். ஆங்காங்கே கலைந்திருந்த கூட்டம், அவரைச் சுற்றிய அடுக்கு வட்டங்களாக ஓர் ஒழுங்குக்கு வந்தது. நிறுவனத்தின் அடுத்த நிலை அதிகாரிகளின் சம்பிரதாயமான வரவேற்பிற்குப் பின்னர் அவர், “ஆன்லைன் ரம்மி உலகின் அசைக்க முடியாத அரசனான நமது 24X7 ரம்மி நிறுவனத்தின் இளைய இளவரசனான “கறுப்பு ஜோக்கரின்” பராக்கிரமத்தின் பெயரில், கொண்டாட்டம் துவங்கட்டும்” என்று சுருக்கமாக உரையாற்றி விருந்தைத் துவங்கி வைத்தார். மையமாக இருந்த மேஜையில் அவர் அமர, அவரைச் சுற்றி அடுத்த நிலை அதிகாரிகள் சூழ்ந்தனர்.

அவர் வந்திருந்த போது இருந்த இறுக்கம் சற்றுத் தளர்ந்து ஆங்காங்கே இயல்பான உரையாடல்கள் துவங்கின. எல்லோர் கைகளிலும் மின்னும் திரவங்களுடனான கண்ணாடிக் குவளைகள் ஜொலித்துக்கொண்டிருந்தன. அடுத்த ஒரு மணிநேரத்தில், சுயோதன் அலுவலகத்தின் உயர் பொறுப்புகளில் இருந்த மூன்று பேர் குடிக்கக் கொடுத்தும், மறுக்க வேண்டிய சூழ்நிலை அவனுக்கு உருவாகியது. குடிக்கக் கூடாது என்ற அவனது மன உறுதி இன்னும் அப்படியே இருந்தது, மனதிற்குள் சற்றுப் பெருமையாக உணர்ந்தான். அவனுக்குள் இருந்த இறுக்கம் குறையவில்லை எனினும் சுற்றிலும் தயக்கம் உடைத்து அரட்டை அடிக்கத் துவங்கியவர்களின் இயல்பினை ஆச்சரியத்துடன் ரசிக்கத் துவங்கி இருந்தான்.

பட்நாயக் மீண்டும் சுயோதனை நோக்கி வந்தார். அவர் சற்றுத் தளர்ந்திருக்க, பேச்சு எப்போதையும் விடச் சரளமாக வந்து விழுந்தது.

“சுயோதா, நீதான் இன்னிக்கு ஹீரோ,” என்றார் அவன் தோளில் கை போட்டபடி. “நீ வா, உன்னை சேர்மனிடம் அறிமுகம் செய்து வைக்கிறேன்.”

“இருக்கட்டும் சார். ஐம் ஓ.கே. ஹியர்” என்று மெதுவாக மறுத்தான்.

“அப்படியா, சரி!” என்றவர் எழுந்து மீண்டும் சேர்மன் அமர்ந்திருந்த வட்ட மேஜையில் அவர் அருகே சென்று மீண்டும் அமர்ந்தார்.

சுயோதன் அவர்கள் பக்கமிருந்து பார்வையைத் திருப்பி, தட்டில் இருந்த பழங்களைக் கொறித்தபடி, மீண்டும் சுற்றும் முற்றும் வேடிக்கை பார்க்கத் துவங்கினான். சிறிது நேரத்தில் சேர்மன்

அருகில் இருந்தபடியே பட்நாயக் சுயோதனை அழைத்தார். சேர்மனின் பார்வையும் அவன் மீது படிந்திருந்ததால், அவன் தயங்கியபடி எழுந்து அவர்கள் அருகில் சென்றான். சேர்மன் ரிஷி அகர்வால் சிநேகமான புன்னகையுடன், அவனை எதிரில் இருந்த இருக்கையில் அமரும்படி பார்வையால் சைகை செய்தார். அவன் அமர்ந்ததும், அவர் எழுந்து, "மே ஐ ஹேவ் யுவர் அட்டென்ஷன் ப்ளீஸ்!" என்றார்.

மொத்த அரங்கமும் அவர் பக்கம் திரும்பி அமைதியாகக் கவனிக்கத் துவங்கியது.

"உங்கள் அனைவருக்கும் நமது நிறுவனத்தின் இளம் சிங்கக் குட்டியை அறிமுகம் செய்வதில் பெருமை கொள்கிறேன். இதோ கறுப்பு ஜோக்கர் செயலியின் செயல்வீரன்!" என்று சுயோதனை நோக்கிக் கைநீட்டினார்.

சுயோதனுக்கு முகமெல்லாம் குப்பென்று வியர்த்துவிட்டது. சுதாரித்துக் கொண்டு எழுந்து நின்று தலை குனிந்து வணக்கம் கூறினான். அனைவரும் அரங்கு அதிரக் கைதட்டி ஆரவாரம் செய்தனர். அவன் கன்னம் சிவந்து காது மடல் சூடேறியது. அவன் அமைதியாக நின்றபடி இருந்தான்.

"இளைஞனே, உன் மூளை நமது நிறுவனத்தைப் புதிய பரிமாணத்திற்குக் கொண்டு சென்றுள்ளது," என்றார் ரிஷி அகர்வால். "ஃபார் த ப்ளஷர் ஆஃப் பீயிங் வித் ய யங் இண்டலெக்ஷுவல்...!" என்றபடி மேஜை மீது வைக்கப்பட்டிருந்த ஒரு கண்ணாடிக் குவளையை எடுத்து உயர்த்தினார். சுயோதன் அனிச்சையாக மற்றொரு குவளையை எடுத்தான். "தட்ஸ் த ஸ்ப்ரிட், ச்சியர்ஸ்!" என்று புன்னகைத்தபடி அவரது குவளையைக் கொண்டு இவன் வைத்திருந்த குவளையைத் தட்டினார். 'க்ளிங்' சத்தத்தில் குவளைக்குள் இருந்த உலகில் விலையுயர்ந்த மது வகைகளுள் ஒன்றான "ப்ரூடாக் - வரலாற்றின் இறுதி - தங்கத் திரவம்" ஒரு சமுத்திரமாக அலையடித்து குவளையின் கரைகளைத் தொட்டுத் திரும்பியது. பதப்படுத்தப்பட்ட காட்டு அணிலின் உடம்பிற்குள், திரவம் ஊற்றப்பட்ட போத்தல் பக்குவமாகச் சுற்றப்பட்டு மேஜையில் வீற்றிருந்தது. காட்டு அணில் தன்னை மிரட்சியுடன் பார்ப்பது போல அவனுக்குத் தோன்றியது. ஆண்டுக்கு 2500 கோடி ரூபாய் வர்த்தகம் செய்யும் நிறுவனத்தின் சேர்மன்

ரிஷி அகர்வாலின் நேரெதிரில் அமர்ந்து தனது முதல் மிடறு மதுவைச் சுவைத்தான் சுயோதன்.

ரிஷி அகர்வால் சுற்றியிருந்தவர்களோடு அடுத்தடுத்த அரட்டைகளுக்குத் தாவினார். சுயோதனுக்குத்தான் எழுந்து செல்லவேண்டுமா அல்லது அவர் சொல்லும் வரை அங்கேயே அமர்ந்திருக்க வேண்டுமா என்று குழப்பமாக இருந்தது. தலையைக் கவிழ்ந்தபடி அவர்களின் அரட்டைகளில் மூக்கை நுழைக்காமல் அமைதியாக அமர்ந்திருந்தான். ஒவ்வொரு மிடறாக முதல் குவளை முழுவதும் குடித்து முடிக்கும்வரை தயக்கமாகவே இருந்தது. எங்கே அவர் முன் வாந்தி ஏதாவது எடுத்து, ரசாபாசம் ஆகிவிடுமோ என்று பயந்தபடியே இருந்தான். நொடிக்கொருதரம் போதை ஏறுகிறதா என்று மூளையைச் சோதித்தபடியே இருந்தான். ஒன்று, இரண்டு... நூறு, ஒன்று, இரண்டு... அவனுக்கு உடலில் எந்த மாற்றமும் நிகழ்வது போலத் தோன்றவில்லை. அவன் சற்று நிம்மதியானான். உடல் இறுக்கத்துடன் இருக்க, அவன் கால்கள் வெல்வெட் விரிப்பில் இறுகப் பற்றியிருந்தாலும், மனம் மகிழ்ச்சியில் துள்ளியது. சிறிது நேரத்தில், அருகில் சலசலப்பை உணர்ந்து நிமிர்ந்து பார்த்தான். ரிஷி அகர்வால் கிளம்புவதற்கு ஆயத்தமாகி எழ, சுற்றியிருந்தவர்களும் பரபரப்பாக எழுந்தனர். "ஓகே கய்ஸ், நீங்கள் தொடருங்கள்" என்று கட்டை விரலை உயர்த்திக் காட்டிவிட்டு அவர் அங்கிருந்து கிளம்பினார். அடுத்த சில நிமிடங்களில் அரங்கில் அதுவரை இருந்த ஒழுங்கு சடாரென மறைந்து இங்குமங்குமான நடமாட்டங்களும், சிரிப்புச் சத்தமும் அதிகரித்தன.

அரங்கில் இருந்த அநேகம் பேர் தாமாக வந்து சுயோதனுக்கு வாழ்த்துத் தெரிவிக்கத் துவங்கினர். அதுவரை அலுவலகத்தில் தன்னை ஒரு பொருட்டாகக் கூட மதிக்காத பல பெரிய மனிதர்கள் தாமாக வந்து அவனுக்குக் கைகுலுக்கிச் சிரித்தார்கள். அவர்கள் மிக சகஜமாகப் பேசினாலும் அவர்களிடம் என்ன பதில் சொல்வது என்று தெரியாமல் சுயோதன் அமைதியாகவே இருந்தான். அவன் ஏதாவது பேச நினைத்தாலும் கூட அவர்கள் அதனைக் கேட்கும் நிலையில் இல்லை. அவனுக்கு வாழ்த்துச் சொல்லும் சாக்கில் தங்களது அனுபவங்கள், பராக்கிரமங்கள், அறிவுரைகள் என்று அடுக்கிக்கொண்டே இருந்தனர். இப்போதைய மகிழ்ச்சியான மனநிலையை அனுபவிக்க விடாமல் இவ்வளவு தொந்தரவுகள்

வருகிறதே என அவனுக்குச் சலிப்பாக இருந்தது.

தான் அமர்ந்திருந்த மேஜையிலிருந்து எழுந்து, அறையின் ஓரத்தில் இருந்த சேவை முகப்புக்கு வந்தான். மேலடுக்கு வரிசையில் நடுநாயகமாக வீற்றிருந்த காட்டு அணில் அவனைப் பார்த்துச் சிரித்தது. அருகே சென்று அதனைச் சுட்டிக்காட்டி "ஒன் மோர்" என்றான். கண்ணாடிக் குவளையில் அடியில் அலையடிக்கும் கடலைப் பிடித்துக்கொண்டு, தூரமாக இருக்கும் தனி இருக்கையில் போய் அமர்ந்தான். நிதானமாக ஒவ்வொரு மிடறாக விழுங்கினான். மனதோடு சேர்த்து உடலும் எடையிழந்து பறப்பதைப் போல உணர்ந்தான். தன் வாழ்வின் மகத்தான நாள் இதுவென நினைத்தவன் அடுத்த நொடியே, இல்லை... மகத்தான வாழ்வின் முதல் நாள் இது என்று தனக்குள் மாற்றிச் சொல்லிக்கொண்டான்.

★★★

23: புதைகுழி

இறுதிப் பொன்னைப் பணயம் வைப்பான் சடுதியில் உயிர்ப்பை இழப்பானென்பது சூதன் மொழி.

நள்ளிரவில் கோயம்பேடு பேருந்து நிலையத்திலிருந்து மழையில் நனைந்தபடியே மரியாவின் வீட்டிற்கு மீண்டும் வந்து சேர்ந்தான் தனா. அவன் முகத்தில் அதுவரை அவன் தொலைத்திருந்த உற்சாகமும் சாகச உணர்வும் மீண்டும் திரும்பி இருந்தன. அன்று இரவு முழுவதும் ஒரு பொட்டுத் தூக்கம் இல்லாமல், தொடர்ந்து ஆன்லைன் ரம்மி விளையாடினான். காலை விடியும் நேரம் அவன் வாலட்டில் முப்பத்து ஐந்தாயிரம் ரூபாய் இருந்தது. பெரிதாகச் சாதித்த உணர்வில், அப்படியே படுத்துக் கண்ணயர்ந்தான். குழப்பமான கனவுகளில் சீட்டுக் கட்டுகளும், கணினி நிரல்களும் மாறி மாறி வந்து இம்சித்தன. அடுத்து வந்த நாட்களில் அவனால் மன நிம்மதியோடு தூங்க முடியவில்லை. அதீத உற்சாகமும், பெருங்களைப்பும் அவனை மாறி மாறித் துரத்திக் கொண்டிருந்தன.

இரண்டு நாள் கழித்து வேளாங்கண்ணிக்குப் போயிருந்த ராஜாத்தி அக்காவும் மரியாவும் வீடு திரும்பினார்கள்.

"என்ன ப்ரோ, எப்படிப் போச்சு தீபாவளி லீவு?"

"செமயா போச்சுடா!" என்றான் தனா. அவனிடம் அதுவரை அவ்வளவு உற்சாகமான வார்த்தைகளை ஒருபோதும் கேட்டிராத மரியா ஆச்சரியப்பட்டான்.

“சூப்பர் ப்ரோ! நீங்க ஹேப்பினா, நானும் ஹேப்பிதான்”

“முதல்ல ஊருக்குப் போகலாம்னு நினைச்சுக் கிளம்புனேன் மரியா, வண்டி லேட் ஆகிடுச்சு. அதான் திரும்பி வந்துட்டேன். ”

“எல்லாம் ஓகே தானே ப்ரோ?” என்றான் மரியா.

“டபுள் ஓகே, சரி நான் வேலைக்குக் கிளம்புறேன்!” என்று விடைபெற்றுக்கொண்டு வெளியே வந்தான். அங்கே இ-சேவை மையத்திலும் நேரம் கிடைக்கும்போதெல்லாம் ரம்மி விளையாட்டில் மூழ்கினான் தனா.

மரியாவின் ஏரியா நண்பர்களுடன் தனாவிற்குப் பழக்கம் ஏற்பட்டது. அவர்கள் மரியா அறைக்கு வரும்போதெல்லாம் ஆட்டம் பாட்டம் என்று கும்மாளமாக இருக்கும். அவற்றில் தனா கலந்துகொள்வதில்லை என்றாலும் தள்ளி நின்று அவர்களின் சேட்டையை ரசித்தான். ஒரு சனிக்கிழமை மாலை வேளையில் மரியாவின் நண்பர்கள் நான்கைந்து பேர் டூவீலர்களில் வந்தார்கள். அவர்கள் மரியாவைப் பார்ட்டிக்கு அழைத்துச் செல்ல வந்திருந்தார்கள். மரியா தனாவையும் அழைத்தான். தனா தான் வரவில்லை என்று மறுத்தான்.

“சும்மா வா ப்ரோ!” என்று நண்பர்கள் அனைவரும் அழைக்கவும் தனாவும் அவர்களுடன் கிளம்பிச் சென்றான்.

மெரினா கடற்கரையில் ஒரு படகின் ஓரமாய், நண்பர்களுக்கான பார்ட்டி ஐட்டங்களைத் தயாராக வைத்திருந்தனர்.

முதலில் ஆளுக்கொரு பீரை எடுத்துக்கொண்டார்கள். மரியா, ‘ப்ரோ, பீர் சாப்பிடுவியா?” என்று தனாவைக் கேட்டான். தனாவுக்கும் குடித்தால் தேவலாம் போலத் தோன்றியது.

சரி என்று தனக்கும் ஒரு பாட்டிலை வாங்கி அருந்தத் துவங்கினான்.

நண்பர்களுக்குள் ஒருவரை ஒருவர் ஓட்டிக்கொள்ளும் கேலிப் பேச்சு, சாகசங்கள் என்று தொடங்கி பல்பு வாங்கிய நிகழ்வுகள், போலீஸிடம் மாட்டிய சம்பவங்கள் என்று பலவற்றையும் பேசிச் சிரித்துக் கொண்டிருந்தார்கள். தனா அமைதியாக அவர்களுடைய உரையாடலைக் கேட்டுக்கொண்டிருந்தான். அவர்களுடைய நட்பில் இருந்த அந்த எளிமையும் வெளிப்படைத்தன்மையும் அவனுக்குப் புதிய அனுபவமாக இருந்தன. தனக்கு இப்படியான நெருங்கிய

நட்பு வட்டம் ஏன் அமையவில்லை என்று நினைத்துப் பார்த்தான். சிறுவயதில் இருந்து எந்த ஒரு விஷயத்தையும் தொழிலாகவும், பணம் சம்பாதிக்கும் வழியாகவும் மட்டுமே பார்த்து வந்தது அவனுக்குப் புரிந்தது. ஆனால் அதுதான் தன் இயல்பு, அதனை இனியும் மாற்ற முடியாது என்று தோன்றியது.

“என்ன ப்ரோ ரொம்ப அமைதியாவே இருக்காரு, ஏதாவது லவ் ஃபெயிலியரா?” என்று மரியாவின் நண்பர்களுள் ஒருவன் கேட்டான்.

“டேய், அதெல்லாம் ப்ரோக்கு செம ப்ரைட்டான லைஃப் இருக்கு. இது வேற ஏதோ மேட்டர், ஃப்ரியா விடு!” என்று தனாவைப் பார்த்துக் கண் சிமிட்டினான் மரியா.

அவன் என்ன அர்த்தத்தில் அதைச் சொன்னான் என்பதை தனாவால் ஊகிக்க முடிந்தது. ஆனால் அதற்கு எப்படி எதிர்வினையாற்ற என்று அவனுக்குப் புரியவில்லை. அமைதியாக அந்த டாபிக்கைக் கடந்து விட எண்ணினான்.

“அதிருக்கட்டும் மரியா... நீ உன் லவ் ஸ்டோரியைச் சொல்லு!” என்று பேச்சை அவன் பக்கம் திருப்பினான்.

“அதுதான் புட்டுக்கிச்சே. தலீவருக்கு கையைப் பாருங்க மார்க் போட்டுருக்கா.. எல்லாம் ப்யூர் லவ்வுக்காகத்தான்” என்றான் இன்னொருவன்.

தனா மரியாவின் வலதுகை முழுக்க ப்ளேடால் அறுத்த தடங்களை ஏற்கனவே கவனித்திருக்கிறான். ஆனால் அதுபற்றி அவனிடம் அதுவரை கேட்டதில்லை. இப்போது அதற்கான காரணம் புரிந்தது.

மரியா சற்று நிதானமாகிப் பேசத் துவங்கினான்.

“அது ஒரு சில்லி மேட்டர் ப்ரோ... முதல்ல இன்ஸ்டால பழகினோம். அப்றம் நேர்ல பார்த்து ஆறு மாசம் செம ஜாலியாப் போச்சு, திடீர்னு ஒரு நாள், போடா நீ வேணாம்னு போய்ட்டா. எனக்கு என்ன பண்ணணும்னே தெரியல. இந்த நாதாரிக வேற, உண்மைக் காதலை அவளுக்குப் ப்ரூவ் பண்ணுடான்னு ஏத்தி விட்டானுக. அதான அறுப்புப் போட்டுக் காமிச்சேன். அவ அதை மயிராக் கூட மதிக்கல. ஆஸ்பத்திரில கிடக்கும் போது நித்யாக்கா வாலண்டியரா வந்து கவுன்சிலிங் கொடுத்துச்சு. இப்போ நான்

க்ளியர் ப்ரோ. ஃப்ரண்ட்ஸ், அம்மா, நம்ம ஏரியா, இதுதான் நம்ம லைஃப்!" என்றான்.

அதன் பிறகு வேறு வேறு தலைப்புகளில் நண்பர்களுக்குள் அரட்டை அடித்தார்கள். நள்ளிரவு தாண்டி, தனா வண்டியை ஓட்டிக்கொண்டு வர, மரியா பின்னால் அவன் தோளின் மீது தலைசாய்த்தபடி அமர்ந்து வந்தாள். சென்னையின் இரவு வீதிகளை முதன்முதலாகப் பார்த்தபடி, தனா வண்டியை ஓட்டிக் கொண்டிருந்தான். அவனுள் பலவித உணர்வுகள் சுழன்றடித்தன.

அடுத்த வாரங்களில் தனாவின் வாழ்க்கை முழுக்க முழுக்க ஆன்லைன் ரம்மி விளையாட்டைச் சுற்றியே சுழல ஆரம்பித்தது. காலையில் கண் விழித்ததும் முதல் வேலையாக போனை எடுத்து கேம் ஆடத் துவங்குவான். சில சமயம் லாபத்தில் ஆரம்பிக்கும், இன்னும் இன்னும் என்று விளையாட்டின் ஆழங்களுக்குள் சென்று கொண்டிருந்தான்.

ஒரு வெள்ளிக்கிழமை அவன் வாலட்டில் அறுபதாயிரம் ரூபாய் இருந்தது. இ-சேவை மையத்தில் அவனது மாதச் சம்பளத்தைவிட அது மிக அதிகமான பணம். இத்தொகை மொத்தமும் அன்று ஒரு நாளில் சம்பாதித்தது. அதனை அவன் லாபம் தரக்கூடிய சிறந்த தொழிலாகப் பார்க்கத் துவங்கினான். அன்று இ-சேவை மையத்துக்கு வேலைக்குப் போகாமல் அறையில் இருந்தபடியே தொடர்ந்து ஆடத் துவங்கினான். மேலும் பல வெற்றிகள், சில தோல்விகள் என்று ஆட்டங்கள் சென்றுகொண்டிருந்தன. தோல்வியின் போதெல்லாம், தான் கவனிக்கத் தவறிய சிறிய நுணுக்கம்தான் தோல்விக்குக் காரணமாக அமைந்தது என்று நம்பினான். அதனை சரிசெய்துவிட்டால் அடுத்த ஆட்டத்தில் மொத்தமாக வெல்லலாம் என்று தொடர்ந்து விளையாடினான்.

அன்றைய வெற்றிகள் அவன் மனதை முழுமையாக மாற்றின. ரம்மி விளையாடும் கலையில் தன்னை அடித்துக்கொள்ள ஆளில்லை, அது நேரடியான விளையாட்டாக இருந்தாலும் சரி, ஆன்லைன் விளையாட்டாக இருந்தாலும் சரி, அதன் சூட்சுமங்கள் தனக்குப் பிடிபட்டுவிட்டன என்று அவனுக்குத் தோன்றியது. ஆனால் அடுத்த சில நாட்களில் நிலைமை மாறியது. தொடர்ந்து விளையாட்டில் தோல்வி ஏற்பட ஒரே நாளில் இருபத்தைந்தாயிரம் இழந்தான். அன்று இரவு அவனால் தூங்க

முடியவில்லை. எப்படி இத்தனை விரைவில் பணம் சென்றது என்ற கோபமும், அதைத் திரும்ப வெல்ல வேண்டும் என்ற வெறியும் அவனை ஆட்கொண்டது. இப்போது மீண்டும் துவங்க அவனிடம் சுத்தமாகக் கையிருப்புப் பணமில்லை. ஆனால் அவனால் விளையாட்டை நிறுத்த முடியவில்லை. வெளியே குளியலறையில் மரியா குளித்துக் கொண்டிருந்தான். அவனது அலைபேசி அறையில் சார்ஜ் போடப்பட்ட நிலையில் இருந்தது.

தனா மரியாவின் மொபைலுக்கு தனது ரெஃபரல் கோடுடன், கறுப்பு ஜோக்கர் ரம்மி செயலியின் சுட்டியை அனுப்பினான். பிறகு மரியாவின் அலைபேசியில் இருந்து அந்த இணைப்புச் சுட்டியைத் தொட்டு, கறுப்பு ஜோக்கர் செயலியை நிறுவினான். தனாவின் ரம்மி கணக்கிற்கு, ஆயிரம் ரூபாய் ரெஃபரல் போனஸ் கிடைத்து, மீண்டும் அவன் விளையாட்டைத் தொடர்ந்தான்.

குளித்துக் கிளம்பி, மொபைலை எடுத்துக்கொண்டு வெளியே கிளம்பினான் மரியா. சிறிது நேரம் கழித்து தனது போனில் புதிதாக நிறுவப்பட்டிருந்த கறுப்பு ஜோக்கர் ஆன்லைன் ரம்மி செயலி, மரியாவின் கவனத்தை ஈர்த்தது. அது என்னவென்று அவன் திறந்து பார்த்தான். பளபளக்கும் வண்ண முகப்புத் திரையுடன் ரம்மி விளையாட்டு அவனை வரவேற்றது. அந்தச் செயலியில் தனா எப்போதும் விளையாடிக்கொண்டிருப்பதை அவன் கவனித்திருக்கிறான். மொபைலில் ஃப்ரீஃபயர், பப்ஜி என்று சாகச விளையாட்டுகள் விளையாடிப் பழக்கமுள்ள மரியாவிற்கு சீட்டாட்டத்தின் மீது விருப்பம் இருந்ததில்லை. ஆனால் இப்போது கவர்ச்சிகரமான அந்த முகப்பு அவனைச் சுண்டி இழுக்க, அதில் என்ன இருக்கிறது என்று பார்க்கலாம் என்று நினைத்தவனாய் செயலியைத் திறந்தான். அதில் எதுவும் புரியாமல் செயலியை மூடி வைத்துவிட்டுத் தன் வேலையைத் தொடர்ந்தான்.

அடுத்த சில நாட்களில் தனா ரம்மி விளையாட்டில் மூழ்கி இருக்கையில், குமார் அண்ணன் அலைபேசியில் அழைத்தார், ஆனால் அதனை எடுக்க விருப்பமில்லாமல் அவன் தொடர்ந்து விளையாடிக் கொண்டிருந்தான். இரண்டொரு முறை அவசரம் உடனே அழைக்கவும் என்று அவர் குறுஞ்செய்தி அனுப்பிய பிறகும், ஆடிக்கொண்டிருக்கும் விளையாட்டை முடித்த பிறகே அவரை அழைத்தான். அவர் இவனது விருதுநகர் வழக்கு விவரம்

குறித்த முக்கியமான விஷயங்களைக் கூறியபோதும் அவன் அதில் ஆர்வம் காட்டாமல் அலைபேசி அழைப்பைத் துண்டித்துவிட்டு விளையாட்டைத் தொடர்வதிலேயே குறியாக இருந்தான். அதுபற்றி குமார் அண்ணன் ஒருமுறை வெளிப்படையாகக் கேட்டபோது, பொருந்தாத பொய்க் காரணங்கள் கூறிச் சமாளித்தான். வாழ்வின் இக்கட்டான சூழ்நிலையில் அவன் இருக்கும்போது ஏதேனும் கடுமையான வார்த்தைகளைக் கூறினால் ஏதாவது தவறான முடிவை எடுத்துவிடுவான் என்று பயந்த குமார் அண்ணனும், அவனிடம் பக்குவமாகப் பேசி, ஆறுதல் வார்த்தைகளைக் கூறியபடி இருந்தார்.

ஒரு நாள் இரவு, மெரினாவின் ஆளரவம் அற்ற தனித்த பகுதியில் கடலை வெறித்துப் பார்த்தபடி அமர்ந்திருந்தான் தனா. அலைகள் அவன் காலடியைத் தொட்டுச் சென்று கொண்டிருந்தன. தான் என்ன செய்துகொண்டிருக்கிறோம் என்ற எண்ணம் அவனுக்கே அருவருப்பாக இருந்தது. அன்று பகலில் அவன் தன் சேமிப்பில் இருந்த மொத்தப் பணத்தையும் இழந்திருந்தான். இரண்டு மூன்று முறை குமார் அண்ணனிடமும் ஏதேதோ காரணங்கள் சொல்லி, ஐம்பதாயிரம் வரை கடன் வாங்கி இருந்தான். நித்யாவிடம் எப்போதும் பணம் கேட்டதில்லை. அவளிடம் அவனால் உண்மையை மறைக்க முடியாது. அதனால் அவளிடமிருந்து பெரும்பாலும் விலகி இருக்கத் துவங்கினான். அவளும் அவனைத் தொந்தரவு செய்யாமல் அவன் எப்படி இருக்கிறான் என்பதை மரியா மூலம் தெரிந்துகொண்டாள். அவன் சரியாகி இயல்பு நிலைக்கு வரட்டும் என்று அதற்கான கால அவகாசத்தை அவள் கொடுக்க விரும்பினாள். ஆனால் தனா ஒரு சோதனையிலிருந்து தப்பிக்க இன்னொரு புதைகுழிக்குள் ஆழமாகப் புதைந்து கொண்டிருந்தான். எல்லாவற்றையும் விடக் கீழ்மையாக, இன்று பணத் தேவைக்காக, ராஜாத்தி அக்காவின் சேமிப்புப் பணத்தைத் திருடத் துணிந்துவிட்டான். வீட்டில் ஆள் இல்லாத நேரமாகப் பார்த்து, மாடியில் இருந்து கீழே இறங்கி அவர்கள் வீட்டிற்குள் சென்று பீரோவைத் திறந்துவிட்டான். ராஜாத்தி அக்கா பணம் வைக்கும் இடம் அவனுக்கு நன்றாகத் தெரியும். இவனையும் தன் மகனைப் போல நினைத்திருந்த ராஜாத்தி அக்கா, இவன் முன்னிலையிலேயே பல முறை பீரோவின் மேல் அடுக்குத் துணி மடிப்புகளில் பணத்தை வைக்கவும், எடுக்கவும் செய்திருக்கிறார்.

தனாவின் கைகள் மேல் அடுக்குத் துணி மடிப்புகளுக்குள் செல்ல, ஒரு கணம் சுதாரித்து கைகளை வேகமாகப் பின்னிழுத்தான். வந்த தடம் தெரியாமல் பீரோவை மூடிவிட்டு விருவிருவென்று அங்கிருந்து கிளம்பினான். தன்னை யாரென்றே தெரியாத ஒரு குடும்பம் தன் மீது அவ்வளவு அக்கறை கொண்டு, பிரதிபலன் பாராமல் பராமரித்து வரும் நிலையில் அவர்கள் வீட்டிலேயே திருடுவது எவ்வளவு கேவலம் என்று உணர்ந்தான். தான் எதற்காக அவர்கள் வீட்டில் தங்கி இருக்கிறேன், தனக்குள்ள பிரச்சனை என்ன, அதிலிருந்து வெளியே வரத் தனக்காக உழைத்துக் கொண்டிருக்கும் குமார் அண்ணன் மற்றும் நண்பர்களை மறந்து தான் என்ன வேலை செய்துகொண்டிருக்கிறேன் என்ற குற்றவுணர்ச்சி அவனைக் கொன்றது. எவ்வளவு நேரம் என்று கணக்கில்லாமல் கடற்கரையிலேயே அமர்ந்திருந்தான். பின்பு ஏதோவொரு முடிவுக்கு வந்தவனாகக் கடலை நோக்கி வேகமாகச் சென்றான். பலவிதக் குழப்பங்களோடு கடலுக்குள் இறங்கிக் கொண்டிருந்தவனை அலைபேசி அழைப்பு தடுத்தது. நித்யா அழைத்தாள். இப்போது அவளிடம் பேசினால் அவளிடம் அனைத்தையும் சொல்ல வேண்டி இருக்கும். அது சரியல்ல என்று உணர்ந்தவனாய் அழைப்பை எடுக்காமல் விட்டான். மீண்டும் மீண்டும் அழைப்பு வந்து கொண்டிருந்தது. தனா போனை அணைத்து வைத்துவிட்டு, கரைக்கு வந்து மீண்டும் கடலை வெறித்துப் பார்த்தபடி அமர்ந்திருந்தான்.

★★★

24: மாயநதி

மாயையினும் மெய்மை அதிக வலி கொண்டதென்பது சூதன் மொழி

நள்ளிரவைத் தாண்டியபின், கொஞ்சம் கொஞ்சமாக விருந்தினர்கள் கலையத் துவங்கினர். சற்று நேரத்தில், அரங்கில் ஆங்காங்கே ஓரிருவர் தவிர அனைவரும் சென்றுவிட்டிருந்தது அவனுக்குத் தெளிவில்லாமல் தெரிந்தது. சிப்பந்திகள் அரங்கைச் சுத்தம் செய்யத் துவங்கியிருந்தனர். அவனுள் நிதானமாக ஓடிக்கொண்டிருந்த காட்டு அணில், நேரம் செல்லச் செல்லத் துள்ளிக் குதித்து மரங்களுக்கிடையே தாவிக் குதித்துக் கொண்டிருந்தது. "ஓ, அப்படியென்றால், இரவு முழுவதும் இங்கிருக்க முடியாதா" என்று நினைத்தவனாய் சுயோதன் அரங்கில் இருந்து வெளியேறினான். லிஃப்ட்டில் இறங்கி நட்சத்திர விடுதியின் முன்வாயிலுக்கு வந்தான். அங்கிருந்து வாடகை கேப் பதிவு செய்ய நீண்ட நேரமாக முயற்சி செய்தும், எதுவும் புக்காகவில்லை. அப்படியே ஆளரவமற்ற எம்.ஜி.ரோட்டில் மெதுவாக நடக்கத் துவங்கினான். பனிக்காற்று சில்லென முகத்தில் வீசுவது தெரிந்தாலும் உடல் சிறிதும் குளிரில்லாமல் கதகதப்பாக இருந்தது. அப்படியே கைகளை அகல விரித்து இழுத்து சுவாசித்தபடி நடந்துகொண்டிருந்தான். எதிரே அவ்வப்போது சில வாகனங்கள் சென்றனவே அன்றி, சாலையில் வேறு ஒருவரும் இல்லை. ஆகாயத்தைப் பார்த்துச் சிரித்தபடி சுயோதன் நடந்தான். சற்று நேரத்தில் எந்தத் திசையில் சென்று கொண்டிருக்கிறோம் என்று அவனால் பகுக்க முடியவில்லை.

சாலை நடைபாதையில் உயரமாக இருந்த திண்டின் மீது அமர்ந்தான். சற்று நிதானத்துக்கு வர முயன்று, தலையைக் குலுக்கி உதறியபடி இருந்தான். இருந்தும் அவனுக்கு எதுவும் பிடிபடவில்லை.

கிராண்டுலா நட்சத்திர விடுதியின் பார்க்கிங் பகுதியிலிருந்து கிளம்பிய கறுப்பு நிற ஜாகுவார் எஃப்-பேஸ் கார் ஆளரவமற்ற மகாத்மா காந்தி சாலையில் வழுக்கிக் கொண்டு சென்றது. வழியில் நடைபாதைத் திண்டில் விநோதமாகத் தலையை ஆட்டியபடி அமர்ந்திருந்த சுயோதனைக் கடந்து சென்ற கார், அடுத்திருந்த வளைவில் யு-டர்ன் போட்டு அடுத்த பக்க சாலைக்கு வந்து மீண்டும் அவன் அமர்ந்திருந்த நடைபாதையை ஒட்டி நின்றது. ஓட்டுநர் இருக்கையில் இருந்த 24X7 ரம்மி நிறுவனத்தின் ப்ராஜக்ட் டைரக்டர்களில் ஒருவரான மாயந்தி குப்தா காரின் முன் பக்கக் கண்ணாடியை இறக்கி உள்ளே இருந்தபடி சுயோதனை அழைத்தாள். இவன் அதனைக் கவனிக்கும் நிலையில் இல்லை. வானத்தைப் பார்த்தபடி அமர்ந்திருந்தான். அவள் இரண்டு முறை கார் ஹாரனை ஓங்கி ஒலித்தாள். சுயோதன் சுதாரித்து மெதுவாக எழுந்து வந்தான்.

“ஹாய் மேம் குட்மார்னிங், ஹவ் டூ யூ டூ?” வழக்கமாகத் தமிழில் யோசித்து மனதிற்குள் ஆங்கிலத்தில் மொழிபெயர்த்த பின் நிதானமாக வரும் சொற்கள் இப்போது அவனுக்குத் தன்னிச்சை ஊற்றாய்ப் பெருகி வந்தன. அவள் மராத்திய சாயல் பிரவாக ஆங்கிலத்தில் அவனிடம் பேசத் துவங்கினாள்.

“என்ன சுயோதன், ஏதாவது பிரச்சனையா?”

“ஒன்றுமில்லை மேம். ஜஸ்ட் சிக்னல் இஷ்யூஸ்!”

“என்ன?”

“இல்ல, எந்தப் பக்கம் போகணும்னு டிராஃபிக் சிக்னல் பார்த்துட்டு இருக்கேன். ஐ வில் மேனேஜ். யூ ப்ளீஸ் கோ அ ஹெட்!”

அவன் நிலைமை அவளுக்குப் புரிந்தது. இப்படி நடுச்சாலையில் அவனை விட்டுவிட்டுச் செல்வது அவளுக்குச் சரியெனப் படவில்லை. தனது காரில் ஏறும்படியும், அவனை வீட்டில் விட்டுவிட்டுச் செல்வதாகவும் கூறினாள். அதற்கு அவன் சம்பந்தமில்லாத பதில்களைக் கூறினான். பிறகு, சற்று கடுமையான

தொனியில், "இப்போ வண்டில ஏறப்போறியா இல்லையா?" என்று குரலை உயர்த்திக் கூறவும், சுயோதன் அமைதியாகக் காரின் முன் இருக்கையில் ஏறி அமர்ந்தான்.

காரின் உள்ளே இனிமையான வாசனை நிறைந்திருந்தது. சுயோதன் தன் வாழ்வில் எப்போதும் நுகராத அந்த மணத்தை ஆழமாகச் சுவாசித்தான். மாயந்தி காரைக் கிளப்பினாள்.

"மேம். இட்ஸ் சச் ய ப்ளஸண்ட் அரோமா ஹியர்!" என்றான்.

அவள் என்ன என்பது போல் அவனைத் திரும்பிப் பார்த்து, "ஓ, இதுவா! இது எனது பிரத்யேகமான கலவை. குச்சி இம்பீரியல் மற்றும் டியோர் சவாஜ் இரண்டையும் கலந்து நானே விருப்பப்படி வடிவமைத்த சுகந்தம்" என்றாள் லேசாகப் புன்னகைத்தபடி.

சற்று நேர அமைதிக்குப் பின் மாயந்தி கேட்டாள்.

"உங்க வீடு எங்கே இருக்கு சுயோதன்?"

"வீடு.... போடிமெட்டு தெற்குத் தெருல இருக்கு மேம்."

"இல்ல, இப்போ எங்கே போகணும்னு கேட்டேன்!"

"இப்போ... இப்போ... ஆஃபிஸ்தான் மேம் போகணும். அடுத்த வாரம் டெலிவரி கொடுக்க வேண்டிய ஒரு மாட்யூல்ல பக் இருக்குனு டெஸ்டிங் டீம் இப்போ திருப்பி அனுப்பி இருக்காங்க, கம்னாட்டிப் பசங்க மேம், எப்போ பார்த்தாலும் கடைசி நேரத்துல சாகடிக்கிறதே அவங்க வேலை மேம், அதெல்லாம் ஒரு டீமா, கம்பெனில இருந்தே டீம் மொத்தத்தையும் டிஸ்மிஸ் பண்ணணும் மேம்... இல்ல மேம், அதுக்கு முன்னாடி அந்த மாட்யூலை உடனே போய் சரிபண்ணி அனுப்பணும் மேம், அதுக்கப்புறம் டிஸ்மிஸ் பண்ணணும் மேம்!"

"நான்தான் அந்த டீமின் ப்ராஜக்ட் டைரக்டர். ஞாபகம் இருக்கா?"

"ஆமாம் மேம். அதான் உங்களையும் டிஸ்மிஸ் பண்ணணும் மேம்!"

மாயந்திக்குச் சிரிப்பு வந்தது. அவனிடம் இனி என்ன பேசினாலும் வேலைக்காகாது என்று முடிவெடுத்தவளாய், காரை அவள் அடுக்ககம் நோக்கிச் செலுத்தினாள். ஜாகுவார் பெங்களூரின் இரவுச் சாலையைக் கிழித்துக்கொண்டு பறந்தது. வழியில் மாயந்தி

கேட்ட ஓரிரண்டு கேள்விகளுக்கும் சுயோதன் சம்பந்தமில்லாத பதில்களாகக் கூறினான். அதன் பிறகு அவள் அவனிடம் எதுவும் பேச்சுக்கொடுக்கவில்லை.

காரின் வேகம் குறைந்து, ஒரு பிரம்மாண்டமான அடுக்குமாடிக் குடியிருப்பின் முன் வந்து நின்றது. "வந்துவிட்டோம்," என்றாள் மாயந்தி. சுயோதன் காரிலிருந்து இறங்கும்போது, அவன் கால்கள் சற்றுத் தடுமாறின. லிஃப்ட்டில் ஏறும்போது, "இன்றைய பொழுது உனக்கு மறக்க முடியாததாக இருந்திருக்கும் இல்லையா?" என்று கேட்டாள் மாயந்தி.

"எஸ் மேடம், யூ ஆர் கரெக்ட்" என்றான் சுயோதன்.

லிஃப்ட் கதவு திறந்தது. இருவரும் வெளியே வந்தனர். மாயந்தி தன் அடுக்ககத்தின் கதவைத் தன் விரல்ரேகை கொண்டு திறந்துவிட்டு, சுயோதனை உள்ளே அழைத்தாள்.

வீட்டின் உள்ளே நுழைந்ததும் சுயோதனுக்கு மீண்டும் காரில் இருந்த அதே வாசனை நாசியைத் துளைத்தது - குச்சி இம்பீரியல் மற்றும் டியோர் சவாஜின் கலவை. அந்த மணம் அவனை மயக்கத்தில் ஆழ்த்தியது.

"உட்கார் சுயோதா," என்றாள் மாயந்தி சோஃபாவைக் காட்டி. "நான் உனக்கு ஏதாவது குடிக்கக் கொண்டு வருகிறேன்."

சுயோதன் மறுக்க முயன்றான். ஆனால் அவள் அவன் பதிலுக்குக் காத்திருக்கவில்லை. உள்ளறைக்குள் மறைந்தாள். சுயோதன் சுற்றிலும் பார்த்தான். அழகாக அலங்கரிக்கப்பட்ட வீடு. சுவர்களில் கோணல்மாணலான ஓவியங்கள். ஒரு மூலையில் கிட்டார் ஒன்று சாய்ந்து நின்றது. மற்றொரு பக்கம் நூல் அலமாரி - அதில் நூற்றுக்கணக்கான புத்தகங்கள்.

மாயந்தி இரண்டு கோப்பைகளுடன் திரும்பி வந்தாள். ஒன்றைச் சுயோதனிடம் நீட்டினாள். "இது ஒரு சிறப்பு பானம். என் சொந்த ரெசிபி. குடித்துப் பார்!"

சுயோதன் தயங்கியபடியே கோப்பையை வாங்கினான். அதிலிருந்த திரவம் ஊதா நிறத்தில் மின்னியது. விவரிக்கமுடியாத விநோத மணம் கோப்பையிலிருந்து ஊற்றெடுத்து வந்தது.

"குடி சுயோதா!" என்றாள் மாயந்தி தன் கோப்பையை உயர்த்தி. "உன் வாழ்க்கையின் புதிய அத்தியாயத்திற்கு!"

சுயோதன் மெதுவாகக் கோப்பையை உதடுகளுக்கு அருகே கொண்டு சென்றான். அந்த பானத்தின் சுவை அவனை ஆச்சரியப்படுத்தியது - இனிப்பும் கசப்பும் கலந்த விநோதமான சுவை. உடலில் சற்றுக் குறைந்திருந்த வெம்மை மீண்டும் உள்ளூரப் பரவியது.

"என்ன? பிடித்திருக்கிறதா?" மாயந்தி நுணுக்கமான தொனியில் கேட்டாள்.

அந்த பானம் எப்படியிருக்கிறது என்று அவனுக்குச் சொல்லத் தெரியவில்லை. மையமாகத் தலையை ஆட்டினான்.

மாயந்தி அவன் அருகே வந்து அமர்ந்தாள். அவள் கண்களில் கவலையின் சிறு ரேகைகளின் ஒளியை அவன் கண்டான் "சுயோதா, நீ இன்னும் கொஞ்சம் ஆழமான பார்வை கொள்ள வேண்டும்."

சுயோதன் குழப்பத்துடன் அவளைப் பார்த்தான். அவனுக்குத் தலை சுற்றியது "என்ன சொல்கிறீர்கள் மேடம்?"

"ஒன்றுமில்லை, நீ ஓய்வெடு!"

சுயோதன் தலையாட்டினான். அவன் நாக்கு கனத்தது போல் இருந்தது. பேச முயன்றான், ஆனால் வார்த்தைகள் தடுமாறின. மாயந்தி உள்ளறைக்குச் சென்றுவிட்டு, உடைமாற்றிவிட்டு வந்தாள்.

சுயோதனின் இதயம் வேகமாகத் துடித்தது. அவன் கண்கள் சொருகின. மாயந்தியின் முகம் மங்கலாகத் தெரிந்தது. சுயோதனின் கண்கள் மூடத் தொடங்கின. அவன் உடல் தானாகச் சோஃபாவில் சாய்ந்தது. கடைசியாக அவன் காதில் விழுந்தது மாயந்தியின் குரல்:

"கவலைப்படாதே சுயோதா. நாளை காலை எழும்போது எல்லாம் ஒரு கனவு போல இருக்கும்."

காலை வெளிச்சம் ஜன்னல் வழியே ஊடுருவி சுயோதனின் கண்களைத் தாக்கியது. அவன் மெதுவாக கண் விழித்தான். முதலில் தான் எங்கிருக்கிறோம் என்று புரியவில்லை. பிறகு நினைவுகள் மெல்ல மெல்ல வந்தன. அவன் பதறியபடி எழுந்தான். சுற்றிலும் பார்த்தான். அவன் ஒரு பெரிய படுக்கையில் படுத்திருந்தான். அறை வெறிச்சோடி இருந்தது.

மெதுவாக எழுந்து வெளியே வந்தான். "மாயந்தி மேடம்?" என்று அழைத்தான். பதில் இல்லை.

வரவேற்பறையில் அவன் கண்ணில்படும் இடத்தில் ஒரு ஸ்டிக்கி நோட் ஒட்டப்பட்டிருந்தது. அதை சுயோதன் எடுத்துப் படித்தான்:

"சுயோதா,

நான் அலுவலகம் செல்கிறேன். நீ தயங்காமல் குளித்துவிட்டு உன் வீட்டிற்குச் செல்லலாம். காபி, பால், பிஸ்கட் எல்லாம் கவுண்டரில் உள்ளன. சாப்பிட்டுவிட்டுச் செல்.

இன்று அலுவலகம் வர வேண்டாம். ஓய்வெடு. நாளை சந்திக்கலாம். நீ வெளியே வந்து சாத்தினால், வீட்டின் முகப்புக் கதவு தானியங்கி மூலம் தானாகப் பூட்டிக்கொள்ளும்.

- மாயந்தி"

சுயோதன் குறிப்பை வாசித்துவிட்டு, சிறிது நேரம் தலையைப் பிடித்தபடி சோஃபாவில் அமர்ந்திருந்தான். நேற்று இரவு நடந்தவை அவன் நினைவில் மங்கலாக இருந்தன. என்ன நடந்தது? உண்மையில் ஏதாவது நடந்ததா? அல்லது அனைத்தும் ஒரு கனவா? அவன் தனது உடையைச் சரிசெய்யும் போது சட்டையை முகர்ந்து பார்த்தான். அதில் குச்சி இம்பீரியல் - டியோர் சவாஜ் கலவையின் பிரத்யேக மணம் வீசியது. வெளியேறும் முன் மீண்டும் ஒருமுறை அந்த வீட்டைச் சுற்றிப் பார்த்தான். அங்கிருந்த ஒவ்வொரு பொருளும் அவனுக்கு அந்நியமாகவும், அதே நேரம் பரிச்சயமாகவும் தோன்றியது.

வீட்டிலிருந்து வெளியேறி லிஃப்டில் இறங்கும்போது, சைலண்ட்டில் இருந்த அலைபேசியை எடுத்துப் பார்த்தான். இரவிலிருந்து நித்யா பத்து முறைக்கு மேல் அழைத்திருந்தாள். அவளது எண்ணைப் பார்த்ததும், அதுவரை அவனைச் சுழற்றிக்கொண்டிருந்த குழப்பங்கள் அனைத்தையும் தாண்டி, மிகப்பெரிய குற்றவுணர்ச்சி அவனை ஆட்கொண்டது.

அடுக்ககத்தை விட்டு வெளியே வந்தபிறகு மீண்டும் நித்யாவிடமிருந்து அழைப்பு வந்தது. இம்முறை எடுத்துப் பேச அவனுக்குத் தைரியம் வரவில்லை.

★★★

25: உயிரின் விளிம்பில்

வெறியாட்டச் சூட்டில் இடும் பணயம் தீக்குளியாடல், தீராத காயம் தருவதே மிச்சம் என்பது சூதன் மொழி

கோவை பி.எஸ்.ஜி கலை அறிவியல் கல்லூரி வளாகம் முழுவதும் பசுமை நிறைந்திருந்தது. குளிர்காலத்தின் முடிவில் பூக்கக்கூடிய இலைபொரசு மரங்கள் காட்டுத்தீ போன்ற தங்கள் செந்நிற மலர்களைக் குடை போல போர்த்தி நின்றன. சமூகவியல் துறையின் நுழைவாயிலில் குழுமியிருந்த மாணவர்களின் உற்சாகம் அந்தப் பகுதிக்குத் துடிப்பான மனநிலையைத் தந்தது. மாணவ மாணவியர் குழுக்களாக நின்று அரட்டை அடித்துக் கொண்டிருந்தனர். சிலர் செல்ஃபி எடுத்துக் கொண்டனர். தாங்கள் நடத்தி முடித்திருந்த தேசிய அளவிலான மாணவர் மாநாட்டு வெற்றியின் மகிழ்ச்சி அனைவரது முகத்திலும் தெரிந்தது. மாலை நேரம் நெருங்க, மாணவிகள் விடுதிக்குத் திரும்பினர். வழியில் அவர்கள் மாநாட்டின் நினைவுகளை அசைபோட்டனர். நித்யா தனது தோழிகளோடு பேசியவாறு நடந்து வந்தாள். மாநாட்டின் தொகுப்பாளராக அவள் ஆற்றிய பணி அனைவரையும் கவர்ந்திருந்தது. எதற்கும் வாய் திறக்காத துறைத் தலைவரே, அவளது ஒருங்கிணைப்பு குறித்து நல்லவிதமாகப் பாராட்டி இருந்தார்.

விடுதியை அடைந்ததும் மாணவிகள் தத்தம் அறைகளுக்குச் சென்றனர். நித்யா தனது அறைக்குள் நுழைந்தாள். களைப்பு மேலிட

அலைபேசியை அப்படியே கட்டிலில் தூக்கிப் போட்டுவிட்டுக் குப்புறப்படுத்தாள். அடுத்த இரண்டு நிமிடங்களில் அவள் மனதில் அலாரம் அடிக்க, சோம்பலுடன் எழுந்து அமர்ந்தாள். உற்சாக மனநிலை இன்னும் ததும்பிக் கொண்டிருந்தாலும், சட்டென சிறு பொறுப்புணர்வு எட்டிப்பார்த்தது. அன்றிரவுக்குள் "புதிய தலைமுறை" இதழுக்கு அனுப்ப வேண்டிய கட்டுரை நினைவுக்கு வந்தது. தனது மடிக்கணினியை எடுத்து, கட்டுரைக்காக எடுத்து வைத்திருந்த குறிப்புகளை மீண்டும் வாசித்தாள். குறிப்புகளை ஒன்றொன்றாக விவரித்து எழுதத் துவங்கினாள். சில நிமிடங்களில் கட்டிலில் கிடந்த அவளது அலைபேசி ஒலித்தது. எண்ணைப் பார்த்ததும் அவள் முகம் சுருங்கியது.

"ஹலோ மரியா," என்று அழைப்பை ஏற்றாள்.

"அக்கா..." மரியாவின் குரல் உடைந்திருந்தது.

"என்னாச்சு மரியா? ஏதாவது பிரச்சனையா?"

"அக்கா... நான் உனக்கு வீடியோ கால் பண்ணலாமா?"

நித்யாவுக்கு ஏதோ சரியில்லை என்று தோன்றியது. "சரி மரியா, பண்ணு."

அடுத்த கணம் வீடியோ கால் வந்தது. நித்யா அதை ஏற்றதும், திகைத்துப் போனாள். மரியா வெளிறிய முகத்துடன், கண்கள் சிவந்து, கழுத்தில் துணியால் சுருக்கிட்டபடி காட்சியளித்தான்.

"மரியா! என்னது இது?" நித்யாவின் குரல் பதற்றத்துடன் வெளிப்பட்டது.

மரியா கோணலாகச் சிரித்தபடி, "அவ்ளோதான்க்கா, நான் போறேன். பத்து நிமிஷத்துக்கு முன்னாடியே எல்லாம் முடிஞ்சிருக்கும்... தெரில... கடைசியா உன்கிட்ட பேசணும்னு தோணுச்சு, அதான்!" என்றான்.

நித்யாவின் இதயம் படபடவென அடித்தது. இருந்தாலும் அதனை அவனிடம் காட்டிக்கொள்ளாமல், நிலைமையை நிதானமாகக் கையாள முயன்றாள். "இரு மரியா, கொஞ்சம் பொறு! தனா எங்கே போனான். தனாவைக் கூப்பிடு. இரு... இப்போ என்ன ஆச்சுன்னு என்கிட்ட சொல்லு. நாம சேர்ந்து அதை சரிபண்ணலாம். நிதானமா இரு!"

“இல்லக்கா.... எனக்கு இங்கே இருப்புக் கொள்ளல. நான் போறேன். அடுத்த பிறவிலயாவது கெலிக்குற மனசோடயும் உடம்போடயும் பிறக்குறேன். நீயும் தனா ப்ரோவும் நல்லா இருக்கணும்க்கா.”

“மரியா, உளறாதே. முதல்ல நான் சொல்றதைக் கேளு. இனிமே இப்படி முட்டாள்த்தனமா எந்த முடிவும் எடுக்க மாட்டேன்னு நீ எனக்கு சத்தியம் பண்ணிக் கொடுத்திருக்க.”

மரியா எதுவும் பேசாமல் அவளைப் பார்த்தபடி இருந்தான். நித்யா தொடர்ந்தாள்.

“ஒரு வாசல் மூடி மறு வாசல் வைப்பான் இறைவன். நீ பாடுன பாட்டு தானே மரியா.. ஞாபகம் இருக்கா!”

மரியா கண்களில் நீர் துளிர்த்தது. நித்யாவுக்குச் சிறியதாக நம்பிக்கை பிறந்தது.

“மரியா முழுசா நீ அந்த மனநிலையில் இருந்து வெளியே வந்துட்டேல்ல. இப்போ ஏன் மறுபடியும் அதைப் பத்தி யோசிக்கிற. அவள் நல்லா வாழுறா. அது உனக்கு சந்தோஷம்தானே?”

நித்யா அவனுடனான பேச்சை வளர்த்தபடி நேரத்தை நீட்டிக்க விரும்பினாள். இது மாதிரி பலவீனமான தருணங்களில் இருப்பவர்களுக்கான அந்த நேர ஆறுதல், யாரோ ஒருவரின் அரவணைப்பான பேச்சும், அருகமைதலும்தான் என்று அவளுக்குத் தெரியும். அவனோடு பேசியபடியே, இன்னோர் அலைபேசியில் இருந்து தனாவின் எண்ணிற்கு அழைத்தாள். அவன் அலைபேசியை எடுக்கவில்லை. வாட்ஸப்பில் அவனுக்கு, “மிக அவசரம், உடனடியாக அழைக்கவும். மரியா தற்கொலை செய்யப் போகிறான்” என்று செய்தி அனுப்பினாள். அது ஒரு ‘டிக்’கில் நின்றது.

மரியா ஏற்கனவே ஒருமுறை தற்கொலை முயற்சியில் ஈடுபட்டு, மருத்துவமனையில் சிகிச்சையில் இருந்தபோது “அன்புக் கரங்கள்” அமைப்பு மூலமாக நித்யா அவனுக்கு அறிமுகமாகினாள். அதன்பின் தொடர்ச்சியாக அவனுக்குத் தன்னம்பிக்கை ஆலோசனைகள் கொடுத்த பிறகு, கடந்த இரண்டு வருடங்களாக சகஜமாக இருந்துவந்தான். அவனுக்குத் துணையாக இருக்கும் என்ற நம்பிக்கையில்தான் தனாவை அவனோடு அறையைப் பகிர்ந்து தங்கும்படி நித்யா ஏற்பாடு செய்திருந்தாள். எல்லாம்

சரியாகி மரியா இயல்பு நிலைமைக்கு வந்துவிட்டான் என்றுதான் அவள் நினைத்துக்கொண்டிருந்தாள். இப்போது அவன் மீண்டும் தற்கொலைக்கு முயற்சி செய்கிறான் என்றதும் நித்யாவுக்கு முதலில் எரிச்சலாகத் தோன்றியது, பின்பு இப்போது அவனது மனதை மாற்ற வேண்டும் என்று நினைத்தவளாகக் கோபத்தைக் கட்டுப்படுத்திக்கொண்டு நிதானமாக அவனிடம் பேசிக் கொண்டிருந்தாள்.

"மரியா, நீதான் முழுசா அந்தக் காதல் தோல்வில இருந்து வெளியே வந்துட்டேல்ல. அவள் நல்லா இருக்கணும்ன்னு மனசார வேண்டிக்கிட்டேன்னு சொன்ன. இப்போ இப்படிப் பண்ணா அது அவளுக்கு எவ்ளோ குற்ற உணர்ச்சியைக் கொடுக்கும்னு யோசிச்சயா?"

"இல்லக்கா... உன்கிட்ட எப்படி சொல்றதுன்னு தெரியல. எதுவும் என்கிட்ட கேட்காதே... எல்லாம் முடிஞ்சு போச்சு. என்னை மீட்டுக் கொண்டு வர நீ எவ்வளவோ முயற்சி பண்ணிருக்க. உன்கிட்ட சொல்லாமப் போகக் கூடாதுன்னு தோணுச்சு. அதான் கால் பண்ணேன். என்ன மன்னிச்சிடு!"

"இரு மரியா... என் மேல இவ்ளோ மரியாதை வச்சிருக்கேல்ல. அப்போ நான் சொல்றதைக் கேளு. இரு நான் கிளம்பி சென்னை வர்றேன். நாளை காலை நாம நேர்ல பேசுவோம். அதுவரை பொறுமையா இரு!"

"ஐயோ அக்கா, அதுக்கெல்லாம் இப்போ நேரம் இல்ல. இன்னிக்கு ராத்திரி வரைதான் டைம். இதுல இருந்து நான் வெளியே வரணும்ணுனா இதுதான் ஒரே வழி."

"என்ன பிரச்சனை, சொல்லு மரியா!"

"அதை எப்படி உன்கிட்ட சொல்றது... நான் இந்த முடிவு எடுக்குறதே அவளோட நல்லதுக்குத்தான்... வேற எதுவும் என்கிட்ட கேட்காதே."

"என்ன சொல்ற மரியா.... தெளிவா சொல்லு, என்ன பிரச்சனைன்னு தெரிஞ்சாதானே அதுக்கான தீர்வைத் தேட முடியும்."

"அதெல்லாம் பெரிய லெவல் மேட்டர்க்கா. நம்மால எல்லாம் ஒண்ணும் செய்ய முடியாது. எங்கே இருக்கானுங்கன்னே தெரியாம

என் மொபைல்ல இருக்க எல்லா வீடியோவையும், நம்பரையும் உருவிட்டாய்ங்க... எல்லாத்துக்கும் காரணம் இந்தச் சனியன்தான்..."

பேசிக்கொண்டே இருந்தவன் உணர்ச்சிவசப்பட்டு, தன் மொபைலைத் தூக்கித் தரையில் ஓங்கி அடித்தான். அது சுக்குநூறாகத் தெறித்து உடைந்து விழுந்தது.

நித்யா திடீரென அழைப்பு துண்டிக்கப்பட்டதை அறிந்து, மீண்டும் மரியாவின் எண்ணை அழைத்தாள். அது தொடர்பு எல்லைக்கு அப்பால் சென்றுவிட்டது.

சிதறியிருந்த அலைபேசி சிதில்களைக் கடந்து மரியா மின்விசிறிக்குக் கீழே சென்றான். ஒரு ஸ்டூலைப் போட்டு அதில் ஏறி, தன் கழுத்தில் சுருக்கிட்டு இருந்த கைலியின் மறுமுனையை மின்விசிறியில் முடிச்சிடத் துவங்கினான். நித்யா மீண்டும் மீண்டும் அவன் அலைபேசிக்கு அழைத்துக்கொண்டிருந்தாள். நித்யாவுக்கு என்ன செய்வதெனத் தெரியவில்லை. ஆற்றாமையால் அவள் கண்கள் கண்ணீரால் நிரம்பின. அடுத்த கணம் அவள் கோபம் தனாவை நோக்கித் திரும்பியது. அவன் ஏன் போனை எடுக்கவில்லை? அவள் முகத்தில் தோல்வியின் வேதனை படர்ந்தது. அவள் மடிக்கணினியில் பாதி எழுதப்பட்ட தற்கொலைத் தடுப்பு விழிப்புணர்வுக் கட்டுரை திரையில் தெரிந்தது. அதன் கடைசிக் குறிப்பு: "ஒவ்வோர் உயிரும் விலை மதிப்பற்றது. அதைக் காப்பாற்றுவது நம் ஒவ்வொருவரின் கடமை."

வியாசர்பாடியில் உள்ள மரியாவின் வீட்டில், மாடியில் உள்ள அவனது அறையில் அமைதி நிலவியது. மின்விசிறியில் தொங்கிய உடல் மெதுவாக ஆடிக்கொண்டிருந்தது. தனா இன்னும் கடற்கரையில் இருந்து வந்து சேரவில்லை.

★★★

26: சிதைந்த நம்பிக்கையின் புனரமைப்பு

சூதில் ஆடி முடித்தவன் தோற்றவன், பாதியில் வெளியேறுபவனே வெற்றியாளன் என்பது சூதன் மொழி

தன் கண்முன்னே நிகழ்ந்த மரியாவின் மரணத்திலிருந்து நித்யாவால் மீள முடியவில்லை. தனாவைத் தொடர்புகொள்ள முடியாத நிலையில் அவள்தான் காவல்துறைக்குத் தகவல் கொடுத்தாள். அவர்கள் செல்வதற்கு முன் அனைத்தும் முடிந்துவிட்டன. பிறகு, அவள் உறுப்பினராக இருந்த அன்புக் கரங்கள் என்.ஜி.ஓ. மூலமாகவும், அவளது கல்லூரியின் சமூகப் பணித்துறை மூலமாகவும் காவல்துறை விசாரணைத் தகவல் கொடுத்து நடைமுறைகளை முடிப்பதில் ஒரு வாரம் சென்றது. அதன் பின் கடந்த மூன்று நாட்களாக அவள் தன்னை விடுதி அறைக்குள்ளேயே முடக்கிக் கொண்டிருந்தாள். தோழிகள் வற்புறுத்தியும் வகுப்புகளுக்குச் செல்ல விருப்பமில்லை. மாணவர் மாநாட்டின் வெற்றி, அதனால் கிடைத்த பாராட்டுகள், எதுவுமே இப்போது அர்த்தமற்றதாகத் தோன்றியது. அவளுடைய மடிக்கணினியின் திரையில் மரியாவின் மரண தினத்தன்று எழுதி பாதியாக நிறுத்தியிருந்த தற்கொலைத் தடுப்பு விழிப்புணர்வுக் கட்டுரை இன்னும் திறந்தே கிடந்தது. அதன் கடைசி வரிகள் அவளைக் கேலி செய்வதைப் போலத் தோன்றின "ஒவ்வோர் உயிரும் விலை மதிப்பற்றது. அதைக் காப்பாற்றுவது நம் ஒவ்வொருவரின் கடமை."

கடமை! என்ன பெரிய கடமை? மரியாவின் உடைந்த குரல், வெளிறிய முகம், கழுத்தில் சுற்றிய துணி எல்லாம் அவள் மனதில் இன்னும் நிழலாடியபடி இருந்தன. நித்யாவின் தனியறையில் இரவின் நிசப்தம் அவளைச் சூழ்ந்திருந்தது. அவள் குற்றவுணர்ச்சியால் பீடிக்கப்பட்டிருந்தாள். அன்று தனா ஏன் அலைபேசியை எடுக்கவில்லை? அவன் மரியாவின் அருகே இருந்திருந்தால் அவனது மரணத்தைத் தடுத்திருக்கலாம். அவன் ஏன் அலைபேசியை எடுக்கவில்லை? கடந்த சில மாதங்களாகவே தனாவின் நடவடிக்கைகளில் ஏதோ மாற்றம் இருப்பதை நித்யா உணர்ந்திருந்தாள். அவன் அடிக்கடி தொலைபேசி அழைப்புகளைத் தவிர்ப்பது, சந்திப்புகளைத் தள்ளிப்போடுவது, அவளிடம் பேசும்போது ஏதோ மறைக்கும் தன்மை இவையெல்லாம் அவளது சந்தேகத்தை அதிகப்படுத்தி இருந்தன. ஆனால் மரியாவின் மரணம், சந்தேகங்களை எல்லாம் அவன் மீதான கோபமாக மாற்றியது.

படுக்கையில் சுருண்டு கிடந்த நித்யாவின் அலைபேசி மீண்டும் ஒலித்தது. கடந்த மூன்று நாட்களாக அவள் அதை எடுக்கவே விரும்பவில்லை. அன்புக் கரங்கள் அமைப்பினரும், பேராசிரியர்களும், சக மாணவிகளும் அவளைத் தேற்றுவதற்காகக் கூறிய வார்த்தைகள் யாவும் சாரமில்லாத வெறும் சக்கைகளாகவே அவளுக்குத் தோன்றின. அலைபேசி மீண்டும் ஒலித்தது. கண்ணீரால் மங்கிய பார்வையுடன் அவள் திரையைப் பார்த்தாள். தனாவிடமிருந்து அழைப்பு. ஒரு கணம் தயங்கி, பின்பு அழைப்பை ஏற்றாள்.

“நித்யா...” தனாவின் குரல் நடுக்கத்துடன் ஒலித்தது.

நித்யா எதுவும் பேசவில்லை. அவளது மௌனம் தனாவுக்கு அவளுடைய மனநிலையை உணர்த்தியது.

“நித்யா... உன்னைப் பார்க்கணும். நான் இப்போ கிளம்பியிருக்கேன். காலைல வந்து சந்திக்கட்டுமா? கொஞ்சம் பேசணும்.”

நித்யாவிற்குக் கண்ணீர் பெருக்கெடுத்தது. அவள் ஒரு வார்த்தையும் பேசாமல், அலைபேசியில் கேவிக் கேவி அழுதாள்.

“நித்யா ப்ளீஸ் அழாதே நித்யா, ப்ளீஸ்!” என்றான் தனா.

“சரி, நான் போனை வைக்கிறேன்” என்று அழுதபடி கூறி அழைப்பைத் துண்டித்துவிட்டு நித்யா அலைபேசியைப் படுக்கையில் ஒரு பக்கமாகத் தூக்கி எறிந்தாள்.

மறுநாள் காலை ஏழு மணிக்கு தனா நித்யாவின் கல்லூரி வாசலில் காத்திருந்தான். விடுதியிலிருந்து வெளியே வந்த அவளைப் பார்க்கவே அவனுக்குப் பாவமாக இருந்தது. அவளது கண்கள் வீங்கிச் சிவந்திருந்தன. முகத்தில் உலர்ந்த சோர்வு. தளர்ந்த நடையில் அவள் வந்தாள்.

"நித்யா..." என்று தனா துவங்குவதற்குள்,

"தயவு செய்து எதுவும் பேசாதே தனா!" என்றாள். தனா அமைதியாகக் காத்திருந்தான்.

சிறிது நேரத்திற்குப் பிறகு, நித்யா சற்றுத் தெளிவு பெற்று, கல்லூரி வளாகத்திற்குள் பக்கவாட்டுச் சாலையில் அமைந்திருந்த கேண்டீன் நோக்கிச் சென்றாள். தனா மெதுவாகப் பின்னே சென்றான்.

கேண்டீனில் ஒரு மூலையில் இருந்த மேஜையில் அமர்ந்த இருவரும் சற்று நேரம் மௌனமாக இருந்தனர். தனாவின் கண்களிலும் தூக்கமின்மையின் எரிச்சலும் சோர்வும் தெரிந்தன.

"சொல்லு" நித்யா தனாவைப் பார்க்காமல் கூறினாள்.

"நித்யா, மரியா சாவுக்கு நான்தான் காரணம். தயவு செஞ்சு என்னை மன்னிச்சுடு நித்யா!"

நித்யா வெறுமையுடன் சிரித்தாள். சற்றுநேர அமைதிக்குப் பிறகு, "நீ கூப்பிட்டப்ப போனை எடுக்காதது மட்டும் என் தப்பு இல்ல நித்யா. அவன் ஆன்லைன் ரம்மி விளையாட ஆரம்பிச்சதே என்னாலதான். கடைசில எனக்கு வந்த எமன் அவனைத் தூக்கிட்டுப் போயிட்டான்!"

நித்யா புரியாமல் அவன் முகத்தைப் பார்த்தாள். அவன் சுருக்கமாகத் தான் மரியா வீட்டில் தங்கத் துவங்கியதில் இருந்து மரியா மரணம் வரை நடந்ததைக் கூறினான்.

நித்யாவின் முகம் இன்னும் கடுமையாகியது. அவளுடைய உடல் கோபத்தால் நடுங்கியது.

"நீ அன்னிக்கு மரியாவைக் காப்பத்துறதுக்காக என்னைக் கூப்பிட்டப்போ, நான் கடல்ல குதிச்சு சாகலாம்னுதான் முடிவு செஞ்சிருந்தேன். நான் உன் அழைப்பை எடுத்திருக்கணும் நித்யா, என்னை மன்னிச்சிரு நித்யா ப்ளீஸ்!"

“நிறுத்து!” நித்யா கூச்சலிட்டாள். “சாவு, சாவு, சாவு... எப்பப் பார்த்தாலும் உங்களுக்கு சாவுறதைப் பத்திதான் பேச்சா.. சாவுறது உங்களுக்கெல்லாம் அவ்ளோ ஈசியா போச்சு! மரியா... எந்த விஷயம்னாலும் சாகப் போறேன், சாகப் போறேன்னு நிப்பான். கடைசில அதுதான் நடந்துச்சு... உங்களுக்கெல்லாம் வாழணும்னு நெனப்பே வராதா!”

தனா அமைதியானான். அவள் ஆத்திரம் அடங்கும் வரை கத்தித் தீர்க்கட்டும் என்று காத்திருந்தான். நித்யா பேசப் பேச கொஞ்சம் இலகுவாக உணர்ந்தாள்.

சற்று நேரத்திற்குப் பிறகு, “அது என்ன ரம்மி விளையாட்டு? ஆளைக் கொல்ற அளவுக்கு அதுல என்ன இருக்கு?” என்றாள் நித்யா.

தனா ஆழமாக மூச்சுவிட்டு, “அது வழக்கமான செயலி மாதிரி இல்ல. நம்மகிட்ட காசு தீர்ந்தாலும் உடனடியா ஆன்லைன்லயே கடன் வாங்கி மறுபடி மறுபடி விளையாட வைக்குற மாதிரி இருக்கும். கடைசியில், கடனைத் திருப்பிக் கொடுக்க முடியாட்டி, மொபைல்ல இருக்க போட்டோ, வீடியோன்னு எல்லாத்தையும் எடுத்து, மார்ஃபிங் பண்ணி மிரட்ட ஆரம்பிச்சிருவாங்க. ஒரு கட்டத்துல அவமானம் தாங்காம தற்கொலை வரை போயிடும்” என்றான்.

நித்யா ஆழமாகப் பெருமூச்சு விட்டாள்.

“எலலாத்துக்கும் காரணம், இந்தக் கறுப்பு ஜோக்கர் சனியன்தான்” என்று தனது மொபைலில் இருந்த செயலியைத் தனா, நித்யாவிடம் காட்டினான்.

“கறுப்பு ஜோக்கர்?” நித்யா அந்தப் பெயரை மீண்டும் முணுமுணுத்தாள். அது அவளுக்கு ஏற்கனவே பரிச்சயமான பெயர் போலத் தோன்றியது.

★★★

நித்யாவின் தொடர் அழைப்புகளை எடுக்காததற்குப் பிறகு, கடந்த மூன்று நாட்களாக நித்யாவிடமிருந்து எந்த அழைப்பும் வரவில்லை. பிறகு அவன் அழைத்தபோது அவள் எடுக்கவில்லை. மரியா என்ற இளைஞனின் மரணம் நித்யாவை மிகவும் பாதித்திருக்கிறது

என்பதை அவளது தோழிகள் மூலம் அறிந்த சுயோதன், அவளை ஆறுதல்படுத்த வேண்டும் என்ற உணர்வுடன் தனது காரில் கோவைக்குக் கிளம்பி வந்துகொண்டிருந்தான். சுயோதனின் மனதில் இன்னொரு பெரிய குழப்பமும் இருந்தது. மாயந்தி திடீரென வேலையை விட்டுச் செல்கிறாள் என்று அறிந்ததும் அவளைச் சந்தித்துப் பேசியது அவனது நினைவில் ஓடிக் கொண்டிருந்தது.

கடந்த சில நாட்களில் அவனுக்கு மாயந்தியுடன் நல்ல நட்பு உண்டானது. அவள் அந்த இரவு பற்றியோ அல்லது அதைத் தொடர்வது குறித்தோ எந்த அறிகுறியையும் காட்டியதில்லை. சுயோதனுக்கு முதலில் இருந்த குற்றவுணர்வு அப்படியே ஓரமாகத் தேங்கியிருக்க, மேலோட்டமாக அவளிடம் பேசிச் சிரித்து வந்தான். அவளது நடவடிக்கைகளைப் பார்க்கையில் அன்று இரவு அவன் நடந்ததாக நினைத்ததெல்லாம் அவனது கற்பனை தானோ என்ற எண்ணமும் அவனுக்குத் தோன்றியது. அன்று சுயநினைவு இழந்திருந்ததில் என்ன நடந்தது என்று அவனால் முழுமையாக நினைவுக்குக் கொண்டு வர முடியவில்லை. என்ன இருந்தாலும் இது குறித்து நித்யாவிடம் எப்போதும் தப்பித் தவறி ஒரு வார்த்தை கூட உளறிவிடக்கூடாது என்று உறுதியோடு இருந்தான்.

முதல்நாள் மாலை அலுவலகம் முடிந்து, அருகில் இருந்த காஃபி ஷாப்பில் மாயந்தியும் சுயோதனும் சந்தித்தார்கள். அவள் ஏன் திடீரென வேலையை விட்டுப் போகிறாள் என்று சுயோதனுக்குக் குறுகுறுப்பாக இருந்தது. ஒருவேளை அதற்கு அவன்தான் காரணமோ என்று எண்ணமும் மனதின் ஓரம் ஒட்டிக்கொண்டிருந்தது. அவள் அலுவலகத்தை விட்டுச் செல்லும் முன் ஒரு நாள் சந்திக்க வேண்டும் என்று குறுஞ்செய்தி அனுப்பி இருந்தான். அதன்பொருட்டே அவள் அவனை காஃபி ஷாப்பிற்கு அழைத்திருந்தாள்.

“சொல் சுயோதா, எப்படிப் போகிறது உன் ப்ராஜெக்ட்?” மாயந்தியின் குரலில் வழக்கமாகத் தோன்றும் துள்ளலிசை இல்லை. பொறுப்பான கேள்வி போல இருந்தது அவளது விசாரிப்பு.

“மிக நன்றாகச் செல்கிறது மாயந்தி!” சற்று நேர அமைதிக்குப் பிறகு சுயோதன் தொடந்தான். “உங்கள் பணி விலகல் எனக்குள் சங்கடத்தை ஏற்படுத்துகிறது.”

“அதெல்லாம் ஒன்றுமில்லை, சியர் அப், பாய்!” என்று அவள் சொல்வாள் என அவன் எதிர்பார்த்தான். மாறாக அவள் அமைதியாக இருந்தாள். சுயோதனுக்கு இன்னும் குழப்பம் அதிகரித்தது.

“என்னை நீங்கள் மன்னிக்க வேண்டும்!” என்றான். அவள் மௌனம் கலைத்து, “இதில் உன் தவறு மட்டும் இல்லை. ஒட்டுமொத்த நிர்வாகத்திற்கும் பொறுப்பு இருக்கிறது. அதனாலேயே என்னால் இங்கே ஒன்றி இருக்க முடியவில்லை” என்றாள்.

சுயோதனுக்குப் புரியவில்லை. “ஒட்டுமொத்த நிர்வாகமா, நீங்கள் என்ன சொல்கிறீர்கள்” என்று வேகமாகக் கேட்டான்.

அவன் கேட்கும் கேள்வியின் அர்த்தம் புரிந்து மாயந்தி வாய்விட்டுச் சிரித்தாள். “சின்னப்பையா, நீ என்ன நினைத்துக்கொண்டு இக் கேள்வியைக் கேட்கிறாய்! நான் நமது நிறுவனம் சார்பாக நடக்கும் சமூகக் கேடுகளைப் பற்றிப் பேசிக்கொண்டிருக்கிறேன்.”

அவனுக்குச் சற்றுத் தெளிவு கிடைத்தது. அடுத்து அவள் கூறிய விஷயங்கள் குறித்து அவனுக்கு மேலோட்டமாகத் தெரியும் என்றாலும் அவள் விளக்கிய விவரங்கள் அவனை அதிர்ச்சிக்குள்ளாக்கின. அவன் உருவாக்கிய கறுப்பு ஜோக்கர் ரம்மி செயலி மற்றும் 24X7 ரம்மி நிறுவனம் சார்பாக இயங்கும் பல்வேறு சூதாட்ட செயலிகள், இணையக் கடன் செயலிகள் ஆகியவற்றின் பின்னணியில் இருந்த சில வணிக ரகசியங்களை மாயந்தி அவனிடம் பகிர்ந்துகொண்டாள். அத்தகைய அறவுணர்வற்ற நிறுவனத்தில் தன்னால் மனசாட்சியை ஒப்புக்கொடுத்துப் பணிசெய்ய முடியவில்லை, அதனால்தான் பணிவிலக முடிவு செய்திருப்பதாகக் கூறினாள். அவள் அடுத்து அடுக்கடுக்காகக் கூறிய நிறுவனத்திற்குள்ளான சில ரகசிய விஷயங்கள், சுயோதனுக்குத் தனது பணி சார்ந்த ஒழுக்க உணர்வுகளைக் கடுமையாகக் கேள்விக்குள்ளாக்கின. தான் உருவாக்கிய செயலி மூலம் பல இளைஞர்கள் தங்கள் வாழ்க்கையை இழந்துகொண்டிருக்கிறார்கள் என்ற உணர்வு அவனை உறுத்திக்கொண்டிருந்தது. அதே நேரத்தில், அது ஒரு திறமை சார்ந்த விளையாட்டு என்றும், அதில் தவறு இல்லை என்றும் அவன் தன்னை நம்ப வைக்க முயன்றுகொண்டிருந்தான். இந்தக் குழப்பமான மனநிலையுடன் அவன் கோவையை நோக்கிப் பயணித்துக்கொண்டிருந்தான்.

மதியம் இரண்டு மணியளவில் சுயோதன் கோவை பி.எஸ்.ஜி கல்லூரியை வந்தடைந்தான். நித்யாவைத் தொடர்புகொண்டு தான் வந்திருக்கும் விஷயத்தைக் கூறினான். நித்யா, அன்று காலை அவளைச் சந்திக்க தனா வந்திருந்ததைக் கூறினாள். சுயோதன் மனதிற்குள் சுருக்கென்றது. அதனை வெளிக்காட்டிக் கொள்ளாமல், தனா இன்னும் கோயம்புத்தூரில் இருந்தால் அவனைச் சந்திக்கலாமா என்று கேட்டான். நித்யா சுயோதனிடம் தனாவைப் பற்றி எப்போதும் பெருமையாகப் பேசி வந்திருக்கிறாள். அவனைச் சந்திக்க வேண்டும் என்ற உந்துதல் சுயோதனுக்குள் எப்போதும் இருந்தது. இன்றைய சூழ்நிலை உவப்பானதாக இல்லாதிருந்தாலும், அவனைச் சந்திக்க வாய்ப்பிருந்தால் அதனைத் தவறவிடக் கூடாது என்று நினைத்தான்.

நித்யா தனாவை அழைத்து, சுயோதன் வந்திருக்கும் விஷயத்தைக் கூறினாள். அவன் சுயோதனைச் சந்திக்க எப்போதும் விரும்பியதில்லை. எனவே தான் சென்னைக்குப் பஸ் ஏறிவிட்டதாகப் பொய் சொன்னான். ஆனால் நித்யா அழுத்தமாக, அவர்கள் இருவரிடமும் சேர்த்துப் பேச வேண்டிய ஒரு முக்கிய விஷயம் இருக்கிறது. அதற்கான நாளாக அன்று அமைந்திருக்கிறது, எனவே நிச்சயம் அவன் திரும்பி வரவேண்டும் என்றாள். தனா சரியென்று அவள் கூறியபடி ஜி.டி.நாயுடு அறிவியல் வளாகத்தில் அவர்களைச் சந்திக்க வந்தான்.

அங்கே தனா வந்து சேர்ந்த போது, ஏற்கனவே சுயோதனும் நித்யாவும் அவனுக்காகக் காத்திருந்தனர்.

நித்யா முகத்திலிருந்த கோபம் இன்னும் மறையவில்லை. அவள் தனாவைப் பார்த்ததும் எழுந்து வந்தாள். பின்னால் சுயோதனும் மெதுவாக நடந்து வந்தான்.

“உங்க ரெண்டு பேரையும் எப்படி சந்திக்க வைக்குறதுன்னு எவ்வளவோ நாள் யோசனை பண்ணியிருக்கேன். இப்போ இப்படி ஓர் அசந்தர்ப்ப சூழ்நிலைல நீங்க பார்த்துக்கணும்னு இருக்கு” என்றாள்.

இருவரும் கைகொடுத்து சிறிதாக அறிமுகம் செய்து கொண்டார்கள்.

நித்யா மனதில் ஆறாத ரணம் இன்னும் ஊறிக்கொண்டிருந்தது. “சுயோதா உனக்குத் தெரியுமா, மரியா இறந்தது உன்னோட

செல்லப் பிள்ளை கறுப்பு ஜோக்கராலதான்! அந்த விஷத்தை அவனுக்குக் கொடுத்தது இதோ இவன்தான்” என்று தனாவைச் சுட்டினாள்.

இருவரும் எதுவும் பேசாமல் தலைகுனிந்து நின்றனர்.

★★★

27: எதிர் விளையாட்டு

சினம் வந்தால் சூது கைவிட்டுப் போகுமென்பது சூதன் மொழி

சுயோதனால் நிம்மதியாகத் தூங்க முடியவில்லை. நித்யா அனுப்பியிருந்த புள்ளிவிவரங்கள் அவனது மனக்கண்ணில் தொடர்ந்து மின்னிக் கொண்டே இருந்தன. கடந்த ஆறு மாதங்களில் மட்டும் தமிழகத்தில் ஆன்லைன் ரம்மி தொடர்பான தற்கொலைகள் எண்ணிக்கை எழுபத்தி ஏழு. அதில் பெரும்பாலானவை கறுப்பு ஜோக்கர் ரம்மி ஆப்பின் மூலம் நடந்தவை. அவன் உருவாக்கிய பயன்பாடு ஒவ்வொரு நாளும் யாராவது ஒருவரின் உயிரைப் பறித்துக்கொண்டிருந்தது என்ற உண்மை அவனை அரித்துக் கொண்டிருந்தது. அதற்குத்தான் நேரடியாகக் காரணமில்லை என்று தன்னைத் தானே சமாதானம் செய்துகொள்ள முயன்றாலும், அவனது அறவுணர்ச்சி அவனைத் தூங்க விடாமல் செய்தது. வாழ்வில் தான் எந்தத் திசையில் பயணிக்க வேண்டும், என்ன இலக்குகளை அடைய வேண்டும் என்று கனவுகள் கண்டுகொண்டிருந்தானோ அவை எல்லாமே நிறைவேறத் துவங்கி இருந்தன. ஆனால் அவற்றை அவனால் மனசாட்சியின்படி ஏற்றுக் கொள்ள முடியவில்லை. எத்தனையோ பேரின் சவக்குழியில் இருந்து தனக்கான உணவு வருவதாக அவனுக்குத் தோன்றியது. வெளியில் இருந்து தன்னை உற்று நோக்கும் போது, தான் சென்று

கொண்டிருக்கும் பாதை தவறானது, உடனடியாக அதற்கான பிராயச்சித்தம் செய்ய வேண்டும் என்று தீர்மானித்தான். நித்யா இதற்காகவே அர்ப்பணிப்பாகப் பணியாற்றிக் கொண்டிருக்கிறாள். அவளது கனவை நிறைவேற்றக் கூடிய வழிவகைகளைத் தன்னால் ஏற்படுத்திக் கொடுக்க முடியும், அந்தத் திசையிலேயே இனி தன் பயணம் அமைய வேண்டும் என்று முடிவு செய்தான்.

காலை எழுந்ததும் முதல் வேலையாக மாயந்தியை அழைத்தான். *24x7* ரம்மி நிறுவனத்தின் உள்மட்டத் தகவல்களில் சிலவற்றை ஏற்கனவே அவள் கூறியிருந்தாள். அதுகுறித்து இன்னும் சில ஆழமான தகவல்கள் தேவைப்பட்டன. அவள் அலைபேசியில் வேண்டாம், நேரில் சந்திக்கலாம் என்று கூறினாள். சுயோதன் மாயந்தியின் வீட்டிற்கு மீண்டும் சென்றான்.

"மாயந்தி, நிறுவனத்தின் செயல்பாடுகள் குறித்த மேலும் சில தகவல்கள் தேவை, உங்களால் எனக்கு உதவமுடியுமா?" சுயோதன் நேரடியாகக் கேட்டான்.

"நான் சொல்லும் விஷயங்களால் ஏதேனும் பயன் ஏற்படுமென்றால் அதனைப் பகிர்ந்துகொள்வதில் எனக்கு எந்த பயமோ மனத்தடையோ இல்லை" மாயந்தி துணிவாகக் கூறினாள். அவள் மேலும் "நான் அன்று கூறியவை உன் பிரத்யேக நலன் சார்ந்தவை. இப்போது வேறு என்ன தகவல்கள் வேண்டும்?" என்றாள்.

"மாயந்தி. நான் உருவாக்கிய கறுப்பு ஜோக்கர் செயலியின் மேம்பாடு மற்றும் பராமரிப்பு இப்போது வேறு குழுவின் கட்டுப்பாட்டில் இருப்பது உங்களுக்குத் தெரியும். அந்தச் செயலியின் பயன்பாட்டின் மூலம் சமூகத்தில் இப்போது தற்கொலை விகிதங்கள் வெகுவாக அதிகரித்திருக்கின்றன. அதனைத் தடுக்க வேண்டும் என்று தோன்றுகிறது. அதற்கு உங்கள் உதவியும் தேவை."

சுயோதன் மரியாவின் மரணம், நித்யா சேகரித்திருந்த தகவல்கள், பொதுவாகத் தனக்குத் தெரிந்தவை அனைத்தையும் அவளிடம் கூறினான்.

அதனைப் பொறுமையாகக் கேட்ட மாயந்தி சிறிது நேரம் மௌனமாக இருந்தாள். பிறகு ஆழ்ந்த மூச்சுவிட்டபடி பேசத் தொடங்கினாள். "சுயோதன், இந்நிறுவனம் குறித்து எனக்குத் தெரிந்தவை எனக்கும் மூச்சுமுட்டச் செய்தன. என்னால் இத்தகைய

பெரிய கார்ப்பரேட் முதலையை எதிர்த்து எதுவும் செய்ய முடியாத நிலையிலேயே நான் பணிவிலக முடிவெடுத்தேன். அதனை வெளியில் கொட்டித் தீர்க்க எனக்குமே ஒரு வடிகால் தேவை. உன் மூலம் ஏதேனும் மாற்றங்கள் ஏற்படுமாயின் நிச்சயம் என்னாலான உதவிகள் அனைத்தையும் செய்யத் தயாராக இருக்கிறேன்."

அவள் அவ்வாறு கூறியது அவனுக்குப் பெரிய உத்வேகத்தைத் தந்தது.

"கறுப்பு ஜோக்கர் துவக்க நிலையில் உன் குழுவின் மேம்படுத்துதலுக்குப் பிறகு இன்னொரு நிலையில் சில மாற்றங்கள் செய்யப்பட்டன. அதில் முக்கிய அம்சங்கள், பயனர்களின் தனிப்பட்ட விவரங்களை அபகரிப்பதும் பயனர்களின் அலைபேசி மூலம் அவர்களின் அந்தரங்கத் தகவல்களைத் திருடுவதும். பிறகு அவற்றைப் பகுப்பாய்வு செய்து எவ்வாறெல்லாம் பயன்படுத்திப் பணம் பார்க்கலாம் என்பதற்குத் தனியான ரகசியப் பிரிவுகளே இயங்குகின்றன. அதன் மூலம் கோடிக்கணக்கான வருமானம் தனியாக வருகிறது. தற்கொலை மரணங்கள் நிகழ்வது பெரும்பாலும் அந்தச் சித்திரவதைகளால்தான். அதனையும் விளையாட்டோடு, கடனோடு இணைத்து மேலோட்டமாக வழக்குகளை, செய்திகளை, தகவல்களைச் சுருக்கிவிடுவதால் உண்மையான பிரச்சனைகள் தொடப்படாமலே இருக்கின்றன."

சுயோதனின் இதயம் பதறியது. அவன் உருவாக்கிய பயன்பாடு இப்படி ஒரு கொடிய ஆயுதமாக மாற்றப்பட்டிருக்கிறது என்று அவனால் நம்ப முடியவில்லை.

மாயந்தி, "இதுகுறித்த முக்கியமான சில ஆவணங்களை என்னால் எடுத்துத் தர முடியும். அதில் பல சட்டவிரோத நடவடிக்கைகள் அடங்கி இருக்கின்றன. ஆனால் அது உனக்கு ஆபத்தான விளைவுகளை ஏற்படுத்தலாம். 24X7 ரம்மி நிறுவனத்துக்கு பின் வலிமையான அரசியல் தொடர்புகள் இருக்கின்றன," என்று அவனை எச்சரித்தாள்.

"நான் அதை எதிர்கொள்ளத் தயாராக இருக்கிறேன் மாயந்தி. தெரிந்தோ தெரியாமலோ இந்தக் கண்ணியின் ஏதோவொரு புள்ளியில் எனது பங்களிப்பும் இருக்கிறது. அதனைச் சரிசெய்ய காலம் எனக்கொரு வாய்ப்பு அளித்திருக்கிறது, அதில் இறங்கிப்

பார்க்க நான் முடிவு செய்துவிட்டேன்.” சுயோதன் உறுதியாகச் சொன்னான்.

மாயந்தி அவனது மனவுறுதியைப் பாராட்டினாள். அவனுக்குத் தன்னால் ஆன உதவிகளைச் செய்வதாய் உறுதியளித்தாள். அவளிடம் விடைபெற்று சுயோதன் கிளம்பினான்.

அன்று மதியம் நித்யா, சுயோதன் மற்றும் தனாவை கூகிள் மீட் வீடியோ காலில் அழைத்தாள். அவள் இணைய சூதாட்டங்கள் குறித்தும் முக்கியமாகச் சந்தையில் பெரும் பாய்ச்சலை நிகழ்த்தும் 24X7 ரம்மி நிறுவனம் குறித்தும் தான் சேகரித்த பல்வேறு செய்தித் திரட்டுகளைத் தனது கணினியில் காட்சிப்படுத்தி இருவருக்கும் பகிர்ந்தாள். தனா மௌனமாக அந்தப் புள்ளிவிவரங்களைப் பார்த்துக்கொண்டிருந்தான். அவனுக்குள் ஒரு புதிய உத்வேகம் துளிர்விட்டிருந்தது. நேற்றுவரை பாதிக்கப்பட்டவன் என்ற மனநிலையில் சோர்ந்து இருந்தவன் இன்று அந்தத் தீமையை எதிர்த்துப் போராடும் மனவலிமையைப் பெற்றிருந்தான்.

சுயோதன் மாயந்தியுடன் பேசிய விஷயங்களை அவர்களிடம் பகிர்ந்துகொண்டான். 24X7 ரம்மி நிறுவனத்தின் சட்டவிரோத நடவடிக்கைகள், அரசியல் தொடர்புகள், கடன் வசதி இணைப்பு இவற்றோடு முக்கியமாகப் பயனர்களின் தனிப்பட்ட விவரங்களை அபகரிப்பது ஆகியவை குறித்து விரிவாக விளக்கினான்.

“இதுல பிரச்சனை என்னன்னா, வலிமையான ஆதாரங்கள் இல்லாம இதனை நாம வெளியிட முடியாது. அப்படி வெளியிட்டாலும் அவர்களின் அசுர பலத்தை வச்சு அதை ஒண்ணுமில்லாம ஆக்கிருவாங்க. நாம அடிக்குற முதல் அடியே அவர்களுக்கு மரண அடியா இருக்கணும். அதுவும் வலுவான ஆதாரத்தோட தொடர்ந்து எழ விடாம அடிக்குற அளவு பலமானதா இருக்கணும்” என்றான் சுயோதன்.

தனா சிறிது நேர மௌனத்திற்குப் பின் பேசத் தொடங்கினான். “எனக்கு ஒரு யோசனை தோணுது. 24X7 ரம்மி நிறுவனம் அடுத்த மாசம் கோவாவில் ஒரு ரம்மி விளையாட்டுப் போட்டியை நடத்துறாங்க.”

சுயோதன் ஆமோதித்தான், “ஆமா, அலுவலக மேல்மட்டத்துல இது குறித்த பேச்சு இருந்தது. இந்தப் போட்டியின் முக்கிய

நோக்கம் என்னன்னா, ஆன்லைன் ரம்மி சூதாட்டம் இல்ல, அது முற்றிலும் திறமை சார்ந்த விளையாட்டுன்னு பொதுமக்கள் மனசுல பதிய வைக்குறதுக்கான மிகப்பெரிய விளம்பர யுத்தி. அதனாலதான் இணையத்துக்கு வெளியே, நேரடிப் போட்டியா நடத்துறாங்க. பரிசுத் தொகை பத்து கோடி. இந்தியா முழுவதிலும் இருந்து 24x7 ரம்மி பயனர்களை பங்கேற்பாளர்களாகவும், பார்வையாளர்களாகவும் வரவைக்கப் போறாங்க."

நித்யா துணுக்குற்றாள். "இதை ஒரு சிறந்த வாய்ப்பா பயன்படுத்தி, அவர்களின் சட்டவிரோதமான செயல்களை மக்களிடம் அம்பலப்படுத்த முடியுமா?" என்று ஆர்வமாகக் கேட்டாள்.

மூவரும் பலவாறு பேசினார்கள். பல குழப்பங்களுக்கும் தயக்கங்களுக்கும் பிறகு அவர்களின் திட்டம் தயாரானது.

சூதாட்டத்தில் நடக்கும் மோசடிகளை வெளிச்சம் போட்டுக் காட்ட, அவர்கள் சூதுக்குள் இன்னொரு சூதை நிகழ்த்தத் திட்டமிட்டனர். சூதின் சூத்திரதாரியான சுயோதன் திட்டத்தை விளக்கினான். அதனை வியூகத்திற்குள் சென்று நிறைவேற்றப் போகும் காரியதாரியான தனா அதனை உன்னிப்பாகக் கவனித்தான். நித்யா இந்த விளையாட்டைத் தன் பொருட்டுத் துவங்கியிருக்கும் அவர்கள் இருவருக்கும் எந்தச் சேதாரமும் இல்லாமல் இது வெற்றியில் முடியவேண்டும் என்று மனதிற்குள் வேண்டிக் கொண்டாள். காய்கள் நகர்த்தப்பட்டன, சூதாட்டம் தொடங்கியது.

கோவாவின் கிராண்ட் ரம்மி கார்னிவல் பெருந்திருவிழா சூதாடிகளை வரவேற்கக் காத்திருந்தது.

★★★

இன்று

28: சாம்பலில் இருந்து

வெல்வதற்கு முன் தோற்கக் கற்றுக்கொள்ளென்பது சூதன் மொழி.

கோவா கிராண்ட் ரம்மி கார்னிவல் பெருந்திருவிழாவின் அரையிறுதிப் போட்டிகள் மிகச் சிறப்பாக நடைபெற்றுக் கொண்டிருந்தன. நாடு முழுமைக்கும் இணையம் மட்டுமல்ல தொலைக்காட்சி, அச்சுப் பத்திரிகைகளிலும் கூட செய்திகளும், விளம்பரங்களுமாக இணைய விளையாட்டுகள் பற்றிய மிகப்பெரிய அளவில் நேர்மறைப் பிம்பங்கள் கட்டமைக்கப்பட்டன.

சென்னையில் சுயோதன் குழப்பத்தின் உச்சத்தில் இருந்தான். அன்று காலை மாயந்தி கைது செய்யப்பட்டிருந்தாள். 24X7 ரம்மி நிறுவனத்தின் உள்ளக விசாரணை அதிகாரிகள் மாயந்தியை சந்தேகப் பட்டியலில் வைத்திருந்தனர். அவள் நிறுவனத்தின் ரகசியத் தகவல்களை வெளியே கொடுத்தாள் என்ற அடிப்படையில் அவளைப் போலீசார் கைது செய்திருந்தனர்.

அலுவலகத்தில் அமர்ந்திருந்த சுயோதனுக்கு இந்தச் செய்தி கடும் அதிர்ச்சியைத் தந்தது. அவனது திட்டம் வெளிப்பட்டுவிட்டதா?

மாயந்தி ஏதேனும் சொல்லி இருப்பாளா? அப்படி ஏதேனும் நடந்திருந்தால் இந்நேரம் அவன் அங்கு அமர்ந்துகொண்டிருக்க முடியாது என்று மட்டும் தோன்றியது. விஷயம் தெரிந்ததும், நித்யா மூலம் மாயந்திக்கு உதவிகள் செய்யக் கேட்டிருந்தான். கணினித் திரையில் கிராண்ட் ரம்மி கார்னிவல் கொண்டாட்ட நிகழ்ச்சிகள் நேரலையில் ஓடிக்கொண்டிருந்தன. தானே அகப்பட்டுக்கொண்டாலும் தனா அங்கே சென்றது பற்றி எந்த மூச்சும் விடக்கூடாது என்று சுயோதன் தீர்மானித்தான். அதற்குள் தனா நல்லபடியாகக் காரியத்தை முடித்துவிட்டு வந்தால் போதும் என்று அவன் மனம் பரபரத்தது. அவனது அலைபேசி அதிர்ந்தது. நித்யா அழைத்தாள்.

“சுயோதா, எங்க என்.ஜி.ஓ வழியா வக்கீல் ஒருவரை அணுகியிருக்கேன். அவர் மாயந்தியைச் சந்திக்கப்போறார். நீ கவலைப்படாதே, எங்களால் முடிஞ்ச உதவிகள் எல்லாத்தையும் செய்றோம்.”

சுயோதனுக்கு நித்யாவின் வார்த்தைகள் கொஞ்சம் ஆறுதலாக இருந்தன. ஆனால் அதே நேரத்தில் குற்ற உணர்வும் அவனை அரித்துக்கொண்டிருந்தது.

“நித்யா, தனா ஏதாவது அப்டேட் கொடுத்தானா? அங்கே எதுவும் பிரச்சனை இல்லையே?”

“நேத்துக்கு அப்புறம் அவனோட போன் ரீச் ஆகல. நம்ம ப்ளான் பிரகாரம் போனை ஆஃப் செய்திருப்பான். இன்னும் இரண்டு மணி நேரம் நம்ம திட்டப்படி நடந்தா போதும். 24X7 ரம்மியோட ஒட்டுமொத்த ஃப்ராடுத்தனத்தையும் போட்டியில ஜெயிச்ச பிறகு தனா உலகம் முழுக்கக் கேக்குற மாதிரி உரக்கச் சொல்லுவான்.”

இருவரும் சிறிது நேரம் மௌனமாக இருந்தனர். அவர்களது கனவுகள் சிதைந்து போயிருந்தது அவர்களின் காதுகளை இன்னும் எட்டவில்லை.

“சுயோதா, மாயந்தியோட கைது சின்னப் பின்னடைவுதான். நீ மனம் தளராதே! நம்மோட கனவு இன்னும் முடியல. நீ தைரியமா இரு!”

அத்தகைய நம்பிக்கையூட்டும் வார்த்தைகள் அவனுக்கு அப்போது தேவையாய் இருந்தன. அவன் கண்களை மூடியபடி அடுத்த

இரண்டு மணி நேரம் செல்ல வேண்டி ஒவ்வொரு நொடியாகக் காத்திருந்தான்.

நித்யா சுயோதனுக்கு ஆறுதல் சொல்லிக்கொண்டிருந்தாலும் அவள் மனதிற்குள் ஒரு கேள்வி மட்டும் உறுத்திக்கொண்டே இருந்தது, "தனா பத்திரமாக இருக்கிறானா?"

இருவரும் ரம்மி கார்னிவல் நிகழ்வுகளை உன்னிப்பாகக் கவனித்துக் கொண்டிருந்தனர். கலை நிகழ்ச்சிகளுக்குப் பிறகு தொடர்ந்த அரையிறுதி ஆட்டம் அவர்களின் மனதில் பெரும்புயலைக் கிளப்பின.

அவர்கள் எதிர்பார்த்த எதுவும் நிகழவில்லை. அரையிறுதிப் போட்டியில் கலந்துகொள்ள தனா வரவில்லை. அவனுக்குப் பதிலாக, இனிய ஆச்சரியம் என்ற அறிவிப்புடன் பார்வையாளர்களில் இருந்து ஒருவர் குலுக்கல் முறையில் தேர்ந்தெடுக்கப்பட்டு அரையிறுதிப் போட்டியில் விளையாட அனுமதிக்கப்பட்டார். கூட்டம் ஆரவாரமாகியது. விழாவின் இணையப் பார்வையாளர்கள் எண்ணிக்கை கோடிக்கணக்கில் எகிறியது. இவர்கள் திட்டமிட்டு அனுப்பிய ஐந்து போட்டியாளர்களும் தோல்வியுற்று வெளியேறினர். இறுதியாட்டம் மிகச் சிறப்பாக நடைபெற்று வெற்றியாளர் அறிவிக்கப்பட்டார். 24x7 நிறுவனம் நடத்திய கிராண்ட் ரம்மி திருவிழா மிகப்பெரிய வெற்றி பெற்று, நாடு முழுவதும் நேர்மறை அதிர்வலைகளை ஏற்படுத்தியது.

தனாவிற்கு என்ன ஆனது என்ற தகவல் எதுவும் தெரியவில்லை.

★★★

கோவாவின் ரேடிசன் ப்ளூ நட்சத்திர விடுதியின் ஏழாவது மாடியில், இருளில் மூழ்கியிருந்த அந்தத் தனியறையில் தனாவின் நுரையீரல்கள் சுவாசக் காற்றுக்காக ஏங்கிக்கொண்டிருந்தன. வாயில் கட்டப்பட்டிருந்த துணி அவன் மூச்சுவிடுவதைக் கடினமாக்கியிருந்தது. கட்டப்பட்டிருந்த கயிறுகள் அறுத்து கை கால்களில் ரத்தம் கட்டிப் போயிருந்தது. முகத்தில் உறைந்திருந்த ரத்தம் கண்களை இமைக்கக் கூட முடியாமல் வேதனையளித்தது. எத்தனை மணி நேரம் ஆயிற்று என்று அவனால் நினைவுக்குக் கொண்டுவர முடியவில்லை. காலம் ஒரு சுழலைப் போல அவனை உள்ளிழுத்துச் சென்றுகொண்டிருந்தது.

எங்கிருந்தோ வந்த கொண்டாட்டங்களின் ஆரவாரம் அவன் காதுகளில் லேசாக ஒலித்தது. வர்ணனையாளர்களின் உற்சாகக் குரல்கள், பார்வையாளர்களின் கைதட்டல்கள், அவ்வப்போது ஒலிக்கும் வெற்றிக் கோஷங்கள் கலந்த கூச்சல் தூரத்திலிருந்து கேட்டன. சுயோதனும் அவனும் திட்டமிட்டிருந்த சூதாட்டத்தின் இறுதியாட்டம் இப்போது அவனில்லாமல் நடந்துகொண்டிருந்தது.

தனாவின் மனம் வேதனையில் துவண்டிருந்தது. தன்னைப் போன்ற பல்லாயிரம் பேரின் வாழ்க்கையை அழிக்கும் இந்த ஆன்லைன் ரம்மி விளையாட்டின் உண்மையான கோரமுகத்தை வெளிக்கொணர அவனுக்கொரு வாழ்நாள் வாய்ப்பு அமைந்தது. அது நிறைவேறும் தறுவாயில் கைநழுவிப் போனது மட்டுமல்லாமல் அவனது வாழ்வே அத்தோடு முடிந்துவிடும் போல இருந்தது. அவன் கண்களில் இருந்து கண்ணீர் வழிந்தது, அது முகத்தில் உறைந்திருந்த ரத்தத்துடன் கலந்து ஒரு வினோதமான சுவையை அவன் வாயில் உண்டாக்கியது.

இருளில் திடீரென்று காலடிச் சத்தம் கேட்டது. யாரோ அந்த அறையை நோக்கி வந்து கொண்டிருக்கிறார்கள். தனாவின் உள்ளுணர்வு விழிப்புற்றது.

கதவு மெல்லத் திறந்தது. அவன் தனாவின் அருகில் வந்து குனிந்து மூக்கிற்கு அருகில் விரலை வைத்து மூச்சு இருக்கிறதா என்று சோதித்தான். தனா முழு வலிமையைத் திரட்டி, கைக்கட்டுகளை அவிழ்க்க முயற்சித்தான். அவனைக் கட்டிப் போட்டிருந்த நாற்காலி அரை அடி நகர்ந்தது. அருகில் வந்தவன் சுதாரித்துப் பின்வாங்கினான். பின் அவன் பெருமூச்சுவிட்டபடி, தனாவின் கட்டுகளை அவிழ்த்துவிட்டு, அவனைத் தோளில் தூக்கியபடி அந்த அறையில் இருந்து வெளியேறி அருகில் இருந்த லிஃப்ட்டில் நுழைந்தான். தனா தன்னை எங்கோ இடம் மாற்றுகிறார்கள் என்பதை உணர்ந்து சரியான தருணத்திற்காகக் காத்திருந்தான். லிஃப்ட்டில் இருந்து இறங்கியவன், தனாவைத் தூக்கிக் கொண்டு எங்கோ சென்றான். தனா மயங்கியது போல, படுத்திருந்தான். சிறிது தூரம் சென்றவன், பின்புற சமையல் கழிவுகள் கொட்டும் பகுதிக்கு வந்தான். அங்கே ஒரு ட்ரக் நிறைய கழிவுகள் கொட்டிய டிரம்கள் நிரப்பப்பட்டிருந்தன. அந்த ட்ரக்கின் பின்புறம் தனாவைப் படுக்க வைத்தான் அவன். அப்போது விழித்து உடலை அசைத்த தனாவை நோக்கி, சத்தம் போடாமல் அமைதியாக

இருக்கும்படி சைகை செய்தான் அவன். தனாவிற்கு விஷயம் லேசாகப் புரிந்தது. அவன் தீனமான குரலில், “நன்றிண்ணே!” என்றான். அவன் எதுவும் பேசாமல் அவன் கைகளைப் பிடித்து ஆதுரமாக அழுத்திவிட்டு, “பார்த்துப் போய்ப் பொழச்சுக்கோ!” என்று கூறிவிட்டு, டிரக்கின் பின்புற ஷட்டரை அடைத்துவிட்டு அங்கிருந்து வேகமாகக் கிளம்பினான்.

அந்தக் கரிய நெடிய உருவம் செல்வதைத் தனா இடுக்கு வழியாகப் பார்த்தான். சிறிது நேரத்தில் டிரக் கிளம்பி விடுதியின் பின்புறமாக வெளியேறிச் சென்றது.

★★★

மூன்று நாள்கள் கழிந்தன. மாயந்தி இன்னும் போலீஸ் காவலில் இருந்தாள். நித்யாவின் என்.ஜி.ஓ மூலம் ஏற்பாடு செய்யப்பட்ட வக்கீல் அவளைச் சந்தித்திருந்தார். மாயந்தி சுயோதனைப் பற்றியோ, அவர்களது திட்டத்தைப் பற்றியோ ஒன்றும் கூறவில்லை. ஆனால் அதனைத் தாண்டிய பெருங்கவலை அவர்களைச் சூழ்ந்திருந்தது. தனாவைப் பற்றி எந்தத் தகவலும் தெரியவில்லை.

நான்காம் நாள் காலையில் நித்யாவின் அலைபேசி ஒலித்தது. தெரியாத எண்ணில் இருந்து வந்தது அழைப்பு.

“ஹலோ நித்யா?”

”ஆமா, நீங்க?”

“நான் தனா”

நித்யா ஆச்சரியத்தில் துள்ளினாள் “தனா! நீ எங்க இருக்க? என்ன ஆச்சு? இப்போ எப்படி இருக்க?”

“அது பெரிய கதை. அப்புறம் விரிவாச் சொல்றேன். நான் கோவாவில் இருந்து தப்பிச்சு சென்னை வந்துட்டேன். கார்னிவல் முடிவு என்ன ஆச்சுன்னு உனக்கே தெரிஞ்சிருக்கும்.”

நித்யா அவசரமாகப் பதிலளித்தாள் “அதெல்லாம் இருக்கட்டும். நீ பத்திரமா இருக்கியா? எங்க இருக்க இப்ப?”

“நான் சென்னை வந்துட்டேன். கொஞ்சம் காயங்கள் இருக்கு, ஆனா பெரிய பிரச்சனை இல்ல. நம்மோட பிளான் பி-யைப் பத்திப் பேசணும். எப்ப சந்திக்கலாம்?”

நித்யா நிம்மதியடைந்தாள் “நான் சென்னைக்கு வர்றேன். நாம அடுத்த கட்ட நடவடிக்கையைப் பத்தி அப்புறம் பேசுவோம். நீ நல்லா இருக்கேல்ல, ஒண்ணும் பிரச்சனையில்லைல!”

“பிரச்சனை இல்லாம இருக்குமா, அதெல்லாம் எக்கச்சக்கமா இருக்கு. இப்போ உன்கிட்ட பேசிட்டேன்ல, இனி நல்லா ஆயிருவேன், கவலைப்படாதே!” என்று சிரித்தான் தனா. நித்யா விம்மியபடி அழுதாள். அதுவரை அவளை அழுத்திக் கொண்டிருந்த மனபாரம் குறைந்தது.

அடுத்த நாள் தனாவைச் சந்திக்க, நித்யாவும் சுயோதனும் சென்னைக்கு வந்தனர். தனாவின் முகத்தில் ரத்தக் காயங்கள் காய்ந்திருந்தன. கை கால் எல்லாம் ரத்தம் கட்டிய வீக்கங்கள் இன்னும் ரணமாய் அவனைத் துன்புறுத்திக் கொண்டிருந்தன. ஆனால் அவன் கண்களில் முன்பை விட அதிக உறுதி தெரிந்தது.

“தனா, கோவாவில் என்ன நடந்தது?” நித்யா கலக்கத்துடன் கேட்டாள்.

தனா விரிவாக எல்லாவற்றையும் கூறினான். எப்படி அவனைக் கடத்திச் சென்றார்கள், எப்படி அடித்தார்கள், முகம் தெரியாத ஒருவன் எப்படி உதவினான் என்று அனைத்தையும் சொன்னான்.

நித்யா தனாவின் தோளில் கை வைத்து ஆறுதல் கூறினாள்.

தனா உறுதியாக, “நாம எடுத்துக்கிட்ட வேலையை முடிச்சாகணும். நம்ம திட்டப்படி அடுத்து செய்ய வேண்டியதைத் தொடரலாம்.”

சிறிது நேரம் மூவரும் அமைதியாக இருந்தனர்.

தனா தொடர்ந்தான், “நம்மளோட ஒட்டுமொத்த நோக்கம் இந்த நிறுவனத்தோட மோசடிகளை வெளியுலகத்துக்குக் காட்டறதுதானே? அதன் ஒரு திட்டம் தோல்வி அடைஞ்சிருக்கு. ஆனா நாம இன்னும் உயிரோடதானே இருக்கோம். அடுத்த திட்டத்தைச் செயல்படுத்த வேண்டியதுதான். அதுக்கான அடிப்படை விஷயங்களைச் சுயோதன் ஏற்கனவே செஞ்சு வச்சுருக்காப்ள தானே…”

சுயோதன் பதிலளித்தான். “ஆமா, அவங்களோட சூதாட்ட மோசடியை வெளியில் கொண்டு வர நமக்கு வலுவான

ஆதாரம் வேணும். அதுக்காக அவங்களோட ரகசியத் தகவல்கள் சிலவற்றைப் பொதுவெளியில் கசிய விடணும்"

தனா உற்சாகமானான். "நல்ல ஐடியா... ஆனா அதை எப்படிச் செய்றது?"

சுயோதன் தனது திட்டத்தை விலாவாரியாகக் கூறினான்

தனாவின் கண்கள் மின்னின.

★★★

29: பெருந்தரவுகளின் களவாடல்

சூதில் நண்பர் பகைவராகவும், பகைவர் நண்பராகவும் மாறுவரென்பது சூதன் மொழி.

பெங்களூர் கோரமங்களாவில் உயர்மத்திய வர்க்க அடுக்குமாடிக் குடியிருப்பு ஒன்றில் வாடகைக்குத் தங்கியிருந்தான் சுயோதன். அப்பகுதியில் ஜன நடமாட்டம் குறைந்து, இரவின் மௌனம் கவியத் துவங்கியிருந்தது. தனாவைப் பேருந்து நிலையத்தில் இருந்து தனது காரில் அழைத்துக் கொண்டு, சுயோதன் தன் அடுக்ககத்திற்குள் நுழைந்தான். “ப்ளீஸ் மேக் ஹிம் ஃபீல் கம்ஃபோர்டபுள்டா” என்று நித்யாவிடமிருந்து வந்த குறுஞ்செய்திக்கு, ஒரு புன்னகை மற்றும் கட்டைவிரலை உயர்த்திக் காட்டும் எமோஜிகளை அனுப்பினான் சுயோதன். தனா பெங்களூர் வந்திறங்கிய ஒரு மணி நேரத்திற்குள் அவளிடமிருந்து வரும் நான்காவது குறுஞ்செய்தி இது. சுயோதனுக்கு நித்யாவின் மனநிலை புரிந்தது. ஆனாலும் இந்த விளையாட்டு அவனுக்குப் பிடித்திருந்தது. “உள்ள வாங்க!” என்று கதவைத் திறந்துவிட்டு அழைத்தான். தனா யோசனையுடன் உள்ளே வந்தான்.

தனது கணினி மேஜையில் இருந்து, சில ஆவணங்கள், அச்சிட்ட தாள்கள், தகவல் அறியும் உரிமைச் சட்ட அலுவலகத்திலிருந்து வந்திருந்த சமீபத்திய கடிதம் மற்றும் சில குறிப்புகளை எடுத்துத்

தன் கட்டிலின் மேல் வைத்துவிட்டு, மேஜையில் இருந்த மற்றவற்றை ஒதுக்கினான். தனது மடிக்கணினியைத் திறந்து வைத்து, “நீங்க இதுல வொர்க் பண்ணுங்க. க்ரெடின்ஷியல்ஸ் எல்லாம் இங்க இருக்கு. டனல் கிரியேட் ஆனவுடன் சொல்லுங்க. நமக்குத் தேவையான டேட்டா எங்கே இருக்குன்னு நான் சொல்றேன்” என்று கூறிவிட்டுப் படுக்கையறையில் இருந்த பெரிய கட்டிலில் வந்து அமர்ந்தான். நித்யாவிடமிருந்து இன்னொரு குறுஞ்செய்தி வந்திருந்தது.

தனா கணினி மேஜையில் அமர்ந்திருந்தான். சுயோதன் ஒதுக்கியது போகவும், மேஜை நிறைய கணினி சார்ந்த புத்தகங்களாக இறைந்து கிடந்தன. அச்சுப் புத்தகங்களைப் பார்த்தாலே தனாவுக்குத் தலை வலிக்கத் துவங்கிவிடும். எனவே அவை குறித்து அவனுக்கு எந்த ஆர்வமும் எழவில்லை. அவனது கவனம் முழுவதும் ப்ராக்ஸி மூலமாக 24X7 நிறுவனத்தின் வி.பி.என் வலைப்பின்னல்களுக்குள் ரகசியமாக ஒரு மெய்நிகர் சுரங்கப்பாதையை ஏற்படுத்த வேண்டும் என்பதில் பதிந்திருந்தது. சுயோதன் ஏற்கனவே தனது நிறுவனத்தின் மேகக் கணிமை வழங்கிகளுக்கான அனாமதேயக் கணக்கு ஒன்றை உருவாக்கி வைத்திருந்தான். இப்போது தற்காலிகச் சுரங்கம் வழியாக நிறுவனத்தின் வழங்கிகள் வரை சென்றுவிட்டால், அங்கிருந்து அந்தப் பயனர் கணக்கு மற்றும் கடவுச்சொல்லின் மூலம் செயலியின் தற்போதைய இயங்குமுறை குறித்த சில தகவல்களைத் தெரிந்துகொள்ள முடியும். இன்று இரவு, 24X7 நிறுவனத்தின் காப்புக் குழுவின் சார்பாக மாதாந்திரப் பராமரிப்புப் பணியும், செயலிகளின் தகவல்தளத்தின் காப்பும் நடைபெறுவதால், தரவுகளின் நகர்வு குறித்து பாதுகாப்புக் குழுவிற்கு எந்த எச்சரிக்கை அறிவிக்கையும் வராது என்ற காரணத்தினால் இன்றே இக்காரியத்தைச் செய்து முடிக்க வேண்டும் என்று இருவரும் முடிவெடுத்திருந்தனர்.

முதலில் தனாவிற்குச் சுயோதனின் அடுக்ககத்திற்கு வந்து தங்குவது குறித்து சிறிய தயக்கம் இருந்தது. இணைய சூதாட்ட நிறுவனங்களின் முகமூடியைக் கிழிக்க வேண்டும் என்பதில் அவர்கள் இருவரைக் காட்டிலும் முனைப்புடன் இருந்த நித்யா, இன்று இரவு அவன் செய்யவிருக்கும் அதிமுக்கியமான தகவல் திருட்டின் முக்கியத்துவத்தை நன்கு அறிவாள். அவள் கோயம்புத்தூரில் இருந்தபடி இருவரையும் அலைபேசி வழியாக

ஒருங்கிணைத்துக் கொண்டிருந்தாள். தனா சுயோதனின் அடுக்ககத்தில் இருந்தபடி இரவு முழுவதும் இச்செயலில் ஈடுபடலாம் என்பதில் அவள் ஆர்வம் காட்டவில்லை. பெங்களூரில் அவனுக்கு வேறு தங்குமிடம் இல்லை என்பதும் அவளுக்கு நன்கு தெரியும். அவளது குறிப்பினைப் புரிந்துகொண்டவன், தான் வேறு ஏதேனும் விடுதியில் தங்கி இதனைச் செய்வதாகவும், சுயோதனின் மடிக்கணினியை மட்டும் தரும்படியும் கேட்டான். ஆனால் சுயோதன் தான் உடனிருந்தால் தனாவிற்குத் தேவையான உதவிகள் செய்ய ஏதுவாக இருக்கும் என்று வலியுறுத்தவும், தனா ஒத்துக்கொண்டான்.

24x7 நிறுவன இணைய நெறிமுறை முகவரிகளைச் சேரிடமாகக் கொண்டு, ஒரு மெய்நிகர் சுரங்கப்பாதையை உருவாக்கிக் கொண்டிருந்தான் தனா. பல வழிகளில் குடைந்து பார்த்ததில், நான்காவது முயற்சியில் நிறுவனத்தின் வெளிவட்டத்தில் இருந்த நெருப்புச் சுவர் தகர்ந்தது. தனா தன்னையும் அறியாமல் உற்சாகத்தில் மேஜையைத் தட்டினான். அப்போது மேஜையின் விளிம்பில் இருந்த ஒரு புத்தகம் கீழே விழுந்தது. அப்புத்தகத்தை எடுத்து மேஜை மீது வைப்பதற்காகத் தனா கீழே குனிந்தான். அடர்பச்சை இலைகளுக்கு மத்தியில் வெளிர் சிவப்பு நிறத்தில் இருக்கும் ஒற்றைப் பூவுடனான அட்டையைப் பார்த்து அவன் ஒரு கணம் துணுக்குற்றான். கட்டிலில் அமர்ந்திருந்த சுயோதன், "பரவால்ல இருக்கட்டும், விடுங்க!" என்றதும் அவன் புத்தகத்தை எடுக்காமல் மீண்டும் தான் ஏற்றிருந்த இடுபணியில் ஈடுபட முனைந்தான். அவன் மனம் நினைவுகளில் ஆழ்ந்தது.

★★★

"இந்தப் புத்தகத்தைக் கொடுக்கவா, இவ்வளவு அவசரமா என்னை வரச் சொன்ன? ஆமா, இதென்ன இலை மேல ஒரு பூ?"

"அதனால் என்ன, சொன்னா வரமாட்டியா?"

"அதான் வந்துட்டேனே. அறுபது கிலோமீட்டரை அரை மணி நேரத்திற்குள் வரச் சொன்னது ஒரு டாஸ்க். அதுகூட பரவால்ல, நம்ம குதிரை கடிவாளத்தைச் சுண்டி விட்டா பறந்து வந்துரும். இங்கே வந்து ஒரு புத்தகத்தைக் கொடுக்குறது, அதுவும் இங்கிலீஷ் புத்தகத்தை எனக்குக் கொடுக்குறது மிகப்பெரிய தண்டனை. சரி நீ கொடுத்துட்ட, வச்சுக்குறேன், விடு!"

“ஏய், நீ புக்கெல்லாம் படிக்க மாட்டேன்னு எனக்குத் தெரியாதா! டிரைன் கிளம்ப அரை மணி நேரம் இருந்துச்சு, ஸ்டேஷன் புக் ஷாப்ல இந்தப் புத்தகத்தைப் பார்த்தேன். இந்தத் தலைப்பு உனக்காகவே வச்சிருந்தது மாதிரி இருந்துச்சு. அதான் உன்கிட்ட கொடுக்கணும்னு தோணுச்சு.”

தனா புத்தகத்தின் தலைப்பை அப்போதுதான் வாசித்தான், “காட் ஆஃப் ஸ்மால் திங்க்ஸ்’ அப்படின்னா?”

“அப்படின்னா.. பெரிய விஷயங்களை, முக்கியமான காரியங்களைச் செய்ய எப்போதும் ஆள் இருப்பாங்க. நமக்கே நமக்குத் தேவையான, சின்னச் சின்ன விஷயங்களை உதாசீனப்படுத்தாம செஞ்சு தரத்தான் யாரும் மெனக்கெட மாட்டாங்க. எனக்குத் தேவையான சின்ன விஷயங்களின் கடவுள் நீ இல்லையா, அதான்.”

“அடேங்கப்பா, அறுபது கிலோமீட்டர் பறந்து வந்ததுல ஒரு லிட்டர் பெட்ரோலோட அப்படியே நானும் காத்தோட கரைஞ்சு போயிட்டேன். இவ்ளோ ஐஸ் நமக்குத் தாங்காதுப்பா!” என்று தோளைக் குலுக்கி மெதுவாகச் சிரித்தபடி, “சரி பேனா இருந்தாக் கொடு!” என்றான் தனா.

நித்யாவிடமிருந்து பேனாவை வாங்கி, புத்தகத்தின் முதல் பக்கத்தில், “யாமிருக்க பயமேன்!” என்று எழுதி மீண்டும் அவளிடமே கொடுத்தான்.

அவள் எதுவும் சொல்லாமல், புன்னகையுடன் வாங்கித் தனது ஹேண்ட்பேக்கில் வைத்துக் கொண்டாள். மதுரையில் இருந்து கோயம்புத்தூர் செல்லும் அதிவேக விரைவு வண்டி, ஒன்றாம் நடைமேடையில் இருந்து காலதாமதம் ஏதுமின்றி உடனடியாகக் கிளம்பியது.

★★★

தனாவின் மனம் நிலையாக இல்லை. கீழே கிடக்கும் அந்தப் புத்தகத்தை எடுத்து முதல் பக்கத்தைப் பார்க்க வேண்டும் என்று தோன்றியது. ஆனால் பார்க்காமலே அது தனக்குக் கொடுக்கப்பட்டு தான் மீண்டும் நித்யாவிடம் திருப்பித் தந்த புத்தகம் என்றும் அவனுக்கு உறுதியாகத் தோன்றியது. இப்போது அந்தப் புத்தகம் எங்கு இருந்தால் என்ன என்றும் தோன்றியது. ஆனால் அடுத்த நொடி, அப்புத்தகத்தை எடுத்து அவன் மீண்டும்

மேஜை மீது வைத்தான். அது கீழே கிடப்பதை அவன் எப்போதும் விரும்புவதில்லை.

கட்டிலில் அமர்ந்து தகவல் அறியும் உரிமைச் சட்ட ஆவணங்களை வாசித்துக் கொண்டிருந்த சுயோதன் நிமிர்ந்து தனாவைப் பார்த்துக் கேட்டான் "டீ சாப்பிடலாமா?"

"இல்ல பாஸ், நீங்க போயிட்டு வாங்க. ஃபயர்வாலை இண்ட்ரூடு பண்ணிட்டேன். இன்னும் கொஞ்சம் ஊடுருவி லேட்-லாங் மூவ்மெண்ட் கிரியேட் பண்ணிட்டா, நீங்க கொடுத்த க்ரெடென்ஷியல்ஸ் வச்சு உள்ளே போயிறலாம்."

"நாம எங்கே வேணாலும் விர்ச்சுவலா போகலாம். ஆனால் இப்போ வெளியே எங்கேயும் போக முடியாது, ராத்திரி பத்து மணிக்கு இங்கே ஊரே அடங்கிரும். இதுல டீக்கடை எங்கே திறந்திருக்கும்? நான்தான் டீ போடப் போறேன். லெமன் டீ வித்தவுட் மில்க். சாப்பிடுவீங்கல்ல?"

"லெமன் டீனாலே வித்தவுட் மில்க் தானேடா!" என்று சொல்ல நினைத்து, "ஓகேங்க!" என்று மட்டும் தலையாட்டினான் தனா.

"நித்யா இங்கே வந்தால், இது அவளோட ஃபேவரைட்!" என்றான் சுயோதன்.

'இங்கே வந்தால்' என்பதில் இவன் ஏன் தேவையில்லாமல் அழுத்தம் கொடுக்கிறான் என்று நினைத்தான் தனா.

லெமன் டீ வந்தது. கசப்பாக இருந்தது. இம்முறை தனா யோசிக்காமல், நான்கு சுகர் க்யூப்ஸ் வாங்கிப் போட்டுக் குடித்தான்.

சூடான லெமன் ஜூஸ் மாதிரி நன்றாக இருந்தது. குடித்துவிட்டுத் தெம்பாக எழுந்தான். இன்னும் கொஞ்சம் முட்டி மோதினால் எப்படியும் ரகசியத் தகவல்களைக் கைபற்றிவிடலாம் என்ற நம்பிக்கையில் மீண்டும் மடிக்கணினி முன் அமர்ந்தான்.

அடுத்த இரண்டு மணி நேரங்களில் கடைசிக் கட்டப் பாதுகாப்புப் பெட்டகத்தையும் உடைத்து, முதன்மைத் தரவுகள் இருக்கக்கூடிய தளத்தின் முகப்புப் பக்கத்தை அடைந்திருந்தான். சுயோதன் கொடுத்திருந்த அநாமதேயக் கணக்கின் கடவுச்சொல்லை உள்ளிட்டான். ரகசியத் தகவல் சுரங்கத்தில் இருந்து பொன்னும் வைரமுமாகக் கொட்டின. தனா விக்கித்துப் போய், "பாஸ்,

இங்கே வாங்க!" என்று கத்தினான். சுயோதன் தான் பார்த்துக் கொண்டிருந்த கோப்புகளை அப்படியே கட்டிலில் போட்டுவிட்டு ஓடிவந்து பார்த்தான்.

கறுப்பு ஜோக்கர் செயலி எவ்வாறு முறையற்ற இணையவழிக் கடன் செயலிகளுடன் நேரடியாக இணைக்கப்பட்டிருக்கிறது என்பதைச் சமூகத்திற்கு அம்பலப்படுத்துவதற்காகவே இந்தக் களவாடலை அவர்கள் முயற்சி செய்தனர். ஆனால் அவர்கள் எதிர்பார்க்காத பல விபரீதங்கள் வெளிச்சத்துக்கு வந்தன. கறுப்பு ஜோக்கர் எந்த மூன்றாம் நபர் கடன் செயலிகளுடனும் இணைக்கப்படவில்லை, மாறாகக் கடன் செயலிகளின் ஊற்றாகவே கறுப்பு ஜோக்கர் செயல்பட்டுக்கொண்டிருந்தது. அதோடு கறுப்பு ஜோக்கர் செயலியை நிறுவிய பயனர்களின் அலைபேசியின் அனைத்துத் தரவுகளையும், தனிப்பட்ட புகைப்படங்களையும், தாமாக எடுக்கப்பட்ட முன்பக்கக் கேமரா காணொலிகளையும் கபளீகரம் செய்துவைத்த முறையற்ற பெருந்தரவுகளின் கடலாகப் பரந்து விரிந்து கிடந்தது. தனாவிற்கு அனைத்தையும் அப்படியே அழிக்க வேண்டும் என்ற எண்ணம் வந்தது. உணர்ச்சிவசப்பட இது நேரமில்லை என்று சுயோதன் சுட்டிக்காட்டியதும், அப்பெருந்தரவுகளில் இருந்து வகைமைக்குச் சில என்று முடிந்தமட்டும் தரவிறக்கிக் கொண்டார்கள்.

பராமரிப்புப் பணியின் நேரம் முடிவடையப் போகிறது என்று சுயோதன் எச்சரிக்கை செய்ததும், தனா தரவிறக்கிய தகவல்கள் அனைத்தையும் தனியாக வன் வட்டுகளில் சேமித்துவிட்டு, தான் உலாவிய தடத்தையும், செயற்பதிவுகளையும் முற்றாக அழித்துவிட்டு, தான் உருவாக்கிய மெய்நிகர் சுரங்கப்பாதையையும் தடம் தெரியாமல் அழித்துவிட்டு வெளியேறினான். அவர்கள் கண்ட மொத்தத் தரவுகளின் கணம் அவர்களை அழுத்தியது. எத்தனை குடும்பங்களைச் சீரழிக்கும், எத்தனை உயிர்களைத் துள்ளத் துடிக்கக் கொல்லும் வலிமை கொண்டவை அவை. அவற்றின் சில துளிகள் இப்போது அவர்களின் கைகளில் இருந்தன. அவற்றை வைத்துத் தாங்கள் என்ன செய்யப் போகிறோம். இந்தத் துளிகள் ஒட்டுமொத்த சூதாட்ட சாம்ராஜ்யத்தையும் அழிக்கும் வல்லமை கொண்டவையா? உண்மையில் அவை வலிமை கொண்டவைதாம், அதில் அவர்களுக்கு எந்தச் சந்தேகமும் இல்லை. அத்தகைய வலிமைமிக்க ஆயுதங்களைப் பயன்படுத்தி

போர் புரிந்து வெல்லும் திறன் தங்களுக்கு இருக்கிறதா என்று யோசித்துப் பார்த்தார்கள். இருவரும் முதன்முதலாகக் கண்ணோடு கண் பார்த்தார்கள். செய்யவேண்டிய வேலைகளின் மலைப்பு இருவரின் கண்களிலும் தெரிந்தது.

★★★

30: அந்தரங்கத் தகவலோடை

அபாயமின்றி ஆசை நிறைவேறாதென்பது சூதன் மொழி

காலைச் சூரியனின் மெல்லிய வெளிச்சம் சுயோதனின் அடுக்ககக் குடியிருப்பு ஜன்னல் வழியாகத் தெரிந்தது. தனா நெட்டி முறித்து எழுந்தான். ஒரு பக்கமாய் படுத்திருந்ததோ அல்லது புதிய தலையணையோ எதனால் என்று தெரியவில்லை, கழுத்து ஒரு பக்கமாகச் சுளுக்கியிருந்தது. மெதுவாக எழுந்து கழுத்தை இருபக்கமும் அசைத்துப் பார்த்தான், திரும்பும் போது சற்று வலி அதிகமாக இருந்தது. சமாளித்தபடி, கணினி மேஜைக்கு முன்பிருந்த நாற்காலியில் அமர்ந்தான். வெளியே ஜன்னல் வழியே சாலையின் போக்குவரத்து நடமாட்டம் சிறிதாகத் தெரிந்தது. இரவு முழுவதும் கணினித்திரையின் முன்னால் அமர்ந்து ஆராய்ந்து கொண்டிருந்த தகவல்களின் சுவடு இன்னும் அவன் மூளையில் பதிந்திருந்தது. லட்சக்கணக்கான பயனர்களின் தனிப்பட்ட புகைப்படங்கள், ரேண்டமாக எடுக்கப்பட்ட மொபைல் முன்முகப்பு கேமரா வீடியோக்கள், வங்கிக்கணக்கு விவரங்கள், கடன் அட்டைகள் - எவ்வளவு தகவல்களை அசால்ட்டாகத் திருடி வைத்திருக்கிறார்கள்! இவற்றை எல்லாம் வெளி உலகிற்கு வெளிச்சமிட்டுக் காட்ட வேண்டும். ஆனால் அதனை எவ்வளவு

வீரியமாகவும், இத்தகைய சட்டபூர்வமற்ற சுரண்டல்களை அழிக்கும் வகையில் ஆழமாகவும் செயல்படுத்த வேண்டும் என்பது பற்றி யோசித்துக் கொண்டிருந்தான்.

கட்டிலில் மறுபக்கம் படுத்திருந்த சுயோதன் கண்விழித்தான். அவன் கண்களிலும் நேற்றிரவின் களைப்பு மிச்சமிருந்தது. மெல்ல எழுந்து உட்கார்ந்து, "குட்மார்னிங் பாஸ், சீக்கிரம் எந்திருச்சுட்டீங்களா?" என்றான்.

"இல்ல, இப்போதான் எழுந்தேன்" என்று சுவரைப் பார்த்தபடியே கூறினான் தனா.

"சரி, முகம் கழுவிவிட்டு வாங்க. டீ போட்டு வைக்குறேன்."

"ஐயோ, லெமன் டீ வேணாம் பாஸ். குளிச்சிட்டு நேராப் போய் காலை டிஃபன் சாப்பிட்டுக்கலாம். அடுத்து எப்படி ப்ரொசீட் பண்றதுன்னு டிஸ்கஸ் பண்ணலாம்."

"சரி பதறாதீங்க. டீ போடல. சரி நீங்க போய் ரெடி ஆகிட்டு வாங்க. நான் இன்னும் கொஞ்ச நேரம் தூங்கிக்கிறேன்" என்று சுயோதன் மீண்டும் படுக்கையில் படுத்தான். தனா எழுந்து கழிவறைக்குச் சென்றான்.

அவன் உள்ளே சென்றதும், சுயோதனின் அலைபேசி அடித்தது. நித்யாதான் அழைத்தாள்.

"என்னடா, காலைல இருந்து சத்தத்தையே காணோம், நேத்து என்னாச்சு?"

"இப்போதான் எந்திருக்கிறோம். நைட் முழுக்க வேலை இருந்துச்சு. ஆனா நிறைய முக்கியமான தகவல்கள் கிடைச்சிருக்கு. நாம் சந்திக்கும்போது விரிவாகச் சொல்றேன்."

"தனா ஓகேதானே!"

"ஆல் ஓகேம்மா, டோண்ட் ஒர்ரி!" சரியென்று நித்யா அலைபேசியை வைத்தாள்.

இருவரும் கிளம்பி, சாப்பிட்டுவிட்டு அடுக்ககத்திற்குத் திரும்பி இரவு விட்ட பணியைத் தொடங்கினர். இரவு முழுவதும் விழித்திருந்து களவாடிய பெருந்தரவுகளின் எடை இருவரின் மனங்களிலும் கனத்திருந்தது. கட்டிலில் அமர்ந்திருந்த சுயோதன்

தனது மடிக்கணினியில் வன்வட்டுகளில் சேகரித்திருந்த தகவல்களை நோட்டமிட்டான். அவற்றுக்குள் மறைந்திருந்த ரகசியங்கள் லட்சக்கணக்கான குடும்பங்களின் உயிரோடு நேரடியாக விளையாடிக்கொண்டிருப்பவை.

தனா நாற்காலியில் பின்னால் சாய்ந்து அமர்ந்தான். கண்கள் சிவந்திருந்தன. பல மணிநேரங்களாகத் திரையின் ஒளியில் பதித்திருந்த கண்கள் களைத்துப்போயிருந்தன. ஆனால் மனம் சமநிலையில் இல்லாமல் கொதித்துக்கொண்டிருந்தது. மரியாவின் நினைவு அவனை விடாமல் துரத்திக்கொண்டிருந்தது. இத்தகைய ஒரு மிரட்டலில்தானே அவன் உயிர் அநியாயமாகப் பறிபோனது. அவன் மனம் சமாதானமாகவில்லை.

“இவ்வளவு பெரிய சதிவேலைகளை நாம எப்படி எக்ஸ்போஸ் பண்றது?” என்று சுயோதன் மௌனத்தை உடைத்தான்.

தனா மெதுவாகத் தலையை ஆட்டினான். அவன் மனதில் ஒரு திட்டம் தோன்றிக் கொண்டிருந்தது. “இதையெல்லாம் ஒரே நேரத்தில் வெளியிடக் கூடாது. படிப்படியாகத், திட்டமிட்டு வெளியிட வேண்டும்.”

சுயோதன் தனாவின் கண்களில் தெரிந்த உறுதியைக் கண்டு ஆச்சரியப்பட்டான். இதுவரை அவன் தனாவை ஒரு பலவீனமான, சூதாட்டத்தால் வாழ்வைத் தொலைத்த ஒரு பொறுப்பற்ற இளைஞன் என்ற அளவில்தான் நினைத்திருந்தான். ஆனால் இப்போது அவன் பார்த்துக்கொண்டிருந்தது வேறொரு முகத்தை. உறுதியும் தெளிவும் நிறைந்த ஆன்மாவுடைய ஒருவன்!”

தனா தொடர்ந்தான், “முதலில், சமூக வலைதளங்களில் அநாமதேயக் கணக்குகள் உருவாக்கி, சில தகவல்களை வெளியிடலாம். அதன் வீச்சு ஆழமானதாக இருக்கும்.”

சுயோதன் தனது கணினி மேஜைக்குச் சென்றான். அங்கே குவிந்திருந்த தகவல் அறியும் உரிமைச் சட்ட ஆவணங்களை எடுத்தான். “நாம் தகவல்களை வெளியிடும் அதே நேரத்தில் சட்டபூர்வமான வழியிலும் உறுதியாக இருக்க வேண்டும். தகவல் அறியும் உரிமைச் சட்டத்தில் பல உண்மைத் தகவல்கள் கிடைத்திருக்கின்றன. அதன்மூலமும் சில அதிர்ச்சிகளை வெளியே கொண்டுவர முடியும்.”

“இருவேறு திசைகளில் போவோம், ஒரே இடத்தில் சந்திப்போம்” என்று தனா புன்னகைத்தான். கழுத்து வலி இப்போது குறைந்து இருப்பது போலத் தோன்றியது.

அடுத்த மூன்று நாட்களில் இருவரும் தங்களுக்குள் பிரித்துக் கொண்ட பணிகளில் ஆழமாக இறங்கினார்கள். சுயோதன் தனது அலுவலகத்தில் இருந்துகொண்டே, மறைமுகமாக மேலும் பல ஆவணங்களைச் சேகரித்தான். அவன் தகவல் அறியும் உரிமைச் சட்ட விண்ணப்பத்தில் குறிப்பிட்ட கேள்விகள் அரசாங்க மட்டத்தில் சில சலசலப்புகளை ஏற்படுத்தி இருந்தன.

தனா தனது கைகளில் இருந்த பெருந்தரவுகளைப் பகுப்பாய்வு செய்து கொண்டிருந்தான். ஒவ்வொரு கோப்பும் ஒரு கதையைச் சொல்லியது. பல்லாயிரக்கணக்கான பேரின் தனிப்பட்ட தகவல்கள், வங்கிக் கணக்கு விவரங்கள், கடன் வரலாறுகள் என்று தகவல்கள் விரிந்து கிடந்தன.

ஆயிரக்கணக்கான கதைகள், ஒவ்வொரு பயனரும் எவ்வாறு இந்த வலையில் வீழ்த்தப்பட்டனர் என்று அறியும் போது தனாவிற்கு ஆத்திரமாக வந்தது. முதல் கட்டமாக, தனா இணைய வலைப்பின்னலில் "#ரம்மிலீக்ஸ்” என்ற பெயரில் ஒரு கணக்கை உருவாக்கினான். அவன் தனது பகுப்பாய்வில் கண்டுபிடித்த அதிர்ச்சிகரமான தகவல்களில் ஒன்றை வெளியிட்டான்.

“இருபத்தி நான்கு மணிநேரம் ஏழு நாட்கள் என்று பெயரிட்டுக் கொண்டுள்ள ஒரு ரம்மி நிறுவனம் தனது விளையாட்டுகளில் பங்கேற்பவர்களின் முன்பக்கக் கேமரா தானாகவே புகைப்படங்கள் எடுத்து தன்னுடைய சேவையகத்தில் சேமித்து வைக்கிறது. நீங்கள் விளையாடும் போது, உங்களுக்குத் தெரியாமல் நீங்கள் எப்போது மகிழ்ச்சியடைகிறீக்கள், எப்போது கோபப்படுகிறீர்கள், எப்போது பதற்றம் அடைகிறீர்கள் என்பதைப் பதிவு செய்து, அதன் அடிப்படையில் உங்களை மேலும் அதிக அளவில் விளையாட வைக்கிறது.”

இந்த தகவல் வெளியான சில மணிநேரங்களிலேயே நூற்றுக்கணக்கான பேர் இதைத் தங்கள் இணையப் பக்கங்களில் பகிரத் துவங்கினர். பலர் தங்களுக்கும் இது போன்ற சந்தேகங்கள் இருந்ததாகக் கருத்து தெரிவித்தனர்.

சுயோதன் தனது அலுவலகத்திலிருந்து இந்தப் பதிவைப் பார்த்தான். அவனுக்கு ஒரு பக்கம் தனா தனது திறமையைச் சரியாக பயன்படுத்தத் துவங்கியிருப்பதைக் கண்டு மகிழ்ச்சி, மறுபக்கம் இது எங்கே போய் முடியும் என்பதைக் குறித்த பதற்றம். மறுநாள் காலையில் பட்நாயக், சுயோதன் மற்றும் நிறுவனத்தின் மற்ற பிரிவு மேலாளர்கள் சிலரை அவசர மீட்டிங்கிற்கு அழைத்தார். "நேற்று சில வலைத்தளங்களில் நம்முடைய நிறுவனத்தைப் பற்றி சில தகவல்கள் பரவியிருக்கின்றன. அவை குறித்து உங்களுக்கும் தகவல் தெரிந்திருக்கும் என்று நம்புகிறேன். இது ஒரு சிறு கரும்புள்ளி. ஆனால் அது பரவவிடாமல் செய்வது நம் அனைவரின் கைகளிலும் இருக்கிறது. ஜாக்கிரதையாக இதனைக் கையாளவும் என்று உங்களை அறிவுறுத்தவே இந்தக் கூட்டம்" என்று விளக்கினார்.

"நம்முடைய செயலி பயனர்களின் கேமரா புகைப்படங்களை எடுத்து வைக்கிறது என்று சொல்லியிருக்கிறார்கள். இது போன்ற வதந்திகள் நம்முடைய பங்கு மதிப்பைப் பாதிக்கும். எனவே நாம் இதைத் தடுக்க வேண்டும்." என்று கூட்டத்தில் கலந்து கொண்டவர்களில் ஒருவர் குரல் எழுப்பினார்.

"இது உண்மையா சார்?" என்று இன்னொருவர் அப்பாவியாகக் கேள்வி எழுப்பினார்.

சுயோதன் எதுவும் பேசாமல் அமைதியாக அமர்ந்திருந்தான்.

பட்நாயக் தொடர்ந்தார் "அது உண்மையா இல்லையா என்பது இப்போது முக்கியமில்லை. முக்கியமானது இதை நாம் எப்படிக் கையாள்கிறோம் என்பதுதான்."

தங்களது திட்டம் செயல்படத் துவங்கிவிட்டது, அது நிறுவன அளவில் அதிர்வலைகளை ஏற்படுத்தி இருக்கிறது என்று சுயோதனுக்குப் புரிந்தது. அடுத்துச் செய்ய வேண்டிய செயல்களின் வரிசைக் கிரமம் அவன் மனதில் ஓடிக் கொண்டிருந்தது.

அதே தினம் மதியம் சுயோதன் தனது தகவல் அறியும் உரிமைச் சட்ட விண்ணப்பத்தில் மொபைல் செயலிகள் குறித்த அரசாங்கத்தின் விதிமுறை மற்றும் வழிகாட்டுதல் ஆகியவை குறித்த விரிவான கேள்விகளின் பட்டியல் ஒன்றைச் சமர்ப்பித்தான். "மொபைல் செயலிகள் மூலம் சேகரிக்கப்படும் தனிப்பட்ட

தகவல்கள் எந்த நோக்கத்திற்காகப் பயன்படுத்தப்படுகின்றன?", "பயனர்களின் கேமரா அணுகல் அனுமதிகள் எப்படிப் பயன்படுத்தப்படுகின்றன?", "சேகரிக்கப்பட்ட தகவல்கள் எவ்வளவு காலம் சேமிக்கப்படுகின்றன?" போன்ற கேள்விகள் அந்தப் பட்டியலில் இருந்தன.

இதற்கிடையில் தனா தனது இரண்டாவது கட்ட திட்டத்தைச் செயல்படுத்தத் துவங்கினான். அவன் மற்றொரு கணக்கை உருவாக்கி, "கறுப்பு நிழல்" என்ற பெயரில் கூடுதல் தகவல்களை வெளியிட்டான். இந்த முறை அவன் விளையாட்டில் பங்கேற்கும் பலரின் கடன் விவரங்களைப் பகிர்ந்தான். பெயர்களை மறைத்து, ஆனால் பாதிப்பின் அளவைத் தெளிவாகக் காட்டும் விதமாக அவை இருந்தன.

"ஒரு பொறியியல் பட்டதாரி தனது இரண்டு லட்சம் சம்பளத்திலிருந்து ஒவ்வொரு மாதமும் ஒரு லட்சத்து ஐம்பதினாயிரம் ரூபாயை இந்த விளையாட்டில் செலவிட்டு, இப்போது பதின்மூன்று லட்சம் ரூபாய் கடனில் மூழ்கியிருக்கிறார். இவருடைய கடன் தொகை சரியான நேரத்தில் வராததால், அவருடைய குடும்பத்தினருக்கு மிரட்டல் விடுத்து வருகிறது இந்த நிறுவனம்."

"ஒரு சிறு வணிகர் தனது கடையின் முழு மதிப்பையும் இந்த விளையாட்டில் இழந்து, இப்போது அவருடைய வீட்டையும் இழக்கும் நிலையில் இருக்கிறார். இவருடைய மனைவி தற்கொலைக்கு முயற்சித்திருக்கிறார்."

இந்தத் தகவல்கள் வெளியானதும் சமூக வலைதளங்களில் பெரும் பரபரப்பு ஏற்பட்டது. பலர் தங்களுக்கும் நேர்ந்த அனுபவங்களைப் பகிர்ந்துகொண்டனர். இந்த விளையாட்டுகளால் பாதிக்கப்பட்ட குடும்பங்களின் எண்ணிக்கை எவ்வளவு பெரியது என்பது வெளிச்சத்திற்கு வந்தது.

24X7 ரம்மி நிறுவனம் முழுக்க உச்சகட்டப் பதற்றம் நிலவியது. நிறுவனத்தின் தலைமை அதிகாரிகள் அவசரக் கூட்டம் நடத்தினர். சுயோதன் எதுவும் தெரியாததைப் போல அமைதியாகத் தனது வேலையைச் செய்துகொண்டிருந்தான். ஆனால் அவனுடைய காதுகள் ஒவ்வொரு கூட்டத்திலும் நிகழும் உரையாடல்களை உன்னிப்பாகக் கவனித்துக்கொண்டிருந்தன.

"இந்தத் தகவல்கள் எங்கிருந்து வருகின்றன?" என்று ஒருவர் கேட்டார்.

"நமக்கு உள்ளேயே எங்கேயோ ஓட்டை இருக்கிறது" என்று மற்றொருவர் பதிலளித்தார்.

"சைபர் கிரைம் பிரிவுக்குப் புகார் கொடுக்கலாம்" என்று மூன்றாவது நபர் பரிந்துரை செய்தார்.

சேர்மன் நேரடியாகத் தலையிட்டு, அரசாங்கத்திற்கு அழுத்தம் கொடுத்திருக்கிறார். விரைவில் இந்தப் பிரச்சனைகள் அனைத்தும் காணாமல் போகும் என்று அவர்கள் ஒருவருக்கு ஒருவர் சமாதானம் செய்துகொண்டனர். அடுத்த வெடிகுண்டு, தகவல் அறியும் உரிமைச் சட்டம் மூலம் அந்தப் பக்கமிருந்துதான் வெடிக்கப்போகிறது என்று சுயோதன் மனதிற்குள் சொல்லிக் கொண்டான்.

சுயோதன் தனாவிற்குத் தகவல் அனுப்பினான். "நம்முடைய வேலை பெரிய தாக்கத்தை ஏற்படுத்தி இருக்கிறது. இங்கே விசாரணையைத் துவங்கியிருக்கிறார்கள்."

தனா அந்தச் செய்தியைப் பார்த்துப் புன்னகை செய்தான்.

★★★

31: கசியும் உண்மை

பகைவனின் பலவீனத்தைக் கண்டறிதலே வெற்றியின் திறவுகோலென்பது சூதன் மொழி

24x7 ஆன்லைன் ரம்மி நிறுவனத்தின் தலைமையகத்தில் அவசரக் கூட்டம் நடந்து கொண்டிருந்தது. மாபெரும் கண்ணாடிக் கட்டடத்தின் இருபத்தி மூன்றாவது மாடியில் இருந்த கூட்ட அரங்கு பதற்றத்தால் நிரம்பியிருந்தது. சேர்மன் ரிஷி அகர்வால் இறுக்கமான முகத்துடன் அமர்ந்திருந்தார். அவரது கூர்மையான பார்வை அரங்கில் இருந்த ஒவ்வொருவரின் முகமாகப் பட்டுப் பிரதிபலித்துத் திரும்பியது. அவரது எதிரே அமர்ந்திருந்த சைபர் பாதுகாப்பு நிபுணர்கள், சட்ட ஆலோசகர்கள் மற்றும் மூத்த நிர்வாகிகள் அனைவரும் அமைதியாக இருந்தனர். அரங்கின் நாலாபுறங்களிலும் இருந்த பெரிய திரைகளில் #ரம்மிலீக்ஸ் மற்றும் #கறுப்புநிழல் கணக்குகளிலிருந்து வெளியான பதிவுகள் காட்டப்பட்டுக் கொண்டிருந்தன. ரிஷி அகர்வால் நேரடியாக விஷயத்துக்கு வந்தார். "இந்தச் சதி எங்கே இருந்து துவங்கியது என்று எனக்குத் தெரிந்தாக வேண்டும். நம்மைச் சாய்க்கும் முயற்சிகளின் ஊற்றுக்கண்ணை நான் பார்க்க வேண்டும்." அவர் குரல் மெதுவாக ஆனால் அதிகாரத்துடனான அழுத்தத்துடன் ஒலித்தது. அரங்கில் இருந்த அனைவரும் அசையாமல் அமர்ந்திருந்தார்கள்.

“சார், நம்முடைய நெட்வொர்க் பாதுகாப்பு அமைப்பை முழுமையாக ஆய்வு செய்தோம். எங்கும் வெளிப்புற ஊடுருவல் இல்லை. இந்தத் தகவல்கள் நிச்சயம் உள்ளிருந்துதான் வெளியாகியிருக்கின்றன” என்று சைபர் பாதுகாப்பு நிபுணர் கூறினார். அவர் தனது கணினித் திரையைப் ப்ரொஜக்ட் செய்து சில விவரங்களைக் காட்டினார். அவர் நிறுவனத்தின் உட்புறமாக இருந்து சில சோதனைகளை மேற்கொள்ள சேர்மனின் அனுமதிக்காகக் காத்திருந்தார். அதனைப் புரிந்துகொண்ட ரிஷி அகர்வால், “நம்முடைய பணியாளர்கள் அனைவரின் கணினிச் செயல்பாடுகளையும் கண்காணிக்க வேண்டுமென்றால் அதனை உடனடியாகச் செய்யுங்கள். குறிப்பாகக் கடந்த மூன்று மாதங்களில் எந்தெந்தக் கோப்புகளை யார் அணுகியிருக்கிறார்கள் என்பதை விரிவாக ஆய்வு செய்து அறிக்கை சமர்ப்பியுங்கள்” என்று அவர் நேரடியாகக் கட்டளையிட்டார். அவர் அருகில் அமர்ந்திருந்த தலைமைச் செயல் அதிகாரி தலையாட்டினார்.

“அதே நேரம், நாம் டேமேஜ் கண்ட்ரோல் வேலைகளுக்கான பிளான் பி.ஐயும் செயல்படுத்தத் துவங்குவோம். நமது நிறுவனத்தின் மீதும் கறுப்பு ஜோக்கர் செயலி மீதும் வந்திருக்கும் இந்த அவதூறுகளை எதிர்த்துப் போராடுவதற்குத் தேவையான சட்ட மற்றும் வணிக நடவடிக்கைகளைத் துரிதப்படுத்துவோம்” என்று ரிஷி அகர்வால் தொடர்ந்தார். இதனைச் சொல்லும்போது அவரது கண்களில் ஒரு மின்னல் மின்னியது. பல ஆண்டுகளாக வணிக உலகில் அசைக்க முடியாத சாம்ராஜ்யத்தைத் நடத்திக் கொண்டிருந்த அவருக்கு இதுபோன்ற சவால்கள், தன் மூளையைக் கூர்தீட்டுவதற்கான வாய்ப்புகள். தனக்கு ஏற்பட்ட இந்தப் பேரிடியை அவர் உள்ளூர ரசிக்கவே செய்தார். தான் இறங்கி விளையாடிப் பல வருடங்கள் ஆகிவிட்டன. மீண்டும் தனக்கான ஒரு தகுந்த களம் அமைந்திருக்கிறது, அதில் விளையாடிப் பார்க்கலாம் என்று அவர் முடிவு செய்தார்.

ரிஷி அகர்வாலின் உத்தரவிற்காகக் காத்திருந்த அவரது பிரத்யேகப் படை, எட்டுத் திசைகளிலும் இறங்கித் தங்களது எதிர்த்தாக்குதல் திட்டத்தைச் செயல்படுத்தத் துவங்கியது. முதலில், தங்களது சட்ட ஆலோசகர்கள் மூலம் #ரம்மிலீக்ஸ் மற்றும் #கறுப்புநிழல் கணக்குகளுக்கு எதிராக அவதூறு வழக்குகள் தொடுத்தனர். சமூக வலைதளங்களில் அந்தக் கணக்குகளை மூட வைப்பதற்கு

அழுத்தம் கொடுத்தனர். அதில் அவர்களுக்குக் கொஞ்சம் வெற்றியும் கிட்டியது. வணிக வாசல்களைப் பொறுத்தவரை, பிரபலங்களையும், செல்வாக்கு மிக்க சமூக வலைதளப் பயனர்களையும் பணம் கொடுத்து வாங்கி, தங்களுக்கு எதிராக வரும் குற்றச்சாட்டுகளைப் பொய்யாக்குவதற்குப் பிரச்சாரம் செய்ய வைத்தனர். "இன்டர்நெட்ல சில பேர் தப்பான தகவல்கள் பரப்பி, நம்ம நாட்டோட டிஜிட்டல் எகனாமிக்கிற்குப் பாதிப்பு ஏற்படுத்தப் பார்க்கிறாங்க" என்று அவர்கள் பிரச்சாரம் செய்தனர். ஒன்றிய தொழில்நுட்ப அமைச்சர் பத்திரிகையாளர் சந்திப்பில், "இணைய விளையாட்டு நிறுவனங்கள் மீதான தேவையற்ற அவதூறுகள் நம்முடைய நாட்டின் தகவல் தொழில்நுட்பத் துறைக்குக் கெட்ட பெயர் ஏற்படுத்தும். அரசாங்கம் இது குறித்து விசாரணை நடத்தும்." என்று வெளிப்படையாகவே பேட்டி அளித்தார். எதிர்க்கட்சிகள் முதலில் இந்த இணைய சூதாட்டத்தை எதிர்த்துப் பலத்த குரல் எழுப்பினர். பின் #ரம்மிலீக்ஸில் தேர்தல் பத்திரங்கள் மூலம் எதிர்க்கட்சிகளும் இணைய ரம்மி நிறுவனங்கள் மூலம் பணம் பெற்றிருப்பது வெளியானதும் அவர்களது ஸ்ருதியும் குறையத் துவங்கியது. "அரசாங்கம் சரியான விசாரணை நடத்த வேண்டும். அதற்காக நாங்கள் பொறுமை காக்கிறோம்" என்று எதிர்க்கட்சித் தலைவர் அறிக்கை வெளியிட்டார்.

நாடு முழுவதும் #ரம்மிலீக்ஸ் பல அதிர்ச்சித் தகவல்களை அன்றாடம் கொட்டிக் கொண்டிருந்த நிலையில், இத்தகைய எதிர்த்தாக்குதல்களால் மக்கள் குழப்பமடைந்தனர். பலருக்கு எது உண்மை என்று புரியவில்லை. ஒரு பக்கம் #ரம்மிலீக்ஸ் மற்றும் #கறுப்புநிழல் கணக்குகள் வெளியிட்ட தகவல்கள் மிகத் தெளிவாகவும் விரிவாகவும் இருந்தன. மறுபக்கம் அரசியல் தலைவர்கள் மற்றும் பிரபலங்கள் அவற்றைப் பொய் என்று கூறினார்கள்.

பாதிக்கப்பட்ட மக்கள் பலர் தங்களது அனுபவங்களைச் சமூக வலைதளங்களில் பகிர்ந்துகொள்ள ஆரம்பித்தனர். "என்னோட கணவர் இந்த விளையாட்டுல எட்டு லட்சம் ரூபாய் இழந்துட்டார். இப்போ வீட்டுக்கடன் கட்டப் பணம் இல்லாததால் வங்கி எங்க வீட்டை ஏலம் விடப் போகுது" என்று சென்னையில் உள்ள நடுத்தர வயதுப் பெண் தன் குடும்பம் பாதிக்கப்பட்டதைப் பகிர்ந்துகொண்டார். அவரது பதிவு ஆயிரக்கணக்கில் பகிரப்பட்டு,

பல விவாதங்களை ஏற்படுத்தியது. இதுபோல இன்னும் சில உண்மைச் சம்பவங்கள் வெளிவந்து சமுதாயத்தில் பரபரப்பை ஏற்படுத்தின.

அதே நேரம் பல இணைய ரம்மி நிறுவனங்கள் தங்களது ஆதரவுப் பிரச்சாரத்தைத் தீவிரப்படுத்தின. அவர்கள் தங்கள் நிறுவனத்தில் பணிபுரியும் ஆயிரக்கணக்கான பணியாளர்களின் குடும்பங்களையும் பயன்படுத்தினார்கள். “எங்க அப்பா இந்த கம்பெனிலதான் வேலை பார்க்கிறார். அவர் சம்பளம் இல்லாம நாங்க எப்படி பிழைப்போம்? யார் பொய் சொன்னாலும் எங்க கம்பெனி நல்ல கம்பெனி” என்று பல பணியாளர்கள் சார்பாகப் பதிவுகள் வெளியாயின.

தனா நடக்கும் நிலவரங்களைப் பார்த்துக் கொஞ்சம் குழப்பமானான். “பாஸ் நாம சரியான பாதைலதான் போறோமா, எல்லாரும் நம்மளப் பொய்யர்கள் மாதிரி காட்டுறாங்க. உங்களுக்கும் பெரிய பிரச்சனை ஆகப் போகுதுன்னுதான் எனக்குக் கொஞ்சம் பயமா இருக்கு!” என்று அவன் கவலையுடன் சொன்னான். சுயோதன் அவனுக்கு ஆறுதல் அளித்தான். “தனா, இதுதான் நிஜம். இறுதி வெற்றி அடையுறதுவரை இதில் பின்வாங்கப்போறதில்லை. தைரியமாப் போவோம். என்ன ஆனாலும் பரவால்ல!”. சுயோதனின் உறுதி தனாவிற்குப் புதிய உற்சாகத்தைத் தந்தது.

அதே நேரம் மதுரையில் ஒரு கல்லூரி மாணவன் இந்த விளையாட்டில் மூழ்கி ஏகப்பட்ட கடன் வாங்கித் தற்கொலை செய்து கொண்டான். அந்தச் செய்தி பெரிய அளவில் பரவியது. “இந்த மாதிரி செய்திகள் பல எடிட் பண்ணப்பட்டு, பொய்யா இருக்கும்” என்று நிறுவனம் சார்பாக அறிக்கை வெளியிட்டது.

ஆனால் அந்த மாணவனின் குடும்பத்தினர் பத்திரிகையாளர்களிடம் பேசி, அவர்கள் பட்ட துன்பங்களை விரிவாகச் சொன்னார்கள். “என்னோட மகன் இன்ஜினியரிங் முடிச்சி நல்ல வேலை வாங்கணும்னு ஆசையா இருந்தான். ஆனால் இந்த விளையாட்டுல சிக்கிக்கிட்டு, அவன் வாழ்க்கையே சீரழிஞ்சு போச்சு” என்று அந்த மாணவனின் தாய் கண்ணீருடன் கூறினார்.

இந்தச் சம்பவங்கள் சமுதாயத்தை அசைக்கத் துவங்கின. அரசியல் கட்சிகள் மற்றும் பிரபலங்கள் எவ்வளவுதான் மறுத்தாலும், பாதிக்கப்பட்டவர்களின் உண்மையான அனுபவங்களை மறைக்க

முடியவில்லை. மேலும் #ரம்மிலீக்ஸ் மற்றும் #கறுப்புநிழல் கணக்குகளிலிருந்து வெளியான தகவல்கள் மிகவும் விரிவான தொழில்நுட்ப ஆதாரங்களுடன் இருந்தன.

சுயோதனுக்கு அலுவலகத்தில் நிலைமை மிகவும் கடினமாக இருந்தது. அவன் உட்பட பலருக்கு கணினி அணுகல் தடை செய்யப்பட்டு, காத்திருப்பில் வைக்கப்பட்டார்கள். அதனைத் “தற்காலிக நடவடிக்கை” என்று நிர்வாகத்தினர் சொன்னார்கள். “இது நம்ம எதிர்பார்த்த விளைவுதான். ஆனால் நாம் நம்முடைய போராட்டத்தை நிறுத்தக்கூடாது” என்று அவன் தனாவிடம் சொன்னான். தனா உறுதியுடன் தொடர்ந்தான். அவர்கள் இறுதிக் கட்டத் தாக்குதலுக்குத் தயாராகினர்.

★★★

தனா தனது மூன்றாவது கட்டத் திட்டத்தைச் செயல்படுத்தினான். அவன் பல அநாமதேயக் கணக்குகளை உருவாக்கி, வெவ்வேறு சமூக வலைதளங்களில் தகவல்களைப் பரப்பினான். இந்த முறை அவன் நிறுவனத்தின் தொழில்நுட்பத் தரவுகளைப் பகிர்ந்தான். “கறுப்பு ஜோக்கர் வெறும் ரம்மி விளையாட்டு மட்டுமல்ல. அதன் அல்காரிதம் பயனர்களைத் தோற்கடிக்கும் வகையில் மட்டுமே வடிவமைக்கப்பட்டுள்ளது. நீங்கள் வெற்றி பெறுவதற்கான வாய்ப்பு வெறும் மூன்று சதவீதம் மட்டுமே.”

அந்த விளையாட்டில் இருந்த மொத்தப் பயனர் எண்ணிக்கையில், பெரும்பகுதி கணினியால் உருவாக்கப்பட்ட செயற்கைக் கணக்குகள். அந்தக் கணக்குகள் சார்பாக தானியங்கி நிரல்கள்தாம் மனிதர்களைப் போல விளையாடிக்கொண்டிருக்கின்றன என்பதனை அவன் இம்முறை வெளியிட்டான். அந்தத் தகவல்கள் தொழில்நுட்ப சமூகத்தில் பெரும் அதிர்ச்சியை ஏற்படுத்தின. மென்பொருள் பொறியியலாளர்கள் இந்தக் குற்றச்சாட்டுகளை ஆய்வு செய்யத் துவங்கினர். சிலர் தாங்களாகவே அவன் இணையத்தில் வெளியிட்ட நிரல்களில் பரிசோதனைகள் நடத்தி, இந்த தகவல்களின் உண்மைத் தன்மையை உறுதிசெய்தனர்.

உடனடியாக, தனா தனது நான்காவது கட்டத் திட்டத்தைச் செயல்படுத்தத் துவங்கினான். இம்முறை அவன் நேரடியாக ரம்மி நிறுவனம் எடுக்கும் சட்டபூர்வமற்ற நடவடிக்கைகளை வெளிச்சத்திற்குக் கொண்டு வந்தான்.

"இருபத்தி நான்கு மணிநேரம் ஏழு நாட்கள் நிறுவனம் தனது பயனர்கள் பெரிய அளவில் பணம் இழக்கும்போது, கவர்ச்சிகரமான பரிசுகள் மற்றும் கடன் வசதிகளை வழங்கி அவர்களை மேலும் அதிக அளவில் விளையாடத் தூண்டுகிறது. இது ஒரு திட்டமிட்ட சதி. பிறகு, கடனை வசூலிக்க, இந்த நிறுவனம் மூன்றாம் தரப்பு நிறுவனங்களைப் பயன்படுத்துகிறது. இந்த நிறுவனங்கள் சட்ட விரோதமான வழிகளில் பணம் வசூல் செய்கின்றன."

சுயோதன் அலுவலகத்தில் நிலவிய பதற்றம் உச்சத்தை எட்டியது. நிறுவனத்தின் தலைவர்கள் வெளியில் இருந்து சைபர் பாதுகாப்பு நிபுணர்களை அழைத்தனர். அவன் தனது தகவல் அறியும் உரிமைச் சட்ட விண்ணப்பத்திற்கு வந்த பதிலைப் பார்த்தான். அரசாங்கம் பெரும்பாலான கேள்விகளுக்கு பதிலளிக்க மறுத்திருந்தது. வர்த்தக ரகசியம் என்ற காரணத்தைக் கூறியிருந்தது.

அந்த பதிலையே சுயோதன் தனது ஆயுதமாக மாற்றிக்கொண்டான். அவன் பல செய்தி நிறுவனங்களுக்கு இந்தத் தகவல்களை அனுப்பினான். "மக்களின் உயிரைக் கொல்லும் இணைய சூதாட்ட விதிமுறைகள் செயல்படும் விதம், அரசாங்கத்தின் நடவடிக்கை இவை எதிலும் வெளிப்படைத் தன்மை இல்லை" என்ற தலைப்பில் பல கட்டுரைகள் வெளியாயின.

இந்நேரத்தில் தனா தனது அடுத்த கட்டப் பெருந்திட்டத்தைச் செயல்படுத்தத் துவங்கினான். அவன் பல மாநில அரசுகளின் நுகர்வோர் பாதுகாப்பு அமைப்புகளுக்குப் புகார் கொடுத்தான். அவன் தனது கைகளில் இருந்த ஆதாரங்களின் ஒரு பகுதியை அவர்களுக்கு அனுப்பினான். மாநில அரசுகளும் நிலைமையின் தீவிரத்தை உணர்ந்து 24x7 ரம்மி நிறுவனத்திற்கு நோட்டீஸ் அனுப்பின.

சுயோதனால் தனது அலுவலகத்தில் நிலவிய அசாதாரண சூழ்நிலையை உணர முடிந்தது. நிறுவனத்தின் பங்கு விலை வீழ்ச்சி அடைந்தது. முதலீட்டாளர்கள் கேள்விகள் கேட்கத் துவங்கினர். சில பெரிய வங்கிகள் இந்த நிறுவனத்துடன் தங்களுக்கு இருந்த கூட்டுமையை நிறுத்தி வைத்தன.

தனா தனது இறுதிக் கட்டத் திட்டத்தைச் செயல்படுத்தத் துவங்கினான். அவன் பல பேரின் தனிப்பட்ட கதைகளை

பெயர்களை மறைத்து வெளியிட்டான். அவை மக்களின் மனதைப் பெரிதும் பாதித்தன.

“கணினி நிறுவன ஊழியர் தனது குழந்தையின் மருத்துவ செலவுக்காகச் சேர்த்த பணத்தை இந்த விளையாட்டில் இழந்து, இப்போது அவருடைய குழந்தை சிகிச்சை பெற முடியாமல் இருக்கிறது. அவருடைய மனைவி மனச்சிதைவால் அவதிப்பட்டுக் கொண்டிருக்கிறார்.”

“வங்கி ஊழியர் தனது திருமணத்திற்காக வாங்கிய நகைகளை அடகு வைத்து இந்த விளையாட்டில் பணம் இழந்து, அவருடைய குடும்பத்தினர் அவரை ஒதுக்கிவைத்திருக்கிறார்கள் அவர் மன உளைச்சலில் தற்கொலைக்கு முயற்சி செய்தார்.”

செய்தி காட்டுத் தீ போலப் பரவி, அரசாங்கத்திற்கு அழுத்தம் வரத் துவங்கியது. நடந்தவை எல்லாவற்றிற்கும் முத்தாய்ப்பாக, சுயோதன் தகவல் அறியும் உரிமைச் சட்டத்தின் கீழ் கேட்ட ஒரு கேள்விக்கான பதிலை முன்வைத்து உச்ச நீதிமன்றத்தில் நடந்த வழக்கில் கிடைத்த தீர்ப்பு அமைந்தது. “தேர்தல் பத்திரங்கள் மூலம் அரசியல் கட்சிகள் பெற்ற நன்கொடைகளின் முழு விவரங்களையும் வங்கிகள் வெளிப்படையாக அறிவிக்க வேண்டும்” என்ற அந்தத் தீர்ப்பு, எந்தெந்த ஆன்லைன் ரம்மி நிறுவனங்கள், ஆளுங்கட்சிகளுக்கும், எதிர்க்கட்சிகளுக்கும் எத்தனை நூறு கோடி ரூபாய்கள் நன்கொடை அளித்திருக்கின்றன என்ற விவரம் பொதுவெளியில் வெளியாகி, அரசியல் கட்சிகளின் யோக்யதைகளை வெளிச்சம் போட்டுக் காட்டின. அரசாங்கத்திற்கு வேறு வழியில்லை. சூதாட்டங்கள் நடக்கும் இணைய ரம்மி விளையாட்டுகள் அனைத்தும் தடைசெய்யப்பட்டன.

★★★

32: இறுதி வெற்றி

விதியின் சீட்டுகள் முன்கூட்டியே பகிரப்பட்டுள்ளன, வீரன் அவற்றை எப்படி விளையாடுகிறான் என்பதே போர் என்பது சூதன் மொழி

அரசாங்கம் ஆன்லைன் ரம்மி விளையாட்டுகளைத் தடைசெய்த அறிவிப்பு சுயோதனுக்குப் பெருத்த மன நிறைவைத் தந்தது. அவன் தனது பணியை ராஜினாமா செய்துவிட்டுக் கிளம்பத் தயாராகிக்கொண்டிருந்தான். தங்கள் பணி குறித்து அவனது சக ஊழியர்களின் முகத்தில் நிராசை, குழப்பம், கோபம் எனப் பல்வேறு உணர்வுகள் கலந்திருந்தன. நிறுவனத்தின் தலைவர்கள் அவசரக் கூட்டங்கள் நடத்திக்கொண்டிருந்தனர். ஆனால் அவன் மனதில் ஒருவிதமான நிறைவு இருந்தது. சிறுவயதில் இருந்து அவன் கனவு கண்ட வாழ்வு கைக்கு எட்டிய பிறகு, அதனை அனுபவிக்காமல் முற்றிலும் நேரெதிரான பாதையைத் தேர்ந்தெடுத்திருந்தான். அவனது அம்மாவை நினைத்துச் சங்கடமாக இருந்தது. அவளுக்கு இவனுடன் வந்து பெங்களூரில் தங்கி ஊர் உலகைச் சுற்றிப் பார்க்க வேண்டுமென்ற கனவு இருந்தது. அது இப்போதுவரை கைகூடவில்லை. இனியும் அதற்கான வாய்ப்பு அமையுமா என்று தெரியவில்லை. ஆனால் இப்போது இதை எல்லாம் தாண்டிய பெருநிறைவு அவன் மனதில் குடிகொண்டிருந்தது. தன் வாழ்க்கையின் நோக்கத்தில் சரியான பாதையில் அவன்

பயணித்துக் கொண்டிருப்பதாகத் தோன்றியது. அடுத்த அடி எங்கே வைக்கப்போகிறான் என்று இப்போது தெளிவில்லை. ஆனால் எப்படியும் தன்னால் பிழைத்துக்கொள்ள முடியும் என்ற நம்பிக்கை மட்டும் ஸ்திரமாக இருந்தது. அலுவலக சகாக்களின் வழியனுப்பும் வாழ்த்துகள் எதுவும் அவன் காதுகளில் விழவில்லை. தன் அலுவலக மேஜை மீதிருந்த அலங்காரப் பொருட்கள் ஒவ்வொன்றாக எடுத்து கார்ட்டன் பெட்டியில் பத்திரப்படுத்தி வைத்துக்கொண்டிருந்தான். அவை பெரும்பாலும் வெவ்வேறு சூழ்நிலைகளில், மனநிலைகளில், காலங்களில் நித்யா அவனுக்குப் பரிசளித்தவை. அந்தப் பொருட்கள் அவளது அருகமைதலை உணர்த்தியபடியே இருந்தன.

24x7 ரம்மி அலுவலகத்தில் அனைவருமே கலக்கத்தில்தான் இருந்தனர். சிலர் பணிவிலகி வேறு நிறுவனங்களுக்கு ஏற்கனவே சென்றுவிட்ட நிலையில், மற்றவர்களின் எதிர்காலப் பணிகள் எப்படிப் போகும் என்று தெளிவில்லாமல் இருந்தது. இணைய ரம்மி நிறுவனங்களின் சந்தை வீழ்ச்சியில், பெரும் ஆட்குறைப்பு இருக்கும் என்ற வதந்தி பரவலாகப் பரவியபடி இருந்தது. சிலர், தங்கள் நிறுவனம் தங்களைக் கைவிடாது, எப்படியும் வேறு செயல்திட்டங்களில் தங்களைச் சேர்த்துக்கொண்டு தொடர்ந்து பணிவாய்ப்பு ஏற்படுத்திக் கொடுப்பர் என்ற நம்பிக்கையில் இருக்க, மற்றவர்கள் தங்களுக்கான எதிர்கால வாய்ப்புக்காக அங்கிருந்தபடியே முயற்சி செய்து கொண்டிருந்தார்கள். சுயோதன் எந்தத் திட்டமும் இல்லாமல்தான், பணி விலகல் கடிதத்தைக் கொடுத்திருந்தான். கறுப்பு ஜோக்கர் செயலி முற்றிலுமாகத் தடைசெய்யப்பட்ட பின், அதன் சந்தை மதிப்பும் ஒன்றுமில்லாமல் ஆனது. அதனால் நிறுவனம் எந்தவிதத் தடைகளும் சொல்லாமல் அவனது பணி விலகலை ஏற்றுக்கொண்டது. முதலில் சொர்க்கம் போன்று இருந்த வாழ்வு, கடைசி ஆறு மாதங்களில் கொடும் நரகமாக மாறி மூச்சுமுட்டிக் கொண்டிருந்தது. அவன் தனாவுடன் சேர்ந்து மேற்கொண்ட திட்டங்கள் நல்லபடியாக வெற்றி பெற்றதில் இப்போதுதான் சுத்தமான காற்றைச் சுவாசிப்பதைப் போல ஆசுவாசமடைந்திருந்தான். நாளை அவனது வாழ்வின் இன்னோர் அத்தியாயம் துவங்க இருந்தது. நித்யாவின் வீட்டுக்குச் சென்று அவளது அப்பாவைச் சந்திக்க வேண்டும். அடுத்து வேறு வேலை தேடிய பிறகு, அவள் வீட்டில் சொல்லலாம் என்று அவளிடம் எவ்வளவோ கெஞ்சிப் பார்த்தான். அதற்கான கால

அவகாசம் இல்லை, உடனடியாகச் சொல்லியாக வேண்டும் என்று நித்யா உறுதியாக இருந்ததால் அவனால் அதற்கு மேல் மறுத்துப் பேச முடியவில்லை. வீட்டில் சுமுகமான சூழலை நித்யா ஏற்படுத்தி இருப்பாள் என்று அவனுக்கு நம்பிக்கை இருந்தாலும், இன்னும் அவனுக்குத் தயக்கமாகவே இருந்தது. சரி, எப்படியும் என்றாவது எதிர்கொள்ள வேண்டிய விஷயம்தான், இப்போதே பார்க்கலாம் என்று முடிவெடுத்தவனாய் அலுவலகத்திற்கு விடைகொடுத்துவிட்டுக் கிளம்பினான்.

★★★

புதிய தலைமுறை டிஜிட்டல் பிரிவில் செய்தியாளராகச் சேர்ந்திருந்த நித்யா தனது அலுவலகக் கேபினில் அமர்ந்திருந்தாள். கடந்த சில மாதங்களாக நடந்த நிகழ்வுகளை நினைத்துப் பார்க்கும் போது அவளுக்கே மலைப்பாக இருந்தது. தான் மனமுடைந்து அழுத ஒரு மரணத்தின் பொருட்டு, தனக்குப் பிரியமான இரண்டு இளைஞர்கள் சேர்ந்து ஒரு மலையையே புரட்டிப் போட்டிருக்கிறார்கள். ஆன்லைன் ரம்மியின் கொடுமைகளைத் தங்களால் முடிந்த அளவு வெளிச்சத்திற்குக் கொண்டு வந்து, மக்களுக்கு சிறு விழிப்புணர்வு ஏற்படுத்த வேண்டும் என்று துவங்கிய பணி, ஒட்டுமொத்த இணைய சூதாட்ட சாம்ராஜ்யத்தையே அசைத்திருக்கிறது. அவள் ஒரு கணம், மரியாவை நினைத்துக் கொண்டாள். சற்றுப் பெருமூச்சு விட்டபடி, கணினித் திரையைப் பார்த்தாள். பல்வேறு செய்திச் சேனல்கள் ஆன்லைன் ரம்மி தடையைப் பற்றிய செய்தியையே அலசிக்கொண்டிருந்தன. அவள் மனநிறைவாக உணர்ந்தாள். அலைபேசியை எடுத்தாள். "நன்றி!" என்ற ஒற்றை வார்த்தையில் சுயோதனுக்குக் குறுஞ்செய்தி அனுப்பினாள். அடுத்த பத்து நொடிகளில் ஒரு புன்னகை ஸ்மைலியுடன் சேர்த்து, "இன்னும் எத்தனை நாளுக்குத்தான் நன்றி சொல்லிட்டே இருப்ப?" என்று பதில் வந்தது.

"எப்போல்லாம் எனக்குத் தோணுதா, அப்போல்லாம்..."

"சரி, நாளைக்குப் ப்ளான் என்ன?"

"எல்லாம் சொன்னபடிதான். சரி நீ எப்போ கிளம்புற?"

"சாயங்காலம்தானே உங்க அப்பாவைப் பார்க்க வரச் சொல்லி இருக்க, காலைல இங்கிருந்து கிளம்புறேன். எத்தனை மணிக்கு உங்க வீட்டுக்கு வரணும்?"

“நீ காலைல சீக்கிரமே கிளம்பு, சாயங்காலம் டைம் நான் சொல்றேன்.”

“சரி, இப்போ எங்க இருக்க?”

“இப்போதான் ஆஃபிஸ்ல இருந்து கிளம்பப் போறேன். காலைல பேசலாம் பை!”

“ஓகே, பை!”.

இந்த #ரம்மிலீக்ஸ் களேபரங்கள் நடந்துகொண்டிருந்த போதே, நித்யா வீட்டில் அவளுக்கு மாப்பிள்ளை பார்க்கத் துவங்கி இருந்தனர். முதல் இரண்டு மூன்று வரன்களை ஏதேதோ காரணங்கள் சொல்லித் தட்டிவிட்டவள், இனியும் தாமதித்துக் கொண்டிருக்க முடியாது என்று நினைத்தவளாய், சுயோதனை அவள் அப்பா அம்மாவைப் பார்க்க நேரடியாக வரச் சொல்லி இருந்தாள். அதன் பொருட்டு அவன் பெங்களூரில் இருந்து சென்னை வந்துகொண்டிருந்தான். நித்யாவுக்குப் பதற்றமாக இருந்தது. நாளை குடும்பச் சூழலை எப்படிச் சமாளிக்கப் போகிறோம் என்று அவளுக்கு மலைப்பாக இருந்தது. சற்று நேரம் அமர்ந்தபடியே அலுவலக மேஜையில் தலை வைத்துப் படுத்திருந்தவள், நிமிர்ந்து எழுந்தாள். சற்று யோசனைக்குப் பிறகு தனாவின் அலைபேசிக்கு அழைத்தாள்.

“டேய், பிஸியா இருக்கியா?”

“அதெல்லாம் ஒண்ணுமில்ல, சொல்லு!”

“ஒரு விஷயமும் இல்ல, சும்மாதான் கூப்பிட்டேன்!”

“விஷயம் இல்லாமக் கூப்பிட மாட்டியே, என்னன்னு சொல்லு!”

“இல்லடா, நாளைக்கு அப்பாகிட்டப் பேசுறதுக்கு சுயோதன் எங்க வீட்டுக்கு வர்றான்.”

மறுமுனை அமைதியாக இருந்தது.

“டேய்... இருக்கியா?”

“ம்ம்ம், சொல்லு, கேக்குறேன்!”

“இல்லடா, அப்பா அம்மாக்கு லேசா விஷயம் தெரியும். இருந்தாலும் நாளைக்குத்தான் நேரடியா ஓபன் பண்ணப் போறோம். மேக்ஸிமம்

ஓகே சொல்லிருவாங்கனுதான் நினைக்கிறேன். இருந்தாலும் பயமா இருக்கு!"

"நித்யா, உனக்குத் தெரியாததையா நான் சொல்லப் போறேன். அதெல்லாம் நல்லபடியா நடக்கும். கவலைப்படாதே!"

"இல்லடா, நீ கூட இருந்தா நல்லா இருக்கும்னு தோணுது. அப்பாட்ட முதல்ல நீ சுயோதனைப் பத்தி பேசினா நிச்சயம் கன்வின்ஸ் ஆகிருவார். ஆனா இப்போ என்ன பண்றதுன்னு தெரியல!"

"என்ன பண்றதுன்னா... புரியல!"

"இல்லடா, நீ காலைல அப்பாட்ட போன்ல கொஞ்சம் சுயோதனைப் பத்தி சொல்றியா!.... இல்ல, போன்ல பேசுனா சரியா வருமானு தெரியல... சரி, விடு. நான் பார்த்துக்குறேன்..."

தனா மனதிற்குள் சிரித்துக்கொண்டான். இது அவள் வாழ்க்கை முடிவு. இதை அவள்தான் சமாளிக்க வேண்டும் என்று நினைத்தான். ஆனால் அவள் தன்னிடம் என்ன எதிர்பார்க்கிறாள் என்பது அவனுக்குப் புரிந்தது. "இப்போ என்ன, நாளைக்கு நான் சென்னைக்கு வந்து உங்கப்பாட்ட பேசணும். அவ்ளோதானே விடு!, நைட்டு எட்டு மணிக்கு வண்டி ஏறினா, காலைல அங்க இருப்பேன். நான் வந்து உங்க அப்பாட்ட பேசுறேன். ஃப்ரீயா விடு!"

நித்யா உற்சாகமானாள், "உண்மையாவாடா! ஒரு வாரமா நான் மனசுக்குள்ள போட்டுக் குழப்பிட்டே இருந்தேன். இதை உன்கிட்ட எப்படிச் சொல்றது, நீ எப்படி எடுத்துப்பியோன்னு..."

"எப்படி எடுத்துக்கப் போறாங்க. அதெல்லாம் ஒரு பிரச்சனையும் இல்ல, நான் கிளம்பி வர்றேன்!"

அடுத்த அரை மணி நேரத்தில் தோள்பையைத் தூக்கிப் போட்டுக் கொண்டு தனா விருதுநகரில் இருந்து சென்னைக்குப் பஸ் ஏறினான்.

★★★

நாளை

33: புதிய சுழல்

சூதின் ஒரே வெற்றி அதனை விட்டு நீங்குவதே என்பது சூதன் மொழி

விருதுநகர் அரசு மருத்துவமனை மோசடியில் தன் பெயர் சிக்கியது முதல் கடந்த ஆறு மாதங்களாக தனாவின் வாழ்க்கையில் பெரும் சூறாவளி வீசியிருந்தது. அதன் சுவடுகளும் பாதிப்புகளும் இன்னும் அவனை விட்டு நீங்கவில்லை. அந்தச் சுழலில் இருந்து நீந்தி வெளிவர அவன் இன்னும் போராடிக்கொண்டிருந்தான். ஆனால் இப்போது அவனது வழியில் வெளிச்சம் படர ஆரம்பித்திருந்தது. ராஜேஷ் கைது செய்யப்பட்ட பிறகு, உண்மை நிலவரங்கள் ஒவ்வொன்றாக வெளிவர ஆரம்பித்திருந்தன. ராஜேஷின் கணினியில் இருந்து மீட்கப்பட்ட தரவுகள், வங்கிக் கணக்கு விவரங்கள், மின்னஞ்சல் பரிமாற்றங்கள் அனைத்தும் மோசடியின் உண்மையான முகத்தை அம்பலப்படுத்தியிருந்தன. தனா வெறும் மென்பொருள் உருவாக்குபவன் மட்டுமே, அவன் மோசடியின் முக்கிய சதிகாரன் அல்ல என்பது தெளிவாகியிருந்தது.

எனினும், எஃப்.ஐ.ஆர்-ல் அவனது பெயரும் இருப்பதால், நீதிமன்ற விசாரணைகளில் தொடர்ந்து ஆஜராக வேண்டிய

நிலை இருந்தது. ஊர் வந்து சரண்டர் ஆன பிறகு முதலில் அது அவனுக்குப் பதற்றத்தை அளித்திருந்தது. இரு முறை மயிரிழையில் உயிர் தப்பிய சம்பவங்களை நினைக்கும் போது, இனி வாழ்வில் எதையும் நேருக்கு நேராக எதிர்கொள்ளலாம் என்ற மனத் தைரியம் அவனுக்கு ஏற்பட்டிருந்தது. இப்போது அவன் மிகுந்த நம்பிக்கையுடன் விசாரணையையும் வழக்கையும் எதிர்கொண்டான்.

விருதுநகரில் தன் சொந்த ஊரில் தங்கியிருப்பது அவனுக்கு மன அமைதியைக் கொடுத்திருந்தது. அம்மாவின் பராமரிப்பு, அப்பாவின் ஆதரவான வார்த்தைகள் அனைத்தும் அவன் மனதில் இருந்த காயங்களை மெல்ல மெல்ல ஆற்றிக் கொண்டிருந்தன. சிறிய அளவிலான ஃப்ரீலான்ஸ் ப்ராஜெக்ட்களை எடுத்துச் செய்ய ஆரம்பித்திருந்தான். மாணவர்களுக்கான ப்ராஜெக்ட் செண்டரை மீண்டும் துவங்குவது குறித்தும் யோசித்துக் கொண்டிருந்தான்.

நித்யாவின் அழைப்பு வந்ததும் அவன் எதைப் பற்றியும் யோசிக்காமல் உடனடியாகச் சென்னைக்குக் கிளம்பினான்.

அவள் தான் சென்னை வர வேண்டும் என்று விரும்புகிறாள் என்று உணர்ந்ததும், அவன் மனதில் வேறு எந்த விஷயமும் ஓடவில்லை. தன் சொந்தப் பிரச்சினைகள், நீதிமன்ற விசாரணைகள், எதிர்காலக் கவலைகள் - இவை எல்லாவற்றையும் மறந்தான்.

பேருந்தில் சென்னைக்குப் பயணமாகும்போது, தனா நித்யா தனக்கு அறிமுகமான நாளை மீண்டும் மீண்டும் நினைத்துப் பார்த்தான். அவளை நினைத்தாலே அவன் உதடுகளில் பூக்கும் புன்னகை இப்போதும் தோன்றியது. தனா இரவுப் பயணம் முழுவதும், ஒரே விஷயத்தை நினைத்துச் சுற்றிச் சுற்றிக் குழம்பிக் கொண்டிருந்தான். தனா தன் வாழ்வின் ஆகப்பெரிய ஒரு மீறலை நிகழ்த்த வேண்டிய நாளை நோக்கி, பேருந்து வேகமாகச் சென்று கொண்டிருந்தது.

சென்னையின் காலை வழக்கத்துக்கு மாறாக மேகமூட்டத்துடன் விடிந்தது. ஆர்.ஏ.புரம் பகுதியில் அமைந்திருந்த நித்யாவின் வீடு, நடுத்தர வர்க்கத்தின் கனவுகளைப் பிரதிபலிப்பதுபோல் இருந்தது. இரண்டு மாடிக் கட்டடத்தின் வெளிப்புறச் சுவர், மஞ்சள் கலந்த கிரீம் நிற வண்ணத்தில் பளிச்சென மின்னியது. தனா வீட்டு வாசலில் நின்றான். மூன்று வருடங்களுக்கு முன்பு, அவர்கள்

வீடு கட்டிய புதிதில் ஒரு முறை தனா அங்கு வந்திருக்கிறான். இப்போது வீட்டில் பெரிய மாற்றங்கள் எதுவும் தோன்றவில்லை. ஆனால் தான் வழக்கத்துக்கு மாறாகப் பதற்றத்துடன் இருப்பதை உணர்ந்தான்.

வீட்டின் உள்ளே இருந்து போனில் அடிக்கடி பேசும் பரிச்சயமான குரல் கேட்டது.

"தனா! எத்தனை நாளைக்கு அப்புறம் வந்திருக்க... உள்ள வாப்பா!" என்று நித்யாவின் அம்மா வாசலுக்கு வந்தார். அவர் முகத்தில் மகிழ்ச்சியும் ஆச்சரியமும் கலந்திருந்தது. கைகளில் மாவு ஒட்டியிருந்தது - சமையல் வேலையின் நடுவில் தன்னை அழைக்க வாசலுக்கு வந்திருக்கிறார் என்று தனாவிற்குப் புரிந்தது.

"நல்லா இருக்கீங்களாம்மா!" என்று கேட்டபடி வீட்டினுள் சென்றான்.

"சார் நல்லா இருக்காரா?"

"நல்லா இருக்கார். உள்ளேதான் இருக்கார், வா!"

நித்யாவின் அப்பா ஹாலில் அமர்ந்து மொபைல் பார்த்துக் கொண்டிருந்தார். தனாவைக் கண்டதும் அவர் முகம் மலர்ந்தது.

"வா தனா, இப்போ சூழ்நிலை எப்படிப் போய்ட்டு இருக்கு?" அவர் குரலில் உண்மையான அக்கறை தெரிந்தது.

"பரவால்ல சார். கொஞ்சம் கொஞ்சமா சால்வ் ஆகிட்டு இருக்கு. இன்னும் கொஞ்ச நாள்ல எல்லாம் க்ளியர் ஆகிரும். அந்த கேஸ் விஷயமாத்தான் சென்னைக்கு வந்தேன். அப்படியே உங்களையும் பார்த்துட்டு போகலாம்னு வந்தேன்."

"ஆமா, நித்யா சொன்னா! ஊர்ல அம்மா அப்பா எல்லாரும் நல்லா இருக்காங்களா?"

"எல்லோரும் நல்லா இருக்காங்க சார்!" தனா பேசிக் கொண்டிருக்கும் போது, நித்யா அறையில் இருந்து வந்து அவளும் அவனை வரவேற்றாள்.

நித்யா சமையலறைக்குச் சென்று அவனுக்குக் காபி எடுத்து வந்தாள். அவள் வழக்கத்துக்கு மாறாகப் பதற்றமாக இருப்பதை தனா உணர்ந்தான்.

சிறிது நேரம் நித்யாவின் அப்பாவிடம் பொதுவான விஷயங்களைப் பற்றி அவன் பேசிக்கொண்டிருந்தான். அவன் உள்ளங்கைகளில் வியர்வை அரும்பியது. மெதுவாகச் சொல்ல வந்த விஷயத்தைப் பேசத் துவங்கினான்.

“சார், ஒரு முக்கியமான விஷயம் பேசணும். சொல்லலாமா?”

“என்னப்பா பில்டப் எல்லாம் கொடுக்குற, எதுவாக இருந்தாலும் தயங்காமச் சொல்லு!”

இரவு முழுவதும் மனதில் திரட்டி வைத்திருந்த சொற்கள் அனைத்தும் வாய் வரை வந்தன. அவை எல்லாவற்றையும் அப்படியே போட்டு உடைத்துவிடலாமா என்று யோசித்தான். தனா ஒரு நொடி நித்யாவின் முகத்தைப் பார்த்தான். அவள் தன் கண்களைக் கூர்மையாக்கி, அவன் கூறப்போவதைக் கேட்கத் தயாராகி இருந்தாள். அவன் வார்த்தைகளை விழுங்கிச் செரித்துவிட்டு, சற்று நிறுத்தி, நிதானமடைந்தவனாக, “சார், நித்யாவோட ஃப்ரண்டு சுயோதன், ரொம்ப நல்ல பையன். நித்யாவுக்கும் அவனுக்கும் நல்ல புரிதல் இருக்கு. பெங்களூர்ல ஐ.டி. கம்பெனில நல்ல வேலைல இருக்கார். பெரியவங்க நீங்கதான் நல்லபடியா அவங்களைச் சேர்த்து வைக்கணும்.” தனா அது வரை இருந்த தயக்கங்களை விடுத்து, கடகடவெனச் சொல்லி முடித்தான்.

நித்யாவின் அப்பா, “என்னம்மா இது!” என்று அவளைப் பார்த்தார். அவள் மீதிக் கதையை ஒப்புவித்தாள். சற்று நேரத்திற்கு வீடே நிசப்தத்தில் மூழ்கியது. ஒவ்வொருவரும் அடுத்தவரைப் பார்க்காமல் தலை குனிந்து அமர்ந்திருந்தனர்.

சிறிது நேரம் கழித்து, நித்யாவின் அப்பா, நித்யாவைப் பார்த்தார். அவள் இன்னும் தலை குனிந்தபடி நின்ற இடத்திலேயே நின்றிருந்தாள்.

தனாவிற்கு என்ன சொல்வதென்று தெரியவில்லை. அங்கு நிலவிய மௌனத்தை உடைக்க நினைத்தவனாய், “சரி சார், யோசிச்சு நல்ல முடிவா எடுங்க சார். நான் கிளம்புறேன்!” என்றான்.

அவர் நிதானத்துக்கு வந்தவராய், “இருப்பா, சாப்பிட்டுட்டுப் போ!” என்று கூறி, “டிஃபன் ரெடி பண்ணுங்க, பசிக்குது!” என்று நித்யா அம்மாவிடம் கூறினார். நித்யா அவர் முகத்தைப் பார்த்தபடி

நின்றுகொண்டிருந்தாள். "பையனை வரச் சொல்லுமா, பேசலாம்!" என்று அவர் கூறிய வார்த்தைகளில் நித்யா மகிழ்ச்சியடைந்தாள்.

அன்று மாலை, சுயோதன், நித்யா வீட்டுக்கு வந்தான். துவக்க நிலைத் தயக்கங்களுக்குப் பிறகு, நித்யாவின் அப்பா அவனிடம் சகஜமாகப் பேசத் துவங்கினார். அடுத்த இரண்டு மணி நேரம் நித்யாவின் குடும்பத்தினர் அவன் குடும்பம், ஊர், வேலை விவரங்கள், எதிர்கால லட்சியங்கள் என்று ஒவ்வொன்றாகப் பேசிக் கொண்டிருந்தனர். ஏற்கனவே நித்யா சொல்லிவைத்ததைப் போல, சுயோதன் தான் வேலையை விட்டுவிட்டதைச் சொல்லாமல், பணியில் தொடர்வதாகவே கூறினான். அங்கே மகிழ்ச்சியான சூழல் நிலவியது. தனாவிற்குத் தன் வேலை முடிந்துவிட்டது, எப்போது கிளம்பலாம் என்ற எண்ணவோட்டம் ஓடிக்கொண்டிருந்தது.

சிறிது நேரத்தில் அவன் அவர்களிடம் விடைபெற்றுக் கிளம்பினான். கோயம்பேடு தனியார் பேருந்து நிலையம் வந்தான். வார நாள் ஆகியபடியால் தென்மாவட்டங்கள் செல்லும் பேருந்துகளில் கூட்டம் இல்லை. சிப்பந்திகள் கூவிக் கூவிப் பயணிகளைப் பிடித்துக் கொண்டிருந்தனர். கிளம்பத் தயாராக நின்றுகொண்டிருந்த பஸ் ஒன்றில் டிக்கெட் வாங்கிக்கொண்டு தனா ஏறினான். அவன் மனதில் என்னவென்று விளக்க முடியாத வெறுமை சூழ்ந்திருந்தது. வண்டி கிளம்பி, பேருந்து நிலையத்தை விட்டு வெளியே வந்தது. தனா முதன் முதலில் ஆன்லைன் ரம்மி விளையாடத் துவங்கிய ஏ.டி.எம் செண்டர் வாசலைக் கடந்து வண்டி திரும்பியது. தனா ஜன்னல் வழியாக அவ்விடத்தைப் பார்த்தபடி சென்றான். அந்தக் கட்டடத்திற்கு மேலே, பிரம்மாண்டமான அளவில் காட்சிப் படுத்தப்பட்டிருந்த விளம்பரப் பலகை அவன் கண்ணில் பட்டது. "ஆன்லைன் தாயம் - பாரம்பரிய விளையாட்டு இப்போது உங்கள் கைபேசியில்!"

வழியில் சாலை எங்கும் அந்த விளம்பரங்களின் தோரணங்கள் அணிவகுத்து நின்றன.

"வீட்டில் உட்கார்ந்தபடியே விளையாடுங்கள், வெல்லுங்கள்!"

"தாயக்கட்டை ஆன்லைனில் - தினமும் ஏ.சி., வாஷிங் மெஷின், ஃபிரிட்ஜ் வெல்லும் வாய்ப்பு!"

"இல்லத்தரசிகளே! நமது பாரம்பரிய விளையாட்டான தாயக்கட்டையை இப்போது ஆன்லைனில் விளையாடுங்கள். பெரிய பரிசுகள் வெல்லுங்கள்!"

தனா துணுக்குற்று அவற்றைக் கூர்ந்து கவனித்தான். பேருந்து முன்நோக்கிச் சென்றுகொண்டிருந்தது.

★★★

பாலகுமார் விஜயராமன்

எழுத்தாளர், மொழிபெயர்ப்பாளர், தொலைத்தொடர்புப் பொறியாளர். 1980ஆம் ஆண்டு மதுரையில் பிறந்த பாலகுமார், தற்போது ஒசூரில் வசித்து வருகிறார். மத்திய அரசின் பி.எஸ்.என்.எல். நிறுவனத்தில் தொலைத்தொடர்புப் பொறியாளராகப் பணியாற்றுகிறார். மின்னணுவியல் மற்றும் தொடர்பியலில் பொறியியல் பட்டமும், மேலாண்மையில் பட்டமேற்படிப்பும், வாடிக்கையாளர் மனப்பான்மை தொடர்பான புத்தாய்வில் முனைவர் பட்டமும் பெற்றுள்ளார்.

இவரது நாவல்கள்: சேவல்களம், சிவப்புப் பணம், ஹோமர்.

சிறுகதைத் தொகுப்புகள்: புறாக்காரர் வீடு, நஞ்சுக் கொடி, மொழியாக்கப் படைப்புகள்: அஞ்சல் நிலையம் (சார்லஸ் புக்கோவ்ஸ்கி), ஹௌல் மற்றும் சில கவிதைகள் (ஆலன் கின்ஸ்பெர்க்), கடவுளின் பறவைகள் (உலகச் சிறுகதைகள்). இவரது படைப்புகள் வலசை, மலைகள், கனலி, வாசகசாலை, சொல்வனம், நடுகல் உள்ளிட்ட இதழ்களில் வெளியாகியுள்ளன.

பறவைகள், விலங்குகள், சூழலியல் சார்ந்த இவரது "கடவுளின் பறவைகள்" மொழிபெயர்ப்பு உலகச் சிறுகதைகள் தொகுப்பிற்குச் சிறந்த மொழிபெயர்ப்புக்கான வாசகசாலை விருது 2018ஆம் ஆண்டு வழங்கப்பட்டது. காலச்சுவடு வெளியீடாக வெளியாகிய இவரது நாவல் "சேவல்களம்" பண்டைய காலம் தொட்டு தமிழர் புறவாழ்வில் முக்கியப் பங்காற்றும் சேவல் சண்டை குறித்த நுட்பங்களைப் பேசுகிறது. இவரது "அவசர சிகிச்சை" சிறுகதை, ரியாத் தமிழ்ச்சங்கம் நடத்திய உலகளாவிய சிறுகதைப் போட்டி 2022ல் இரண்டாம் பரிசு பெற்றது. பாலகுமார் தனது 'தென்திசை' (thendhisai.blogspot) வலைப்பூவில் தொடர்ந்து எழுதிவருகிறார்.

மனைவி: சக்திதேவி, குழந்தைகள்: மேகமித்ரா, முத்துமுகுந்தன்.

மின்னஞ்சல்: balavinmail@gmail.com, அலைபேசி: 9486102490

www.ingramcontent.com/pod-product-compliance
Lightning Source LLC
LaVergne TN
LVHW090327051026
849518LV00005B/1908
* 9 7 8 9 3 4 7 2 0 6 7 0 2 *